इ.स.२५१५

कल्पना कुलश्रेष्ठ

अनुवाद
मीरा नांदगांवकर

मेहता पब्लिशिंग हाऊस

Please contact us at **Mehta Publishing House,** Pune.
Email : production@mehtapublishinghouse.com
Website : www.mehtapublishinghouse.com

- *या पुस्तकातील लेखकाची मते, घटना, वर्णने ही त्या लेखकाची असून, त्याच्याशी प्रकाशक सहमत असतीलच असे नाही.*

E.S.2595 by KALPNA KULSHRESHTHA
Originally Published in Hindi

Translated into Marathi Language by Meera Nandgaonkar

इ.स. २५९५ / विज्ञानकथासंग्रह

अनुवाद : मीरा नांदगांवकर
Email : author@mehtapublishinghouse.com

मराठी अनुवादाचे व प्रकाशनाचे हक्क मेहता पब्लिशिंग हाऊस, पुणे.

प्रकाशक : सुनील अनिल मेहता, मेहता पब्लिशिंग हाऊस,
१९४१, सदाशिव पेठ, माडीवाले कॉलनी, पुणे - ४११०३०.

मुद्रक : रेप्रो इंडिया लि., मराठे उद्योग भवन,
अप्पासाहेब मराठे मार्ग, प्रभादेवी, मुंबई - ४०००२५.

मुखपृष्ठ : सतीश भावसार

प्रथमावृत्ती : डिसेंबर, २०१९

किंमत : ₹ २४०

P Book ISBN 9789353173586
E Book ISBN 9789353173593
E Books available on : play.google.com/store/books
www.amazon.in

जीवनाच्या व अनुवादाच्या प्रवासात सतत
माझ्याबरोबर असणाऱ्या स्व. अशोक नांदगांवकर
यांना समर्पित

प्रस्तावना

वैज्ञानिक संशोधन हे कल्पना आणि वास्तव यांच्या सीमारेषेवर भविष्याचा वेध घेते. त्यामुळे वैज्ञानिक कल्पना अद्भुतरम्य असतात. हीच अद्भुतता लेखकांना आकर्षित करते आणि त्यातूनच वैज्ञानिक कथांचा जन्म होतो. अलीकडच्या काळात विज्ञान संशोधनाद्वारे अनेक क्षेत्रं खुली झाली आहेत. अशा वेळी लेखकांना कल्पनेच्या विश्वात संचार करण्यासाठी विस्तृत दालन उपलब्ध आहे. विज्ञानकथांच्या बाबतीत मराठी भाषेचे दालन इतर भाषांच्या तुलनेत अधिक समृद्ध आहे. अनेक दिग्गज लेखकांनी यामध्ये सातत्याने योगदान दिले आहे. यात वैज्ञानिक, लेखक आणि तंत्रज्ञ अशा सर्वांचाच समावेश आहे.

विज्ञानकथेचे वेगळेपण हे त्यातील वैज्ञानिक संकल्पनांमुळे असते. मात्र त्याच वेळी या संकल्पना प्रचलित ज्ञानाला छेद देणार नाहीत याचीही काळजी घेणे आवश्यक असते. कथेमध्ये असणारी रंजकता सांभाळताना वैज्ञानिक परिभाषेची क्लिष्टता दूर ठेवावी लागते. त्यामुळे वैज्ञानिक कथांना काही बंधनेही येतात. विज्ञानाबाबत सामाजिक जाणिवांची पातळी ही कमी असल्यामुळे विज्ञानकथा सहजपणे समजतील अशा पातळीवर विकसित कराव्या लागतात. विज्ञान आणि तंत्रज्ञानातील झालेल्या प्रगतीमुळे सर्वसामान्य माणसाचे विज्ञानविषयक आकलन वाढत आहे. त्याचा फायदा भविष्यकाळामध्ये विज्ञानकथांचे साहित्यिक मूल्य वाढण्यास होईल.

या पार्श्वभूमीवर सौ. मीरा नांदगांवकर यांनी कल्पना कुलश्रेष्ठ यांच्या कथांचा मराठीत अनुवाद करून विज्ञानकथांच्या दालनात मौलिक भर घातली आहे. या कथांमध्ये प्रौढांसाठी आणि बालकांसाठी लिहिलेल्या विज्ञानकथांचा समावेश आहे. विज्ञान संशोधनामुळे अनेक प्रचलित धारणांना धक्का पोहोचत आहे. त्याचबरोबर विज्ञान आणि तंत्रज्ञानाच्या साहाय्याने निर्माण होऊ पाहणाऱ्या भविष्यकालीन सुविधांचे आकर्षणही मानवाच्या मनामध्ये आहे. त्यामुळे सुखी आयुष्य जगू पाहणाऱ्या माणसाला काही अनपेक्षित धक्केही बसण्याचा संभव आहे. कल्पना कुलश्रेष्ठ यांच्या कथांमधून ही गोष्ट सातत्याने पुढे येते. उदाहरणार्थ, जैवतंत्रज्ञानाद्वारे सजीवांमध्ये घडून येणाऱ्या बदलांचा परिणाम मानवी संबंधावर होऊ शकतो. त्यामुळेच मानवी नातेसंबंधांना धक्का देणाऱ्या गोष्टी भविष्यात घडू शकतात. माणूस याला कसा सामोरा जाईल ही एक औत्सुक्याची बाब आहे. मानवी मेंदूचे त्याच्या स्मृतीसकट जतन करता आल्यास मानव त्याद्वारे अनंत काळापर्यंत आभासी दुनियेमध्ये राहू शकतो. अशा स्थितीत शरीर नष्ट होऊनही मन जिवंत असेल तर ती व्यक्ती मृत का जिवंत, असा प्रश्न निर्माण होईल. 'अखंड सौभाग्यवती' या कथेमध्ये ही

कल्पना लेखिकेने मांडली आहे. रोबोटच्या साहाय्याने मानवी जीवन अधिक सुखी होईल अशी अपेक्षा सर्वचजण करतात; मात्र 'नवा घरगडी' या कथेतील सौ. जयराम यांना आलेला अनुभव मात्र खूपच वेगळा आहे. या कथांमधून परग्रहावरून येणाऱ्या आणि परग्रहावर जाऊ शकणाऱ्या व्यक्ती भेटतात. शिवाय, आणखी पाचशे ते हजार वर्षांनंतर पृथ्वीवर आणि इतरत्र काय स्थिती असेल याचेही सुंदर वर्णन या कथांमध्ये आहे. या कथा सुखद अनुभव देऊन जातात.

बालकथांमधून अद्‌भुतता आणि रम्यता अधिक सहजपणे समोर येते. या कथांमधून केवळ मनोरंजन हेच ध्येय न ठेवता मुलांना जगाला भेडसावणाऱ्या प्रश्नांची जाण करून देण्यातही लेखिका यशस्वी ठरली आहे. मुलांच्या मनामध्ये विज्ञानाविषयी कुतूहल असतेच; मात्र या कुतूहलाचा गैरफायदा घेतला जाऊ शकतो, याचाही प्रत्यय या कथांमधून येतो. 'अभ्यासाची गोळी' ही अशीच एक कथा आहे. पृथ्वीवरील पर्यावरण, त्याचप्रमाणे जैवविविधता नष्ट होत चालली आहे. या पार्श्वभूमीवर उजाड झालेल्या पृथ्वीचे दर्शन मुलांना स्वप्नात घडवून एक संदेश लेखिकेने दिला आहे. या कथांमधील वातावरण, कल्पना, मांडणी एकूणच आकर्षक आहे. त्यामुळेच या कथा वाचनीय झाल्या आहेत.

सौ. मीरा नांदगांवकर या एक प्रथितयश अनुवादक आहेत. त्यांनी मराठीतील अनेक पुस्तकांचा हिंदीमध्ये अनुवाद केला आहे. गो.नी.दांडेकर यांची 'मृण्मयी' कादंबरी, त्याचप्रमाणे डॉ. पंडित विद्यासागर यांच्या 'सुपरक्लोन' या कादंबरीचाही त्यांनी अनुवाद केला आहे. अनुवाद करणे ही त्यांची आवड असल्यामुळे त्या सातत्याने या क्षेत्रात कार्यरत राहिल्या आहेत. या वेळी मात्र त्यांनी हिंदीतील कथांचा मराठीत अनुवाद करून त्यांच्या विचारांचे आणि सामर्थ्याचे नवे दालन तयार केले आहे. त्यांची कामावरील निष्ठा, कष्ट घेण्याची तयारी, अनुवादातील अचूकता या बाबी काटेकोरपणे पाळल्यामुळे, त्याचप्रमाणे भाषेची सहजता जपल्यामुळे या कथा वाचनीय झाल्या आहेत. आपण अनुवादित कथा वाचत आहोत, असे कुठेही वाटत नाही. किंबहुना, या कथा मराठीतच लिहिल्या असाव्यात इतक्या सुंदर रीतीने त्यांनी कथांचा अनुवाद केला आहे. या अनुवादामुळे मराठी विज्ञानकथांचे दालन अधिक समृद्ध होईल आणि वाचक त्याचे स्वागत करतील, याची मला खात्री आहे. सौ. मीरा नांदगांवकर यांच्या पुढील वाटचालीसाठी माझ्या शुभेच्छा!

– डॉ. पंडित विद्यासागर,

कुलगुरू

स्वामी रामानंद तीर्थ मराठवाडा विद्यापीठ, नांदेड

अनुवादिकेचे मनोगत

श्रीमती कल्पना कुलश्रेष्ठ, विज्ञानकथांच्या एक प्रथितयश उत्तम लेखिका आहेत. येणाऱ्या काळात हे जग कसे असेल, याचा एक उत्तम वस्तुपाठ त्यांनी आपल्यासमोर ठेवला आहे. लहान मुलांसाठी लिहिलेल्या या कथा रम्य व आकर्षक आहेत. बालवाचकांना एका आगळ्या पण वास्तव वाटणाऱ्या जगाची ती सहल वाटावी, इतक्या त्या प्रत्ययकारी वाटतात. विज्ञानाच्या कसोटीवर प्रत्येक बदलाचे निराकरण लेखिकेने अगदी मोजक्या शब्दांत केले आहे, आणि हेच त्या कथांचे वैशिष्ट्य आहे.

कल्पनाजींनी मोठ्यांसाठी लिहिलेल्या कथा वाचकांना विचार करायला भाग पाडतात. मोबाइलपासून ते महासंगणकापर्यंत अनेक स्थित्यंतरे आली व भविष्यात येत राहतील. सुरुवातीला मोबाइल कंपन्या आपल्या जाहिरातीत म्हणत असत, की आम्ही माणसा-माणसांतील अंतर खूप कमी केले आहे.., सुरुवातीला सर्वांना खूप आनंद झाला; पण... पण आता आपसातील अंतर खूप वाढत गेले आहे, याचा अनुभव सर्वांनाच येत आहे.

जीवनाच्या प्रत्येक क्षेत्रात आज कॉम्प्युटर प्रगत झाला आहे व त्याचे अधिराज्य माणसाच्या मनावर आहे. प्रस्तुत कथा आपल्यासमोर पुढच्या शतकांचा काळ उलगडून दाखवतात. 'विचित्र नाती', 'अखंड सौभाग्यवती', 'पूर्णमिदम्'सारख्या कथा वाचकांना बेचैन करून जातात. भविष्यात घडू शकणारे बदल, विज्ञानाच्या कसोटीवर पारखून लेखिकेने साध्या व सोप्या शब्दांत त्यांचे निराकरण केले आहे. मागील तीस वर्षांपासून मी अनुवादाचे कार्य करत आहे. मराठी व इंग्रजीतून हिंदीत अनुवाद करण्याचा मला अनुभव आहे; परंतु हिंदीतून मराठीत मी केलेला हा पहिलाच अनुवाद आहे. साहित्यातील विविध क्षेत्रांतील अनुवाद मी केले आहेत; परंतु विज्ञानकथांच्या अनुवादाचे कार्य मला आगळा आनंद देते. सरकारच्या 'विज्ञान प्रसार' संस्थेकडून डॉ. नारळीकर सरांच्या कथांचा अनुवाद माझ्याकडे सोपवला गेला याचा मला सार्थ अभिमान आहे. डॉ. विद्यासागर यांचे 'सुपरक्लोन' व इतर काही लेखांचा हिंदी अनुवाद, तसेच डॉ. सुलभा कुलकर्णी यांच्या विज्ञान लेखांचे अनुवाद करण्याची संधी मला खूप खूप आनंदित करून गेली.

आदरणीय डॉ. विद्यासागर सरांनी या पुस्तकाची प्रस्तावना लिहिली आहे, जी माझ्यासाठी अत्यंत मौलिक आहे. विज्ञान साहित्यात त्यांनी खूप मोलाची भर घातली आहे. मी त्यांची मन:पूर्वक आभारी आहे. तसेच 'मेहता पब्लिशिंग हाउस' परिवाराचीसुद्धा मी आभारी आहे, ज्यांनी मला या कार्याची संधी दिली व माझ्यावर विश्वास दाखवला. वाचक या पुस्तकाचे स्वागत करतील, अशी मला आशा वाटते.

– मीरा अशोक नांदगांवकर

अनुक्रमणिका

तेविसाव्या शतकातील एक दिवस

"बाबा, आई कधी येईल घरी? मला खूप भूक लागली आहे."

नुकतीच अंघोळ करून आलेल्या शुभमनं आपल्या बाबांना विचारलं. सोमवार होता आणि दर सोमवारी त्याची आई संपूर्ण दिवस घरीच असायची.

"काय हवंय तुला न्याहारीला?" बाबांनी हसतहसत विचारलं.

"तेच, मन्डे स्पेशल! इडल्या आणि जिलेबी!"

"बरं." मग बाबांनी आपल्या 'रोबो कुक'च्या मेमरीमध्ये इडली आणि जिलेबीची आज्ञा भरली (फीड केली) आणि हातात चहाचा कप घेऊन ते पेपर वाचू लागले. हा पेपर त्यांच्या चष्म्याच्या काचांवर सचित्र उमटला होता.

शुभमनं आपल्या रोबो कुकचं नाव 'नानू' ठेवलं होतं. न्याहारी करताना शुभम म्हणाला,

"हा नानू इतकी चविष्ट जिलेबी बनवतो ना बाबा, की काय सांगू! आणि इडल्या तर अगदी स्पाँजी आणि मऊ!! आज न्याहारीला मजा आली... पण बाबा, आई अजून का आली नाही बरं?" शुभमला पुन्हा आईची आठवण झाली.

"खरंतर चंद्रावरच्या 'मूनलॅन्ड जेल'मधून काही गडबड झाल्याच्या बातम्या येत आहेत... म्हणूनच आईला उशीर होत असावा," बाबा काळजीच्या स्वरात म्हणाले.

शुभमची आई मून कमांडर होती. आठवड्याचे सहा दिवस ती चंद्रावरच्या ऑफिसात काम करायची. सध्या पृथ्वीवरील अट्टल गुन्हेगारांना 'मूनलॅन्ड जेल'मध्ये ठेवलं जात होतं; कारण पृथ्वीवरील जेलमधून ते पळून जातात, असं आढळलं होतं. या जेलमधून त्यांना फरार होणं अशक्यच होतं.

पृथ्वीवरील शांतताप्रिय नागरिक आता सुरक्षित आयुष्य जगू शकत होते.

विशेष प्रकारच्या प्लॅस्टिकपासून बनवलेल्या उंच घुमटाकार इमारतींमध्ये कैद्यांना ठेवलं जात असे. या इमारती एकांत जागी बांधलेल्या होत्या आणि चंद्रावरील 'स्टेशन बीटा'मधून या कैद्यांवर कडक नजर ठेवली जात असे. ही सर्व व्यवस्था मून कमांडरच्या ताब्यात होती.

"आता आणखी प्रश्न नकोत. चल, लवकर तयार हो. तुला शाळेत जायचं आहे ना आज?" बाबांनी विचारलं.

"जायचं आहे ना बाबा. आज आमचे सर काहीतरी सरप्राइझ देणार आहेत!"

एवढं बोलून शुभम तयार होण्यासाठी गेला.

शाळेत पठण आणि पाठांतराची पद्धत जवळजवळ समाप्त झाली होती. विद्यार्थ्यांच्या डोक्यावर (मेंदूजवळ) न्यूरो चिप्स चिटकवल्या जात, ज्यांयोगे मेंदूच्या तांत्रिक कोशिकांचं म्हणजेच न्यूरॉन्सचं उद्दीपन होऊन गणित, विज्ञान वगैरे विषयांचं शैक्षणिक ज्ञान विद्यार्थ्यांना प्राप्त होत असे. एका जटिल जैवरासायनिक प्रक्रियेनंतर त्या विषयांचं ज्ञान प्रोटीनशृंखलेच्या रूपात मेंदूतील कोशिकांमध्ये कायमचं साठवलं जात असे. कुठल्याही प्रकारच्या चेतन प्रयत्नांच्या प्रक्रियेविना हे कार्य झोपेतसुद्धा अखंडपणे चालत असे; त्यामुळेच प्रत्येक विद्यार्थी पाठांतराशिवाय आपलं वय आणि वर्गाच्या अनुसार त्या त्या विषयात पारंगत होत असे.

शाळेत मुलांना व्यायाम किंवा नृत्य अथवा विविध खेळ शिकवणं, तसंच सांस्कृतिक व मनोरंजनाचे कार्यक्रम आयोजित करणं एवढंच काम आता शिक्षकांना करावं लागे. काही अपवादात्मक शिक्षक मुलांना नैतिक पाठ द्यायचे. मुलं आपल्या मर्जीनुसार शाळेत यायची ती पाठ्यक्रमाचा अभ्यास करण्यासाठी नव्हे; तर शालेय जीवनाचा आनंद लुटण्यासाठी! शाळेत त्यांचं आणि त्यांच्या सायबर मित्र-मैत्रिणींचं प्रत्यक्ष-सदेह-समोरासमोर भेट व बोलणं होत असे. सहलीचं आयोजन होत असे. जीवनात कोणताही ताणतणाव नव्हता; त्यामुळे त्यांचं जीवन आनंदी, उल्हसित आणि सदैव उद्याच्या उत्सुकतेनं भरलेलं असं होतं, मुक्त होतं!

तयार होऊन शुभमनं आपली कॉम्प्युटरनं चालणारी पोर्टेबल कार काढली. पोहोचायच्या ठिकाणचं नाव संगणकात भरलं आणि आरामात बसून तो चालत्या कारबाहेरचा परिसर, देखावा पाहत राहिला. रस्ता आणि आकाशात लहान-मोठी वाहनं जात-येत होती. संगणकाद्वारे गतिनियंत्रण केलं जात होतं, जे पूर्वनिर्धारित होतं. कुठंकुठं इमारती स्वयंचलित होऊन एका जागेवरून दुसऱ्या जागी जाताना दिसत होत्या, जागा बदलत होत्या. सर्वकाही नियंत्रित व सुरक्षित होतं आणि घाई, गडबड दिसत नव्हती.

शुभमची कार एका चमकणाऱ्या विशाल, गोलाकृती इमारतीसमोर येऊन थांबली. ही त्याची शाळा होती. शुभम कारमधून उतरला व इमारतीच्या प्रवेशद्वाराकडे निघाला. कारमध्ये त्यानं पार्किंगच्या सूचना दिल्या होत्या. त्याप्रमाणे संगणक कार घेऊन गेला. शुभमनं त्या इमारतीत प्रवेश केल्यावर तो चकित होऊन थबकला.

आजची त्याच्या शाळेची सजावट अतिशय आकर्षक होती. सगळीकडे फुलं, पानं व रंगीत झालरी लावून सजावट केली होती. एका मोठ्या निऑन बोर्डावर 'मंगळ बाजार' अशी अक्षरं चमकत होती. 'मेड इन मार्स' अशी लेबल्स लावलेल्या वस्तूंनी बाजार भरला होता.

"हे पाहा शुभम," अशी सुरुवात करून शुभमची मैत्रीण शीना म्हणाली, "ही इलेक्ट्रॉनिक्स बेडशीट बघ! शरीराचं मालीश करून थकवा पळवून लावते आणि आपल्या मूडप्रमाणं फुलांची थ्री डायमेन्शनल रचना करून सुगंध सोडत राहते. असं वाटतं की, जणू बागेतच झोपलो आहोत."

"– हा खोलीत लावायचा 'नाइट लॅम्प' आहे, जो खोलीच्या तापमानावर नियंत्रण ठेवतो आणि त्याचबरोबर रंगीत, मनमोहक स्वप्नेही दाखवू शकतो."

"– तिथं एक कंबरपट्टाही आहे, जो गुरुत्वाकर्षण कमी करून व्यक्तीला तरंगत ठेवू शकतो."

"– पाठीवर बांधायची छोटी 'रॅकेट्स'ही आहेत, ज्यामुळे ते बांधणारी व्यक्ती काही तास उडून फिरू शकते."

एवढ्यात दुसऱ्या एका दुकानदारानं आरोळी ठोकली.

"हे पाहा... हे पाहा मंगळग्रहाचं स्पेशल प्रॉडक्ट... 'प्लॅनेट फोन!' हा वापरून तुम्ही सौरमंडलातील कोणत्याही ग्रहावर 'व्हिडिओ कॉल' लावू शकता." तो एक रोबो सेल्समन होता.

पलीकडे एका दालनात 'नर्सरी' होती. त्यात इतक्या आश्चर्यजनक गोष्टी होत्या की, लोक तिकडे आकर्षित होत. जसं की...

– बी पेरा. दहा मिनिटांत एक रोप उगवून वाढू लागतं आणि तासाभरात पाच ते सहा फूट वाढून फुलं व फळं देऊ लागतं.

– काही रोपं चित्रविचित्र आवाज देत होती, तर काही रोपांचे रंग सरड्यासारखे बदलत होते!

– काजव्यासारखी चमकणारी काही रोपं रंगीत प्रकाश देत होती.

– कुंडीत लावलेली काही रोपं पंख्यासारखी फिरत असलेली पाहून लोक आश्चर्यानं दंग होत होते. पृथ्वीवासी हे जरूर मानतात की, वृक्षरोपांना जीव असतो. ते सजीव आहेत; पण इथे ज्या प्रकारे त्यांची वाढ, बदलणारे रंग आणि चमत्कारी हालचाल होत होती, ती थक्क करणारी होती. मंगळवासीयांनी या

रोपांची जीनसंरचना सुधारून अशा उन्नत वृक्ष व रोपांची निर्मिती केली होती.

– वस्तू अदृश्य करणारे, विशिष्ट प्रकारचे कापडही इथे होते. या कापडाची माहिती देताना सेल्समन म्हणाला,

“या कापडाची आण्विक रचना अशी आहे की, त्यावरून प्रकाशकिरणांचं परावर्तन होत नाही. किरण सरळ निघून जातात, जणू त्यांच्या मार्गात हे कापड नसतेच आणि म्हणूनच या कापडानं झाकलेली वस्तू अदृश्य झाल्यासारखी वाटते.”

शुभमला वाटलं, किती विस्मयकारी आहे हे कापड!

‘मंगळावर फेरफटका’ असा बोर्ड पाहून शुभम व शीना त्या दुकानात दाखल झाले. त्यांनी पाहिलं की, तिथं ‘सिम्युलेटर’सारखं एक यंत्र होतं आणि त्यात बसून मंगळावर फेरफटका मारता येत असे. शुभम व शीना त्या यंत्रात बसताच त्या यंत्राच्या कंट्रोल पॅनेलवर लावलेले बल्ब प्रकाशित झाले...

“काउंटडाउन सुरू झालाय... तीन... दोन... एक... शून्य... चला, आपलं अंतराळयान मंगळ ग्रहाकडे निघालं आहे. या आभासी कालयात्रेत आपलं स्वागत आहे.” शुभम व शीनाला मधुर रोबोटिक ध्वनी ऐकू आला. खूप धक्के आणि ताणानंतर यान पृथ्वीच्या कक्षेबाहेर निघून अंतरिक्षात पोहोचलं. यानात स्वतः भारविरहित झाल्याचा अनुभव त्यांना येत होता. काळ्या आकाशात चारही बाजूंना चमकणारे ग्रह व नक्षत्रे दिसत होती.

“सन २०९५... परमाणुशक्तीवर चालणाऱ्या वेगवान अंतराळयानानं मानवाला मंगळ ग्रहावर पोहोचवलं... मानवाचं लाल ग्रहावर पहिलं पाऊल... नारंगी रंगाचं चमकदार आकाश व विरळ वायुमंडल... २४ तास ३७ मिनिटांचा एक दिवस... पृथ्वीच्या एकतृतीयांश गुरुत्वाकर्षण... हा आहे ‘ओलम्पस मॉस’ ज्वालामुखी... ९०,००० फूट उंच... उजाड आणि भयाण मंगळावर मनुष्यप्राणी राहू शकेल असं वातावरण बनवण्याचं काम मानवानं हाती घेतलं आणि सुरू झालं ‘टेराफॉर्मेशन ऑफ मार्स प्रोजेक्ट’ ”...शुभम व शीना मंत्रमुग्ध होऊन ऐकत होते.

“जवळजवळ दोन शतकांच्या अथक प्रयत्नाअंती मानवानं मंगळ ग्रहाचं उजाड व भयाण स्वरूप बदलून तिथं मनुष्यवस्तीला पोषक असं वातावरण बनवलं. आज इथे विज्ञानासंबंधी प्रगत संशोधन सुरू आहे. उत्तम प्रकारे सुरू असलेले उद्योग आहेत. सुरुवातीपासूनच पृथ्वीवरील खूप बुद्धिमान व शांतिप्रिय माणसांना इथे आणून त्यांचं उत्कृष्ट प्रकारे पुनर्वसन केलं गेलं. आज मानवजाती पृथ्वी, चंद्र व मंगळ ग्रहावर राज्य करत आहे. सौरमंडलाबाहेरील पुढील संशोधनासाठी जाता यावं यासाठी मंगळाला ‘लाँचिंग पॅड’ म्हणून विकसित केलं आहे. आता सौरमंडलाच्या बाहेर जाऊन तिथं मानवाची विजयपताका फडकवली जाईल आणि तो दिवस आता फार दूर राहिलेला नाही.”

एवढं बोलून ध्वनिफीत थांबली आणि मंगळ ग्रहावरची ही आभासी यात्रा पुरी झाली.

या यात्रेनं शुभम व शीना फारच प्रभावित झाले.

हा पृथ्वीचा प्रमुख नियंत्रणकक्ष होता. अर्थकमांडर एक मीटिंग घेत होते. पृथ्वीवरील सगळ्या देशांच्या सीमा कधीच पुसल्या गेल्या होत्या. पृथ्वीवरील धर्म किंवा राष्ट्रीयता वगैरे भेदभाव पूर्णपणे संपुष्टात आले होते आणि संपूर्ण पृथ्वीचं प्रशासन एकत्रितपणे चालवलं जात होतं. अर्थकमांडरनी अचानक मध्यरात्री ही मीटिंग बोलावली होती. शुभमचे बाबा व त्यांच्याबरोबर शुभमही हजर होता. एक अत्यंत जटिल समस्या निर्माण झाली होती.

चंद्राच्या मूनलॅन्ड जेलमध्ये काही क्रूर अतिरेक्यांचा एक गट होता, ज्यांची विचारसरणी बुरसटलेली होती. ते जणू आदिमानवाच्या जगातच वावरणारे होते. ते आपल्या धर्माचं व भाषेचं वर्चस्व कायम राखण्यासाठी रक्तपात करण्यासही मागंपुढं पाहत नसत. क्रूर आणि विक्षिप्त विचारसरणीचे हे लोक अत्यंत धूर्त होते. मोठ्या मुश्किलीनं त्यांना जेरबंद करण्यात आलं होतं. चंद्रावरच्या जेलमधून ते कसे निसटले, हेच प्रशासनाला कळत नव्हतं. इतकंच नव्हे, तर त्यांनी चंद्रावरील 'स्टेशन बीटा'वर ताबा मिळवला होता. तेथील वैज्ञानिक व कर्मचारी यांना ओलीस ठेवलं होतं. आता त्यांची अशी मागणी आहे की, अंतराळयानातून त्यांना मंगळावर सोडावं. अर्थकमांडर चिंतायुक्त स्वरात सांगू लागले–

"हे अपराधी अतिशय धूर्त व दक्ष आहेत. ते आपल्याबरोबर अंतरिक्षयानातून जेलच्या 'मून कमांडर'ला नेण्याची भाषा करत आहेत; म्हणजे ते सर्व सुरक्षित मंगळावर जातील! मंगळावर त्यांना पुन्हा जेरबंद करणं अत्यंत कठीण होणार आहे. कारण मंगळावर पोलीसयंत्रणा नाही आणि हत्यारंही नाहीत; कारण तिथे हिंसाचार वर्ज्य आहे."

"मग आपण मंगळावर त्यांच्या आधी पोहोचू आणि त्यांना पकडू या!" एकजण म्हणाले.

"तसं करता येणार नाही; कारण बीटावरून ते आपल्यावर सतत नजर ठेवून आहेत. त्यांनी धमकी दिली आहे की, पृथ्वीवरून एखादं अंतरिक्षयान मंगळाकडे जाताना दिसलं, तरी ते सर्व ओलिसांना मारून टाकतील. अशा परिस्थितीत आपण आधी मंगळावर जाणं धोक्याचं ठरेल. तेच आधी तिथं पोहोचून तिथल्या स्पेसगार्डला ताब्यात घेऊन मंगळावर येणाऱ्या कोणत्याही यानाला मंगळाच्या सीमेबाहेरच नष्ट करतील."

अर्थकमांडरच्या आवाजात खूप काळजी जाणवत होती. शुभमसुद्धा विचारात

गढून गेला; कारण त्याची आईच मून कमांडर होती. त्याचा मेंदू जलद गतीनं कार्य करत होता.

"आपण असं होऊच देणार नाही सर... माझ्याकडे एक उपाय आहे...!" शुभमनं हलकेच अर्थकमांडरच्या कानात आपली योजना सांगितली. कमांडर म्हणाले,

"ओके... योजना जरा पोरकट वाटते; पण दुसरा इलाजही दिसत नाही."

काही वेळातच मीटिंग संपली!

पृथ्वीवरून पाठवलेलं अंतरिक्षयान काही तासांतच चंद्रावर पोहोचलं. या घटनेच्या बातम्या आंतर्ग्रहीय मीडियावाहिन्या थेट प्रसारित करीत होत्या. पृथ्वीवर जनमानसात भीतीचं वातावरण होतं. शुभम व त्याचे बाबा डोळ्यांत प्राण आणून स्क्रीनवरील प्रक्षेपण पाहत होते.

'ऑपरेशन मून'चं कार्य सुरू झालं होतं...

...सगळे अतिरेकी मूनकमांडरसह अंतरिक्षयानात जाऊन बसले. काउंट- डाउन संपताच ते यान चंद्राच्या क्षीण गुरुत्वाकर्षणकक्षेतून बाहेर पडलं आणि मंगळ ग्रहाकडे निघालं. सारे प्रेक्षक काळजीत पडले. काय होणार कळत नव्हतं. अचानक सर्वांना दिसलं की, यानानं आपला मार्गच बदलला... मंगळाकडे जाण्याऐवजी ते यान सरळ गहन अंतरिक्षाकडे जाऊ लागले. काही क्षणांतच ते दाट अंधारात निघून गेले.... काहीच दिसेनासे झाले...!

ताण सहन न होऊन शुभम बाबांच्या कुशीत शिरला...

"शुभम," आईची प्रेमळ हाक ऐकून तो भानावर आला आणि त्यानं पटकन डोळे उघडले. स्क्रीनवर त्याला त्याची आई दिसली. तिच्या चेहऱ्यावर आनंद ओसंडत होता.

"आई, तू ठीक आहेस ना...?" शुभमनं अडखळत विचारलं.

आई म्हणाली, "मी अगदी सुरक्षित आणि ठीक आहे शुभम. तुझी युक्ती कामी आली. आम्ही तीनही कमांडर 'टेलिपथी'च्या माध्यमातून एकमेकांच्या संपर्कात असतो. रेडिओलहरींच्या माध्यमातून केलेला संवाद अतिरेक्यांपर्यंत पोहोचू शकत होता; म्हणून टेलिपथीच्या माध्यमातून आम्ही मार्स कमांडरकडे मदत मागितली. त्यांच्याकडे निर्जीव वस्तूला अणुरूपात बदलण्याचं तंत्रज्ञान आहे आणि अशा वस्तूला टेलिपोर्टही करता येते. निर्जीव वस्तूला अणुरूपात बदलून गंतव्यस्थानी पोहोचवायचं व त्या ठिकाणी त्याच संयोजनानं परत मूळ रूपात आणायचं या टेक्निकला टेलिपोर्टेशन करणं, असं म्हणतात. मार्स कमांडरनं दोन जरुरी वस्तू माझ्याकडे टेलिपोर्टेशनद्वारा पाठवल्या. एक म्हणजे माझ्यासारखाच दिसणारा अ‍ॅन्ड्रॉइड आणि अदृश्य करणारा डगला. डगला घालून मी स्वतःला अदृश्य केलं व

ॲन्ड्रॉइडला यानात पाठवलं. पुढचं सारं तू पाहिलं आहेसच. आमची योजना सरळ व साधी होती आणि ती सफल झाली. मुख्य म्हणजे त्या अतिरेक्यांकडून आपणा सर्वांची सुटका झाली; कायमची!''

शुभम आनंदानं म्हणाला, ''व्वाऽऽ... मंगळानं काही अमंगळ घडू दिलं नाही!''

आई तत्परतेनं म्हणाली,

''मी आता काही दिवसांची रजा काढून घरी येते आहे. मी 'स्पेस हॉटेल गॅलॅक्टिक स्पॉट'मध्ये बुकिंग केलं आहे. आपण तिघं त्या फाइव्हस्टार हॉटेलात खूप मजा करू... आणि हो, मार्स कमांडरनं मंगळावर येण्याचं आमंत्रण दिलं आहे. आपण तिघं आता स्पेसमध्ये खूप गमतीजमती करू!''

आता तर शुभम खूपच खूश होता, आनंदात होता. सगळीकडे शुभ झालं होतं.

◆

साईगा ग्रहाची यात्रा

संध्याकाळची वेळ होती. हवेत गारवा वाढत चालला होता. चौफेर रहदारी, गर्दीच गर्दी, वाहनांचे कर्कश हॉर्न्स आणि लोकांच्या गलक्यातून आपली सायकल सांभाळून चालवताना इकबाल कंटाळला होता. वातावरणात गाड्यांच्या धुराचं प्रदूषण खूप होतं. इकबालच्या डोळ्यांतून पाणी येत होतं आणि त्याला श्वासोच्छ्वासाला त्रास होत होता. कानतर जणू बहिरेच झाले होते. घरी पोहोचायला इकबालला सहा वाजले.

"इकबाल बेटा, जरा बाजारातून हे सामान तर आण... अरे, तुझे डोळे तर लाल झालेत...!" आई त्याच्याजवळ येऊन म्हणाली. "पडून राहा बेटा जरा, गुलाबजल टाकते थोडं डोळ्यांत!"

गुलाबजल डोळ्यांत घालताच थोड्या वेळातच इकबालला आराम वाटला. तो डोळे मिटून पडून राहिला. विचार करताकरता त्याच्या मनात आलं, 'असं एखादं शहर असेल का, जिथं एवढं प्रदूषण नसेल?"

निद्रादेवी त्याच्या बंद डोळ्यांत उतरू लागली होती आणि झोपेचा अंमल वाढत असतानाच एक सुरेल, मधुर स्वर त्याच्या कानी आला, "माझ्याबरोबर येतोस फिरायला?" इकबाल दचकला. त्यानं डोळे उघडले.

त्याच्याच वयाची, बारा-तेरा वर्षांची एक सुंदर मुलगी समोर उभी होती. तिचे घारे डोळे खुशीत चमकत होते. लालसर रंगाचे दात, कुरळे केस तिच्या खांद्यांवर रुळत होते.

"इथे उभी राहून मी तुझं आणि तुझ्या आईचं संभाषण ऐकत होते. मग विचार केला की, तुला एका अशा जागी घेऊन जावं, जिच्याबद्दल तू मनात विचार करत होतास. येतोस माझ्याबरोबर?" उत्साही स्वरात त्या मुलीनं विचारलं.

“पण तू कोण आहेस?” इकबालनं आश्चर्यानं विचारलं.

“– मी ‘एस.जी. १९०९९’ आहे आणि सन २५२०कडून आले आहे.” तिनं म्हटलं.

“ओह... म्हणजे तू भविष्यातली व्यक्ती आहेस तर? पण तुझं नाव...?”

“हे नाव नाही, कोड नंबर आहे! तुला वाटलं तर तू मला ‘साईगा’ असं संक्षेपानं म्हणू शकतोस. मी मानव आणि मशीन यांचं एकत्रित रूप आहे. माझे डोळे म्हणजे एक्स-रे आहेत. मी सर्व दिशांचे आवाज ऐकू शकते. न थकता कितीही आठवडे सतत काम करू शकते. मी टेलिपथीद्वारे न बोलता संभाषण करू शकते. चल तर मग माझ्याबरोबर!” तिनं हुकूमच सोडला जणू! इकबाल लगेच उठला आणि चूपचाप साईगाबरोबर आपल्या घराच्या गच्चीवर आला.

अंधार भरून आला होता. धूर आणि धुळीमुळे वातावरण धूसर बनलं होतं.

“उफ्... किती भयानक प्रदूषण आहे तुझ्या ग्रहावर? माझ्या नाकावर मी जर फिल्टर चढवला नसता, तर कठीणच झालं असतं. कसे काय तुम्ही लोक श्वास घेता?” नाराजीनं साईगा म्हणाली. इकबालला काय बोलावं सुचेना. तो लज्जित झाला.

साईगा आपल्या मनगटी घड्याळाचे काटे फिरवू लागली. काही सेकंदांनंतर गच्चीवर रंगीबेरंगी प्रकाश पसरला व गोलगोल फिरत एखाद्या भोवऱ्यासारखी एक आकृती तिथं प्रगट झाली. साईगा म्हणाली,

“हे आमचं कालयान आहे. वेळ-काळातील शेकडो उलटसुलट कारणांनी ते गुप्त झालं होतं. मी त्याला योग्य वेळात आणलं. आता आपण त्यातून आमच्या ग्रहावर जाऊ या.”

पुढच्याच क्षणी ते दोघे कालयानात बसले. तीव्र धक्क्यानं फिरणारा सभोवताल, रेषांत बदलू लागला. काळे आकाश आणि त्यात चमकणारे असंख्य ग्रह आणि नक्षत्रांच्या मधून जाणारं यान... ही यात्रा हा इकबालसाठी एक अलौकिक अनुभव होता. हळूहळू त्याच्या पापण्या जड झाल्या. बहुतेक तो झोपी गेला, किती वेळ गेला, याची इकबालला काहीच कल्पना नव्हती; पण त्याच्या पापण्यांची हालचाल झाली.

“मी कुठं आहे?” तो उठून बसला.

“ग्लीज ५८१ वर तुझं स्वागत आहे मित्रा!” साईगासारख्याच सुंदर आणि आकर्षक कपड्यांत सजलेल्या कितीतरी स्त्री-पुरुषांनी त्याचं स्वागत केलं.

हा एक विशाल हॉल होता. त्याच्या भिंती रंगीत व पारदर्शक दिसत होत्या. हवा स्वच्छ, ताजी आणि मोहक सुगंधानं भरलेली होती. इकबालला वाटलं की, तो एखाद्या बागेतच बसलेला आहे. तो चारी बाजूंना पाहू लागला.

“आधी थोडं खाऊन घे इकबाल, तुला भूक लागली असेल,” असं म्हणत साईगानं हातातली प्लेट इकबालसमोर धरली. त्यानं पाहिलं की, प्लेटमध्ये सोनेरी, लाल, निळ्या व हिरव्या रंगाच्या गोळ्या होत्या. साईगा म्हणाली,

“हे तुझे जेवण आहे.” साशंक मनानं इकबालनं त्यांतील काही गोळ्या उचलून तोंडात ठेवल्या. त्याला आवडणारी खीर आणि सामोसे यांचा उत्तम स्वाद तोंडात येताच त्याला खूपच आश्चर्य वाटले. गोळ्या पोटात जाताच त्याचं शिथिल मन व तन ताजंतवानं होऊन त्याला स्फूर्ती वाटली. साईगा म्हणाली,

“चल, सगळ्यात आधी तुला इथले अद्‌भुत संग्रहालय दाखवते.”

कक्षातून बाहेर पडून ती दोघं एका बंद कॅप्सूलसदृश वाहनात बसली. क्षणार्धात ते वाहन उडू लागलं. इकबालनं खिडकीतून बाहेर पाहिलं, तेव्हा गुलाबी रंगाच्या आकाशाची पृष्ठभूमी आणि त्यावर निळ्या काचेसारखे रस्ते आकर्षक वाटत होते. चित्रविचित्र आकारांची झाडं आणि त्यावर असलेली फळं जणू रंगीत काजव्यांसारखी चमकत होती. कितीतरी वृक्षांतून मृदु-मध्यम आवाजात संगीतलहरी येत होत्या. साईगा म्हणाली,

“अचंबित नको होऊ इकबाल! ही ‘म्युझिकल ट्री’ आहेत. त्यांतून त्यांच्या मूड्‌सप्रमाणे संगीताच्या ध्वनिलहरी उत्पन्न होतात.” इकबाल मान डोलवीत पाहत होता.

हिरव्या, चमकदार दगडी इमारतीसमोर त्यांचं वाहन थांबलं आणि ती दोघं उतरली. समोरच एका तीस फूट उंचीच्या छताखाली मोत्यांनी सुशोभित केलेल्या भिंतीतून डोळ्यांना आल्हाद देणारा प्रकाश झिरपत होता. ब्रह्मांडातल्या वेगवेगळ्या आकाशगंगांतील अद्‌भुत वस्तूंचं संग्रहालय पाहत ते पुढे निघाले. इकबाल पुढचं दृश्य पाहून थबकला.

– आग्र्याचा ताजमहाल, पीसाचा मनोरा, गीजाचं पिरॅमिड, पॅरिसमधील आयफेल टॉवर, मास्कोतली क्रेमलिन इमारत आणि रोमचं कोलोजियम या सर्वांच्या बरोबरीनं कितीतरी प्रसिद्ध अशा इमारतींच्या प्रतिकृती तिथं ठेवलेल्या होत्या. सर आयझॅक न्यूटन, आइन्स्टाईन, जगदीशचंद्र बोस, अब्राहम लिंकन आणि महात्मा गांधी यांच्या हुबेहूब मूर्तीही तिथं होत्या.

“हे सर्व इथे कसे?” इकबालनं विचारलं.

“ही आमच्या पूर्वजांची पुण्याई व वारसा आहे. पृथ्वीवरील माणसांनीच आमचा ग्रह वसवला होता. तू आमचा पूर्वज आहेस...” भावुक स्वरात साईगा म्हणाली.

“मी नाही समजलो...” इकबाल न समजल्याच्या स्वरात म्हणाला.

साईगा म्हणाली,

"पृथ्वीपासून २० प्रकाशवर्षं अंतरावर हा आमचा 'ग्लीज ५८१' ग्रह आहे. तो तुझ्या पृथ्वीपेक्षा दीडपट मोठा आणि वजनाला पाचपट जड आहे. काहीजण आमच्या ग्रहाला पृथ्वीची मोठी बहीण किंवा 'सुपर अर्थ' म्हणून संबोधतात."

इकबालला आठवलं की, हे सर्व त्यानं वर्तमानपत्रात वाचलं आहे. त्याच्या शिक्षकांनीसुद्धा या नवीन ग्रहाबद्दल सांगितलं होतं की, या नवीन ग्रहावरची परिस्थिती पृथ्वीसारखीच असून इथे जीवसृष्टी असण्याची शक्यता होती.

साईगा इकबालच्या बदलत्या चेहऱ्याचं निरीक्षण करीत पुढं म्हणाली,

"पृथ्वीवरील प्रदूषणामुळे 'ग्लोबल वॉर्मिंग' वाढलं होतं. मानवी संस्कृतीचा आणि मानवाचा नाश अटळ होता; त्यामुळे मनुष्यानं दुसऱ्या ग्रहावर वस्ती करण्याचं ठरवलं. प्रकाशाच्या गतीप्रमाणे वेग असलेलं यान माणसानं बनवलं आणि ब्रह्मांडात दुसऱ्या एखाद्या अशा ग्रहाचा शोध घेण्याचं ठरवलं, जिथं पृथ्वीसारखं हवामान, पाणी इत्यादी उपलब्ध असेल. मानवानं असे अनेक ग्रहही शोधून काढले, जिथे मनुष्यवस्ती होऊ शकेल आणि तिथेतिथे त्यानं वस्ती निर्माण केली. त्या शोधातूनच आमच्या या ग्रहाचा शोध पृथ्वीवरील मनुष्याला लागला."

ती दोघं बोलताबोलता बऱ्याच वेळानं संग्रहालयातून फिरून बाहेर आली आणि रस्त्यावरून चालू लागली. ग्रहावरचं आकाश आता हळूहळू भुरकट रंगाचं होऊ लागलं होतं. आकाशात तीन चंद्र प्रकाशित होत होते व त्यांचा पांढुरका प्रकाश पसरू लागला होता. हवाईयानं इकडून तिकडे रंगीबेरंगी प्रकाश सोडीत, उडत होती. त्यांचा आवाज अजिबात होत नव्हता. उंच इमारतींतून दिवेलागण झालेली दिसत होती.

"किती शांतता आहे तुझ्या ग्रहावर, साईगा! धूळ, धूर आणि गोंगाट अजिबात नाही."

"इथे आलेल्या माणसांनी त्या चुका केल्या नाहीत, ज्या ते पृथ्वीवर करीत होते. ना युद्ध, ना हत्यार, ना परमाणुपरीक्षण आणि नाही प्रकृती-निसर्गाचं शोषण! जे काही आम्ही निसर्गातून घेतो, ते तसंच परत करतो. जसं पाणी आणि शुद्ध हवा वगैरे..." साईगानं सांगितलं.

सडकेच्या दोन्ही बाजूंना सामानानं भरलेली दुकानं होती. एका शोकेसमध्ये एक गॉगलसदृश चष्मा होता. साईगानं सांगितलं, तो घातला की, समोरच्या माणसाच्या मनातले विचार समजतात. रंगीत उशा, तक्के होते, ज्यांवर डोकं ठेवून झोपलं की, सोन्यासारखी सुंदर स्वप्नं पाहता येतात.

"हा स्पेसफोन तुला माझ्याकडून भेट..." साईगानं एक मोबाइल फोनसारखा सेट इकबालच्या हाती दिला. "पृथ्वीवरून तू माझ्याशी बोलू शकतोस याच्यावरून आणि इथले दृश्यही पाहू शकतोस. एवढंच नाही तर अन्य ग्रहांवरील लोकांशी

तुझा संपर्क होऊ शकतो. त्यांच्याशी तू दोस्ती करू शकतोस. दोस्ती, प्रेम या मानव असल्याच्या खुणा आहेत ना?"

"आता मला गेलं पाहिजे साईगा. आईला सांगेन की, मावशीच्या घरी जाऊन आलो. तू म्हणाली होतीस ना की, माझी पृथ्वी तुझ्या ग्रहाची लहान बहीण आहे म्हणून? मग हे माझ्या मावशीचंच घर... हो ना?" इकबाल खूश होत म्हणाला. "गुडबाय साईगा!"

कालयानातून तो आपल्या छतावर उतरला, तेव्हा आठ वाजले होते. गेल्या दोन तासांत त्यानं पाहिलेला ग्रह, साईगा... हे सर्व आठवून त्याला भरून आलं. अचानक स्पेसफोनची आठवण होऊन त्यानं खिशात हात घातला; पण... स्पेसफोन बहुधा कालयानातच राहिला होता.

घरी येऊन तो बिछान्यावर पडला. मनाच्या एका कोपऱ्यात, आशेचा एक किरण उगवत राहिला की, कदाचित साईगा अशीच पुन्हा भेटायला येईल... अचानक!!

◆

ऐलीच्या दुनियेत

राजननं डोळे उघडले तेव्हा त्यानं स्वतःला एका फूटपाथवर उभं असलेलं पाहिलं. रुंद, काचेसारख्या चमकदार रस्त्यावरून असंख्य गाड्या शीघ्रतम गतीनं जा-ये करीत होत्या. फक्त सडकेवरूनच नव्हे, तर आकाशातूनही असंख्य वाहनं उडत होती. थंडगार हवेत एक मुक्त ताजेपणा भरून राहिला होता. रहदारीचा गोंगाट नव्हता; पण कर्णमधुर संगीत कानी पडत होतं.

एकाएकी कशाच्यातरी आठवणीनं तो भयभीत झाला. आपल्या घरात रात्री साडेबारा वाजेपर्यंत तो अभ्यास करीत होता. केमिस्ट्रीच्या प्रॅक्टिकल परीक्षेसाठी तो तयारी करीत होता. हवेतील उकाड्यामुळे घामेजलेली स्थिती आणि दुसऱ्या दिवशीच्या केमिस्ट्रीतल्या रासायनिक प्रक्रियांचा किचकट अभ्यास यांमुळे अभ्यास नीट होत नव्हता. तशातच वीज नसल्यामुळे, शेजारीपाजारी सुरू असलेल्या जनरेटरच्या आवाजानं आणि वातावरणात भरलेल्या त्याच्या कडवट धुरानंही तो त्रस्त झाला होता. थोडं मोकळ्या हवेत बरं वाटेल म्हणून उठून तो बाहेर लॉनवर आला. तो चार पावलं चालला आणि त्याच्या डोळ्यांसमोर अंधार दाटून आला. चक्राकार वातचक्राच्या सुरुंगात तो ओढला जात असल्याचा त्याला भास झाला आणि पायाखालची जमीन सोडून तो त्या सुरुंगात आतआत पडत गेला. क्षणार्धात हे सर्व घडलं आणि तो बेशुद्ध झाला.

पण हे सर्व काय आहे? आपल्या लहानशा शहरातून, घरासमोरील लॉनमधून अचानक तो उंच इमारतींच्या व स्वच्छ प्रकाशाने भरलेल्या रस्त्यांच्या शहरात कसा आला? कोणती जागा आहे ही? स्वप्नच असावं. त्यानं जोरजोरात डोकं हलवलं. हात-पाय आपटत तो उड्या मारून स्वप्नातून जागं

होण्याचा प्रयत्न करू लागला. काहीच होईना. म्हणून ओरडू लागला. त्याच्यापासून थोड्या अंतरावर उभी असलेली एक मुलगी त्याच्या हालचाली मोठ्या गमतीनं पाहत होती. शेवटी राजन जेव्हा रडवेला झाला, तेव्हा ती त्याच्याजवळ आली. राजन तिच्याकडे पाहत काकुळतीनं म्हणाला,

"मी कुठं आहे? या स्वप्नातून मला सोडवा हो प्लीज..." हिरवट रंगाचे केस असणाऱ्या, सोनेरी कपडे घातलेल्या त्या मुलीला मोठं आश्चर्य वाटून ती म्हणाली,

"हे काही स्वप्न नाहीये. सध्या तू जंजीरा सौरमंडलाच्या 'पथरा' ग्रहावर आहेस."

"ओह, म्हणजे मी पृथ्वीवर नाहीये... पण मी इथे कसा आलो...?"

"इथले माझे सेंसर्स मला संकेत देताहेत की, तू या ग्रहावर अपरिचित आहेस; परंतु तू इथे कसा काय आलास...? कदाचित तू एखाद्या 'समय-सेतू'मध्ये प्रवेश केला असशील."

"समय-सेतू... म्हणजे काय?" राजन विचारात पडला.

"समय... काळ हा एक अखंड प्रवाह नाही; परंतु कालखंडांची लड आहे. या कालखंडांच्या मध्ये एक अत्यंत सूक्ष्म पोकळी असते, जी कालविरहित असते. जसे मोत्यांचा एखादा सर असेल तर त्यातील दोन मोत्यांच्या मध्ये सूक्ष्म रिकामी जागा असते, तसेच कालखंडांच्या लडीतही सूक्ष्म पोकळी असते, ज्यात दुसऱ्या जगाच्या कालखंडांच्या लडी असतात. त्यांना 'समय-सेतू' म्हणतात, ज्या लडींची दोन्ही टोकं जगातील, विश्वातील कालखंडांच्या सूक्ष्म पोकळीत उघडतात. अशा प्रकारे समय-सेतूद्वारे कुठल्यातरी कालखंडात जाणं शक्य असतं, म्हणून ते समय-सेतू समजले जातात." त्या मुलीनं खुलासा केला.

"पण मग मी आता परत पृथ्वीवर कसा जाणार?" राजनचा मेंदू सुन्न होऊ लागला.

"तू भांबावून जाऊ नकोस. प्रकृतीमध्ये विकृती जास्त वेळ टिकून राहत नाही. जसा आलास तसा परतही जाशील, दुसऱ्या कुठल्यातरी समय-सेतूद्वारा! तोपर्यंत तू माझ्याबरोबर चल. तुला बरं वाटेल. हे अंगात घाल..." असं म्हणून तिनं आपलं जाकीट काढलं आणि राजनच्या हाती दिलं. राजन खरोखरच थंडीनं कुडकुडत होता.

"एवढं पातळ जाकीट; पण किती गरम?" राजन त्या मुलीबरोबर स्वतःला शांत करत सहज अनुभूतीनं म्हणाला.

"हे जाकीट केवळ गरम आहे असंच नाही, ते थंडपण असतं. यात काही खास असे सेंसर्स लावलेले आहेत आणि वातावरणाच्या आवश्यकतेनुसार हे

जाकीट गरम किंवा थंड राहते, हे त्याचं वैशिष्ट्य आहे.'' तिनं सांगितलं.

''मी राजन आहे.'' त्यानं पुढं विचारलं, ''तुझं काय नाव आहे?''

''मी केजी २१० आहे.''

हे नाव ऐकून राजन चक्रावलाच. तो म्हणाला,

''असं कसं तुझं नाव?''

''आमच्या पथरा ग्रहावर अशीच नावे असतात. कोडयुक्त! पण – तू मला 'ऐली' म्हणू शकतोस– माझ्या ग्रहावरील इतर माणसांप्रमाणेच एक साईबोर्ग आहे. म्हणजे मनुष्य आणि मशीन यांचा एकत्रित अवतार! मला मशीनसारखी क्षमता, ताकद व सामर्थ्य असूनही मानवी भावना, संवेदना आणि मेंदू माझ्यात आहेत,'' ऐली म्हणाली.

अचानक उडत्या नावेसारखी एक गाडी त्यांच्यासमोर येऊन थांबली.

''या एअर-टॅक्सीत बस. पायी चालून तू थकशील.''

दोघंही त्या वाहनात बसल्यावर ते ड्रायव्हर नसलेलं, कॉम्प्युटरचलित वाहन उडू लागलं. राजन उत्सुकतेनं बाहेरील दृश्य पाहत होता. एका उंच अशा शानदार इमारतीवर लिहिलं होतं, 'आपला भूत व भविष्यकाळ पाहा!' त्याला हसू आलं. तो म्हणाला,

''तुझ्या ग्रहावर ज्योतिषधंदासुद्धा चालतो वाटतो?''

''नाही, तसं नाही; पण इथे टाइम-मशीनच्या साहाय्यानं मनुष्याला त्याच्या भूतकाळ किंवा भविष्यकाळात डोकावता येतं,'' ऐली म्हणाली.

''अस्सं! म्हणजे मी भूतकाळात जाऊन माझ्या पणजीला किंवा भविष्यकाळातील माझ्या पंतवंडांना भेटू शकतो?''

''होय, परंतु एका निरपेक्ष प्रेक्षकाप्रमाणे तुला तसे करता येईल. त्यात तुला कोणत्याही प्रकारे हस्तक्षेप, बदल किंवा छेडछाड करता येणार नाही. समय-यात्रा करण्यासाठी इथल्या सरकारकडून सहजपणे परवानगी मिळत नाही.''

''असं का?'' राजननं विचारलं.

ऐली म्हणाली, ''कारण असं निदर्शनास आलं की, समय-यात्रा करून आलेल्या मनुष्याला 'मनोव्यथा'सारख्या आजाराला सामोरं जावं लागतं. कोणी-कोणी आपल्या लहानपणापासून परत येऊच इच्छित नाही, कोणी आपल्या तरुणपणीच्या आठवणीनं सदैव दुःखित होतात तर कोणी आपल्या भूतकाळातील चुकांचा पश्चात्ताप करत राहतात. कोणी स्वतःवरील अन्यायामुळे वर्तमानात व्यथित अवस्थेत जगतो. अशा तऱ्हेचा हा एक टाइम-ट्रॅव्हल आजार आहे आणि इथले सरकार त्याला प्रोत्साहन देऊ इच्छित नाही. म्हणून सहजासहजी, समय-यात्रा करायला परवानगी मिळत नाही.''

"बरोबर आहे तुझं म्हणणं," राजन सहमतीच्या सुरात म्हणाला.

राजननं एका इमारतीवर 'कॉस्मेटिक पार्लर' असा बोर्ड पाहून ऐलीला यान थांबवायला सांगितलं. राजन कुतूहलानं पाहत होता.

"सुंदर दिसणं ही प्रत्येक मनुष्याची प्राकृतिक इच्छा असते. येतोस आत?" ऐली म्हणाली.

"हो... जरूर!" राजन व ऐली त्या पार्लरमध्ये गेले.

एका काउंटरवर मोठमोठ्या काचेच्या बरण्यांत वेगवेगळ्या प्रकारच्या कान, नाक व अंगुलिसदृश वस्तू कुठल्यातरी द्रवात तरंगत होत्या. अन्य काउंटरवर पापण्या, ओठसदृश वस्तू होत्या. कुठंकुठं औषधे आणि इंजेक्शनही दिसत होती.

"हे सर्व काय आहे ऐली?" राजन ते पाहून बेचैन झाला.

"इथे मानवी अंग-अवयव बदलले जातात, जे ज्याला पसंत नसतील असे!" ऐली म्हणाली.

"मशीनचे पार्ट बदलतात तसे?"

"होय. आमचं शरीर हेसुद्धा एक हायटेक मशीनच आहे ना? शरीराचा कोणताही हिस्सा इथे बदलला जाऊ शकतो. या कामाला साधारण तास-दीड तास लागतो आणि त्या बदलाची कोणतीही खूण शरीरावर राहत नाही. तुला पाहिजे तर तुझं नाक बदलून घे... नाहीतरी ते फेंदारलेलंच आहे ना भज्यासारखं... चालेल?" ऐलीनं त्याची थट्टा केली.

"भजी... मला भजी खूप आवडतात!" राजन नाराज होत म्हणाला.

"चल, तर मग... भजी खाऊ या!" ऐली म्हणाली आणि राजनला भूक लागल्याचं जाणवलं.

ते पुन्हा एअर-टॅक्सीत बसून निघाले. एका इमारतीवरील गच्चीत टॅक्सी उतरली.

"हे आमच्या शहरातले प्रसिद्ध रेस्टॉरंट आहे..." ऐलीबरोबर राजन आत गेला. खुर्चीवर बसल्याबरोबर टेबलाच्या पृष्ठभागावर मेन्यू-कार्ड दिसू लागलं. ऐलीनं त्यातील हव्या असलेल्या वस्तूंवर बोटानं खूण केली. ती दोघं आरामात गप्पा मारू लागली.

"इथं झाडं, झुडपं, पक्षी दिसत नाहीत ते...!" राजन उत्सुकतेनं म्हणाला.

"आहेत; पण त्यांना विशिष्ट स्थानावर संरक्षणपूर्वक ठेवलं आहे," ऐली म्हणाली.

"का?" राजननं आश्चर्यानं विचारलं.

"नॅनो टेक्नॉलॉजीच्या साहाय्यानं आम्ही आमच्या पर्यावरणाचा ताळमेळ स्थापित केला आहे. पर्यावरणसंतुलनासाठी जे कार्य पशुपक्षी, जीवजंतू करतात,

ते सर्वकाही आमची नॅनो-मशिन्स दक्षतापूर्वक करतात. कधीकधी पशुपक्षीसुद्धा पर्यावरण असंतुलित करतात.'' ऐलीनं सांगितलं.

राजनला आठवलं की, त्याच्या शहरात खूप माकडे होती. उंच झाडावर पक्ष्यांनी बांधलेल्या घरट्यांतील अंडी तिथं जाऊन फोडून नष्ट करतात; त्यामुळे पक्ष्यांची संख्याही कमी झालीय.

''हे जरी खरं असलं तरी वृक्षांवाचून इथे सर्व जिवंत कसे आहेत?''

''वृक्षांतील त्या जीन्स ज्या सूर्यप्रकाशात वृक्षांसाठी भोजन बनवतात, त्या आमच्या शरीरात घातलेल्या आहेत. आम्ही वृक्षांप्रमाणेच सूर्यप्रकाशात स्वतःचं भोजन बनवतो आणि त्याचबरोबर हवेत प्राणवायूही सोडतो.''

''तरीच तुझे केस हिरव्या रंगाचे आहेत आणि इथली हवा इतकी ताजी आहे. मग हे खाणं-पिणं कशाकरता?'' राजननं शंका विचारली.

''बस... असंच कधीकधी! आणि खरं कारण म्हणजे आम्ही अजून स्वादाचा मोह सोडू शकलो नाही... माणसांसारखंच!'' ऐली संकोचानं म्हणाली.

रोबोट त्या दोघांनी दिलेल्या आर्डरप्रमाणं खाणं घेऊन आला. खाणंपिणं आटोपल्यावर बिल देऊन ती दोघं बाहेर टॅक्सीत येऊन बसली. खरंतर फिरता-फिरता बराच उशीर झाला होता आणि आता राजन चिंतित झाला होता.

''कधी मी पृथ्वीवर पोहोचणार आणि केमिस्ट्रीचा अभ्यास करणार? या टेस्टमध्ये बहुधा मी नापास होणार, असंच वाटतंय!''

''अभ्यासाची काळजी तू करूच नकोस. त्यावर माझ्याकडे एक उपाय आहे,'' ऐली त्याला म्हणाली. त्यांची एअर-टॅक्सी आता एका भव्य इमारतीसमोर उतरली. त्या इमारतीवर लिहिलं होतं 'विद्यालय.' तिथं खेळाची खूप मैदानं दिसत होता आणि मुलं वेगवेगळ्या मैदानी खेळांत गुंग होती.

''हे आहेत आमचे विद्यार्थी आणि हे आमचं हायटेक स्कूल. ये, तुला मी केमिस्ट्रीच्या वर्गात नेते.'' राजनचा हात धरून तिनं त्याला शाळेत आणलं.

तो एक मोठा ऐसपैस हॉल होता. त्यात वेगवेगळ्या प्रकारची मशीन्स ठेवलेली होती. रोबोटीचरनं राजनचा हात धरून त्याला एका खुर्चीवर बसवलं आणि एक मोठं हेल्मेट त्याच्या डोक्यावर चढवलं. पाच मिनिटांनंतर राजनला असं वाटलं की, त्याच्या डोक्याला मुंग्या येताहेत. त्याचं डोकं झणझणलं आणि एका क्षणानंतर सर्व शांत झालं. डोक्यावरचं हेल्मेट उतरवलं गेलं.

''आता सांग, ॲल्युमिनियम कार्बोनेट जेव्हा हलक्या नायट्रिक ॲसिडबरोबर प्रक्रिया करते, तेव्हा काय घडते?'' ऐलीनं विचारलं.

''ॲल्युमिनिअम नायट्रेट, पाणी आणि कार्बन डायऑक्साइड बनतात.'' राजननं लगेच उत्तर दिलं; पण त्याला आश्चर्य वाटलं व तो म्हणाला, ''पण हे सर्व मला

कसं माहीत झालं?''

ऐली म्हणाली, ''कारण केमिस्ट्रीचं नॅनो मेमरी कार्ड तुझ्या मेंदूत न्यूरॉनोमध्ये घालण्यात आलंय. ते तिथं जाऊन तुझ्या न्यूरॉनोंच्या डीएनएबरोबर जोडलं गेलं आणि त्यांचं सारं ज्ञान आता तुझ्या मेंदूत साठवलं गेलं आहे.''

''अद्भुत!'' राजन म्हणाला. ऐली पुढं म्हणाली, ''विषय, पाठ्यक्रम, कक्षा आणि वय यांच्या अनुसार ही नॅनो मेमरी कार्ड्स आमच्या न्यूरॉनोत स्थापित केली जातात, ज्यामुळे त्या विषयाचे आम्ही स्वतःच जाणकार बनतो.''

''किती भाग्यवान आहात तुम्ही! अभ्यास वगैरेची काही चिंता नाही. प्रत्येक कामासाठी रोबो हजर! प्रदूषण अजिबात नाही!'' राजनच्या स्वरात थोडी ईर्षा जाणवली.

''ते तर खरंच आहे. आम्ही विज्ञान आणि टेक्निक यांचा सकारात्मक दिशेनं विकास घडवला म्हणून आम्हाला सुख आणि आराम प्राप्त झाला,'' ऐली अभिमानानं म्हणाली.

''तुमच्या या ग्रहावर संस्कृती, भाषा आणि विज्ञानाचा विकास पृथ्वीवरील मानवासारखा झाला आहे. आशा करतो की, इथल्यासारखी स्वच्छता, शांती आणि अभ्यासातील प्रगती आम्हालाही लाभेल आणि आम्हीही अभ्यासाच्या ताणातून मुक्त होऊ !'' राजन म्हणाला.

''माझ्या शुभकामना तुझ्याबरोबर आहेतच. घे... ही माझ्याकडून तुला एक छोटीसी भेट!'' ऐलीनं सेलफोनची एक चिपेसारखी वस्तू पुढं केली.

''काय आहे हे...?'' राजननं विचारले.

''यात फिजिक्स, गणित आणि बायोलॉजी या विषयांची नॅनो मेमरी कार्ड्स आहेत. पुढच्या वर्गातसुद्धा तुला ती उपयोगी पडतील...''

ऐलीचे बोलणे अर्धवटच राहिले, कारण त्या अंधाऱ्या काळ्या आणि तीव्र गतीच्या विवरात तो ओढला गेला होता. ती मेमरी कार्ड्स ऐलीच्या हातातच राहिली.

राजन आपल्या घराच्या लॉनवर उभा होता. थकूनभागून जड पावलांनी तो स्वतःच्या खोलीकडे जाऊ लागला... घरातल्या भिंतीवरील घड्याळात पहाटेचे चार वाजले होते!

◆

प्लाण्टो ग्रहाचे निवासी

रात्रीचे साडेअकरा वाजत होते. रोहन आपल्या अंथरुणात पडून झोपेची वाट बघत पडला होता. दुपारी झोप काढल्यामुळे त्याला आत्ता झोप येत नव्हती. अचानक त्याला आपल्या खोलीच्या खिडकीपलीकडे रंगीबेरंगी झगमगीत प्रकाश दिसला. तो सावध झाला आणि हळूच उठून खिडकीजवळ आला. बाहेरचं दृश्य बघून तो चकित झाला. एक चेंडूसारखी दिसणारी चमकदार व विशालकाय वस्तू आकाशात उडतउडत फेऱ्या घालीत होती. सतत आकार बदलणाऱ्या त्या वस्तूचा प्रकाश चहूकडे पसरत होता. तो प्रकाश पाहून त्याला दिवाळीतले अनार आठवले.

रोहन चकित होऊन त्या वस्तूकडे पाहत होता. पाहतापाहता ती वस्तू रोहनच्या कॉलनीजवळच्या 'टाउन पार्क'वर येऊन स्थिर झाली. त्या विशाल वस्तूच्या खालच्या भागातून आता लाल रंगाचे प्रकाशकिरण निघू लागले. अशा स्थिर अवस्थेत सुमारे पाच मिनिटं ती वस्तू तिथं होती. अचानक लाल रंगाचा प्रकाश बंद झाला आणि तो विचित्र, विशालकाय चेंडू उडून वरवर आकाशात जात लुप्त झाला. थोड्याच वेळांत रोहन अंथरुणावर पडून झोपी गेला; पण... त्याच्या मनात त्या वस्तूबद्दल तर्कवितर्क चालूच होते. ती विचित्र वस्तू दुसऱ्या एखाद्या ग्रहावरून आली असेल का? असेल तर कशाला? या विचारांतच तो गाढ झोपला.

सकाळी आठ वाजता रोहन झोपून उठला. आज रविवार होता व त्याला कॉलनीतल्या मित्रांबरोबर टाउन पार्कमध्ये क्रिकेट खेळायला जायचं होतं. तयार होऊन, आईची परवानगी घेऊन तो टाउन पार्ककडे निघाला. त्याच्या कॉलनीला लागून असलेले 'टाउन पार्क' एक प्रेक्षणीय स्थळ होते. कितीतरी किलोमीटर क्षेत्रफळाच्या या बागेत असंख्य

वृक्ष, फुलझाडे, वेली लावलेल्या असून फुलं, फळं यांनी त्या सदैव डवरलेल्या असतात. नाना प्रकारचे मनोरंजक झोपाळे व संगीतमय कारंजीही तेथे आहेत. मुलांसाठी मैदानांव्यतिरिक्त एक आकर्षण म्हणजे जलपरीची आकर्षक, कलात्मक मूर्ती! एकवीस झाडांच्या गोलाकार रचनेच्या मध्यभागी ही उंच मूर्ती त्या ठिकाणी खूप शोभून दिसते. जलपरीच्या उंच केशरचनेतून उडणारे कारंजे रंगीत असून ते रात्री दिव्यांच्या रोषणाईत अत्यंत मनोहर दिसतात.

रोहन जेव्हा टाउन पार्कच्या जवळ पोहोचला, तेव्हा नेहमीपेक्षा तिथे लोकांची वर्दळ जास्त होती. मुख्य प्रवेशद्वाराजवळ पोलिसांची एक जीप उभी होती आणि पोलीस तिथल्या तीन माळ्यांकडे चौकशी करीत होते. रोहन पार्कमध्ये आला आणि त्याला दिसलं की, जलपरीच्या भोवती लावलेल्या एकवीस झाडांपैकी अकरा वृक्ष कुणीतरी उखडून नेले होते आणि त्यामुळे ती जागा विद्रूप दिसत होती. रोहन आणि त्याचे मित्र बुचकळ्यात पडले होते. गेल्या रविवारी ते सर्वजण इथं खेळले होते. जलपरीभोवती त्यांनी फेऱ्या मारल्या होत्या.

पोलीस तपास करीत होते. उपस्थित नागरिक आश्चर्य व्यक्त करत होते की, ही एवढी मोठी झाडं जमिनीतून उखडून चोरांनी नेली तरी कशी आणि कशाकरता? चोर इतके चलाख होते की, त्यांनी कुठलाच पुरावा मागं ठेवलेला नव्हता. सकाळी नेहमीप्रमाणे तीनही गेटची कुलपे तेथे नेमलेल्या माळ्यांनी किल्लीनं उघडली होती. त्यातही कुठं संशयाला जागा नव्हती. मग चोर आले कुठून आणि ती एवढी मोठी झाडं उपटून पार्कच्या बाहेर गेले कसे? कुणालाच कसलाही आवाज कसा आला नाही? चोरीची गोष्ट पोलिसांना आव्हान देत होती. त्या चोरून नेलेल्या वृक्षांमुळे जलपरीच्या प्रांगणाची शोभा संपली होती.

एकाएकी रोहनला त्यानं रात्री पाहिलेलं दृश्य आठवलं... तो ते 'सांगावं की न सांगावं' याच विचारात पडला होता. सांगितलं तर त्यावर कोण विश्वास ठेवणार? पण न सांगावं तर कदाचित सत्य माहीत असूनही ते पोलिसांना न सांगितलं असंही होईल. शेवटी मनाचा हिय्या करून तो चौकशी करीत असलेल्या पोलीस अधिकाऱ्याजवळ गेला व रात्री पाहिलेली संपूर्ण घटना त्यानं वर्णन केली.

"असं वाटतं की, तू एखादं स्वप्न पाहिलं आहेस!" त्याची संपूर्ण हकिगत ऐकल्यानंतर तपास अधिकारी त्याला हसून म्हणाला.

"असं नाही! मी नीट जागा होतो," रोहन आत्मविश्वासाने म्हणाला.

"हे बघ रोहन, पृथ्वीवर अशा प्रकारे अन्य ग्रहवासींच्या उपस्थितीबद्दल कोणताही ठोस पुरावा अजूनतरी मिळालेला नाही. तुझ्या म्हणण्याप्रमाणे त्यावर विश्वास ठेवून घटनेचा विचार करता एक प्रश्न उठतो, तो म्हणजे अशा प्रकारे यानातून परग्रहवासी इथे येण्याचं कारण काय असावं? काय उद्देश असावा त्यांचा?

शेकडो, हजारो प्रकाशवर्षांच्या दुरून यान घेऊन ते इथे हे वृक्ष उखडून घेऊन जाण्यासाठी आले असावेत? आणि ही चोरी त्यांनी कशी व का केली असावी? तर्काला कोणताही ठोस आधार नाही."

"आपलं म्हणणं योग्यच आहे," रोहन विचारपूर्वक म्हणाला.

"शक्यता आहे की, आपल्याच पृथ्वीवर अशी एखादी गुन्हेगारांची टोळी असेल की, ज्यांच्याजवळ अत्याधुनिक यंत्रसामग्री असेल. ज्यातून रंगीबेरंगी प्रकाश निघाल्यामुळे तुला ते परग्रहावरील वाटले असावेत," तपास अधिकाऱ्यांनी आपला तर्क रोहनला सांगितला.

"काका, मी आता घरी जाऊ शकतो ना? माझे आई-वडील घरी वाट पाहत असतील," रोहन तपास अधिकाऱ्याला म्हणाला; कारण त्या अधिकाऱ्याचं म्हणणं त्याला पटलं नव्हतं.

"अवश्य! पोलिसांना सहकार्य केल्याबद्दल तुझं कौतुक आणि धन्यवाद! ते चोर या ठिकाणी पुन्हा येण्याची शक्यता कमीच आहे; पण तरीही आम्ही दोन शिपाई इथे ठेवणार आहोत." रोहनच्या पाठीवर हात ठेवून अधिकाऱ्यानं त्याला जायला परवानगी दिली.

रात्री रोहन गणिताचा अभ्यास करीत होता. एका कठीण गणितानं त्याला चांगलंच भंडावून सोडलं होतं. तीन दिवसांनंतर त्याची मासिक परीक्षा होती. सुमारे साडेअकरा वाजता त्यानं अभ्यास थांबवला. उठून पाणी पिऊन तो खिडकीजवळ येऊन उभा राहिला. रातराणीच्या सुगंधानं त्याचं मन प्रफुल्लित झालं. सहजच त्याचं लक्ष बाहेर टाउन पार्ककडे गेलं. पार्कमध्ये दिव्यांचा प्रकाश पसरला होता. अकरा वृक्ष कमी झाल्यानं उघडी जागा व जलपरीची मूर्ती त्याला दिसत होती. ती झाडे तिथं असताना मूर्ती अशी सहज दिसत नसे. झाडांची चोरी झाल्यानंतर सुमारे दहा-बारा दिवस पोलीसशिपाई तिथे पहारा करीत होते; पण काहीच न घडल्यानं पहारा हटवण्यात आला होता. आता रात्रीच्या चौकीदाराखेरीज रात्री तिथे कोणीही नसे.

अचानक दूर आकाशात रंगीबेरंगी प्रकाश सोडत उडणारं यान त्याला पुन्हा दिसलं आणि त्याला शंका आली की, हे कदाचित तेच यान असावं, जे झाडं चोरीस गेली त्या रात्री तिथे टाउन पार्कवर आलं होतं. त्यानं क्षणात एक निर्णय घेतला आणि बाहेर येऊन लॉबीत ठेवलेल्या फोनवरून पोलिसांना यानाची सूचना दिली. उत्सुकतावश त्यालाही पार्कमध्ये जावं असं वाटलं. कदाचित असं करणं धोकादायक होऊ शकेल, असं वाटूनही घराचं फाटक हलकेच उघडून तो पार्ककडे पळत सुटला. अंतरिक्षयानही पार्कच्या दिशेनं येत होतं.

पार्कचं मुख्य गेट कुलुपबंद होतं. पार्कचं कुंपण एका जागी थोडं तुटलेलं होतं, त्याची रोहनला आठवण झाली. तो लगेच त्या जागेतून पार्कमध्ये गेला. सर्वत्र शांतता होती. रातकिडे किरकिरत होते. जलपरीच्या भोवताली शिल्लक असलेल्या मोठ्या वृक्षांपैकी एका वृक्षावर तो चढला आणि खालच्या फांदीवर डहाळीच्या पानांत लपून बसला. मनात भीतीपण वाटत होती.

रंगीत प्रकाश पसरवीत अंतरिक्षयान आता टाउन पार्कवर घिरट्या घालीत होतं आणि रोहननं पाहिलं की, काही क्षणांतच ते जलपरीच्या डोक्यावर स्थिर झालं. यानाच्या खालील भागातून तीव्र लाल रंगाचा प्रकाश खाली पसरला. त्यामध्ये खालचे वृक्ष आणि वृक्षात लपलेला रोहनही न्हाऊन निघाला. त्या प्रकाशाबरोबरच रोहनला संगीत ऐकू येत होतं. काही क्षणांतच तो प्रकाश तीव्र झाला आणि तो सहन न झाल्यानं रोहन डोळे मिटून राहिला. संगीतामुळे त्याला बेहोषी आली आणि नंतर त्याला काहीच समजेना. तो बेशुद्ध झाला.

थोड्या वेळानं अंतरिक्षयानानं लाल रंगाचा प्रकाश बंद केला. जलपरीच्या सभोवतालचे उरलेले मोठे वृक्ष व त्यासोबत रोहनही अणूंत विभक्त होऊन यानाच्या आत जाऊन सामावले होते. अंतरिक्षयान सुदूर अंतरिक्षातील आपल्या ग्रहाकडे रवाना झालं. पृथ्वीच्या कक्षेबाहेर पडताच यानाची गती प्रकाशगतीपेक्षाही वाढली. आता पार्कमध्ये शांतता होती आणि कुणालाही काही कळलं नव्हतं.

कितीतरी वेळानंतर अणुरूपात पहुडलेल्या रोहनला जाग आली. तो झटक्यात उठून बसला, तेव्हा त्याला कळलं की, आपण ज्या झाडाच्या फांदीवर बसलो होतो, तिथंच आहोत. त्यानं इकडेतिकडे पाहिलं. हळूच तो त्या फांदीवरून उतरला. आजूबाजूला हिरव्या रंगाचा प्रकाश पसरला होता. पुढे आल्यावर असं दिसलं की, तिथली जमीनही हिरव्या रंगाची व आकाशही हलक्या हिरव्या रंगाचंच होतं. याचा अर्थ तो त्या अंतरिक्षयानातून परग्रहावर पोहोचला की काय? आता काय होईल? त्याला त्याच्या आई व बाबांची तीव्रतेनं आठवण आली. तो स्वतःला दूषणं देऊ लागला की, का मी तिथं पार्कमध्ये गेलो? आता मी परत पृथ्वीवर कसा जाणार? खूप वेळ तो याच अवस्थेत बसून राहिला. मग तो सावरला... जे घडायचं होतं ते घडून गेलं होतं. आता यातून मार्ग काढायला हवा!

जिकडे पाहावं तिकडे चित्रविचित्र झाडंच झाडं होती. ती त्यानं यापूर्वी ना पाहिली होती ना त्याच्या पुस्तकांत होती. तो उठला अन् चालू लागला. चालता-चालता स्वभावतःच त्यानं रस्त्यातील एका झाडाचं पान तोडण्यासाठी हातानं झटका दिला, तेव्हा त्याला एक हलकी किंकाळी ऐकू आली आणि त्या झाडाच्या फांद्या लवलवत त्याच्या शरीरावर फटके मारू लागल्या. घाबरून त्यानं पान सोडून दिलं आणि हात मागे घेतला. त्याबरोबर सर्व काही शांत झालं. 'ओह!'

कुठल्याही वृक्षाला जरासा त्रास दिला तरी काय घडतं, ते त्याला उमगलं. वृक्षांपासून दूर राहून तो चालत राहिला. सुमारे अर्ध्या-पाऊण तासानं अचानक तो एका भिंतीसमोर पोहोचला. इकडेतिकडे जाता यावं म्हणून पाहिलं तर कुठं मार्गच नव्हता. कशा प्रकारे पुढं जावं या विचारानं त्यानं त्या भिंतीवर हात फिरवला; पण त्याला स्पर्शाचं भान झालं नाही. कदाचित दृष्टिभ्रम असेल असं समजून तो त्या भिंतीतून पलीकडे गेला. समोरचं दृश्य पाहून तो अचंबित झाला...

...रुंद, चांदीसारखे चमकणारे रस्ते आणि त्यांवर कॅप्सूलसदृश गाड्या. त्या गाड्यांची गती खूपच होती आणि आश्चर्य म्हणजे त्या गाड्या रस्त्याच्या पृष्ठभागापासून काही इंचांवरून चालल्या होत्या. चुंबकीय क्षेत्राच्या विज्ञानातील नियमाप्रमाणं समान ध्रुवांमध्ये विकर्षण घडून रस्त्यापासून कॅप्सूलसदृश गाड्या काही इंच उंचीवर होत्या; त्यामुळे घर्षण होत नव्हतं आणि गाड्या अफाट वेगानं पळत होत्या. गोलाकार तबकड्या आकाशात उडत होत्या. उंचउंच इमारतीही होत्या. त्या इमारती आवश्यकतेनुसार स्वतःच इकडेतिकडे सरकत होत्या, हे पाहून रोहन चकित झाला. पृथ्वीवर पायी चालणाऱ्या माणसांप्रमाणे इथं कोणी चालताना किंवा पक्षी उडताना दिसत नव्हते. कदाचित पक्षी उंच आकाशात असतील. ते पाहण्यासाठी रोहननं आकाशाकडे पाहिलं; पण तिथे पक्षी नव्हतेच... परंतु पृथ्वीवरून दिसणाऱ्या चंद्राच्या दुप्पट आकाराचे पाच चंद्र तिथे चमकत होते. त्यांचा प्रकाश हलक्या हिरव्या रंगाचा होता. रोहनच्या लक्षात आले की, ते त्या ग्रहाचे उपग्रह होते. तिथे रात्र असूनही दिवसासारखा प्रकाश पसरलेला त्याला जाणवला.

वातावरण ना थंड होते ना गरम होते. हवेत एक गोड सुगंध पसरलेला होता. श्वास घेतला की, ताजी हवा आहे हे जाणवत होते. अशी हवा पृथ्वीवर मोठमोठ्या उद्यानांतसुद्धा नव्हती. इतकी सगळी वाहनं, आकाशयानं, इमारती असूनसुद्धा बिलकूल प्रदूषण नव्हते. वातावरण शांत होते.

चालूनचालून रोहन दमला होता. भूक आणि तहानेनं त्याचा घसा कोरडा पडला होता. इतका वेळ तो रस्त्यावरून, दुकानांतून फिरत होता; पण कुणीही त्याची दखल घेतली नाही. तिथल्या दुकानांत त्यानं चमत्कारिक वस्तू पाहिल्या होत्या. उदा., मनातली गोष्ट लिहिणारे पेन, स्वप्नं दाखविणारी उशी, संगीत बिखरणारे नाइट-बल्ब, मूड बदलणाऱ्या टॉफिज, उडणारी जॅकेट्स, अदृश्य करणारा बेल्ट, आपल्या आपण लक्षात ठेवणारं पुस्तक आणि बरंच काय काय! मन मारून तो दुकानाबाहेर पडला. आता भूक लागल्यामुळे त्याचं लक्ष कुठंही जात नव्हतं. तो विचार करू लागला की, काय बरं नाव असेल या प्रगत ग्रहाचं? या शहराचं? कदाचित नवीन आलेल्या अनोळखी लोकांबरोबर येथील रहिवासी असाच 'कोरडा' व्यवहार करतही असावेत! "बिलकूल नाही," एक गाडी त्याच्याजवळ

येऊन थांबली. त्यातून ते शब्द त्याला ऐकू आले. गाडीचा दरवाजा उघडला म्हणून रोहन त्या गाडीत, त्यातील नरमनरम सीटवर बसला. लगेच दरवाजा बंद झाला. 'प्लाण्टो ग्रहावर आपलं स्वागत आहे,'' शुद्ध मराठीत कुणीतरी रोहनचं स्वागत केलं. त्याला जरा आश्चर्यच वाटलं. ''आश्चर्यात पडू नका, जी भाषा आपल्याला कळते त्या भाषेतच बोलू या.'' गाडीत ड्रायव्हर दिसत नव्हता. एवढ्यात आवाज आला, ''सर्पिल आकाशगंगेतील स्थित सर्वच ग्रहांवरील भाषांचं व्याकरण आम्हाला ज्ञात आहे.''

रोहन भारावून गेला. तो स्वतःला भाग्यशाली समजू लागला की, प्लाण्टो ग्रहावर येण्याचं भाग्य त्याला लाभलं. मनातली भीती दूर झाली होती. या ग्रहावरील प्राणी पाहायला तो उत्सुक झाला होता. या उन्नत ग्रहावरील वासी कसे असतील? त्याला हे कळलं होतं की, त्याच्या मनात उठणाऱ्या या शंका, इथल्या स्वयंचलित व स्वनियंत्रित व्यवस्थेला आतापर्यंत कळल्या असतीलच.

''आता 'प्लाण्टोवासी'ना भेटण्याची वेळ आली आहे,'' पुन्हा तो आवाज ऐकू आला. रोहन सतर्क होऊन बाहेर पाहू लागला; पण वाहनाच्या तीव्र गतीमुळे त्याला काही समजलं नाही. काही वेळानं एका मोठ्या, आकर्षक इमारतीसमोर ते वाहन स्थिर झालं. त्याला आवाज ऐकू आला,

''प्लाण्टो ग्रहाचा हा नियंत्रण कक्ष आहे. येथूनच ग्रहावरील प्रत्येक गतिविधीचं संचालन केलं जातं.'' रोहनला वाहनाच्या खाली उतरवून ते यान तिथून निघून गेलं. त्यानं हे पाहिलं होतं की, वाहनात बसण्यासाठी व बाहेर पडण्यासाठी त्याला कोणतीच हालचाल करावी लागली नव्हती. लाल प्रकाश वस्तूवर पडला की, आवश्यक क्रिया होत होती. भीतभीतच त्यानं त्या इमारतीत प्रवेश केला.

तो आता एका मोठ्या आकाराच्या सभागृहात उभा होता. भिंतींवर मोठमोठ्या सपाट पडद्यांवर वेगवेगळी दृश्यं दिसत होती. सभागृहात हलक्या हिरव्या रंगाचा प्रकाश पसरला होता. त्यानं पूर्वी कधीही न बघितलेली यंत्रं त्या खोलीत कार्यरत होती. समोर ठेवलेल्या खुर्च्यांवर काही लोक बसले होते. काही उभेच होते. त्यांच्यात एखाद्या गंभीर गोष्टीवर चर्चा चालू होती. रोहन त्या कक्षात येताच एकदम मोठा प्रकाश पडला. रोहनच्या डोळ्यांना तो सहन झाला नाही. त्यानं डोळ्यांची उघडझाप केली आणि नंतर डोळे किलकिले करून त्यानं पाहिलं, ते दृश्य आश्चर्यजनक होतं. तो तोंड वासून बघतच राहिला.

हिरव्या रंगाच्या त्या प्राण्यांचं शरीर लिबलिबीत व लचकणारं होतं. मोठ्या गोलाकार लाटण्यासारखं त्यांचं शरीर होतं. हातांच्या जागी वृक्षांच्या फांद्यांसारखे हात होते. कमरेपासून खाली जे पाय होते, ते लचकणारे होते आणि चालताना लटपटत होते. वरती लाटण्याला जोडलेलं चौकोनी डोकं आणि त्यावर भुरकट

रंगाचे केस होते. त्या केसांवर फुलं आणि फळं लगडली होती. आंबा, वांगी लटकलेली होती. फुलांचा सुगंधही पसरला होता.

"सर्पिल आकाशगंगेतील तुझा शेजारी ग्रह 'प्लाण्टो' निवासींचं अभिवादन तू स्वीकार कर, हे निर्दयी मनुष्या!" तिथे हजर असलेल्या एका झाडाच्या पानांतून आवाज आला. ते ऐकून तो म्हणाला,

"तुम्ही मला निर्दयी का म्हटलंत?"

"कारण तू त्या माणसांपैकीच एक आहेस, जी पृथ्वीवर झाडाझुडपांबरोबर निर्दयतापूर्वक व्यवहार करतात," तो प्राणी त्याच्यावर आरोप करीत म्हणाला.

"मी असं निर्दयतेचं कोणतं कृत्य केलं आहे?" रोहन कंपित आवाजात म्हणाला.

"का? तू कधी झाडाझुडपांवरची फुलं, फळं तोडली नाहीस? कच्ची फळं तोडताना तू झाडांना दुखावलं नाहीस? त्यांना जखमा होतील अशा प्रकारे वागला नाहीस? झाडं मनुष्याप्रमाणेच सजीव आहेत, हे तुम्हाला माहीत आहे की नाही? पीडा किंवा आनंद यांची अनुभूती त्यांनाही होते. एवढंच नाही, तर सुख-दुःखाचे संकेतही देतात ती; परंतु तुम्ही माणसं त्यांना समजून घेण्याचा प्रयत्नच करीत नाही कधी!" पानांची सळसळ झाली.

"पण या सर्वांशी तुमचा काय संबंध?" रोहननं न राहवून विचारलं.

"आम्ही पृथ्वीवरल्या झाडाझुडपांचे, वृक्षांचे भाऊ आहोत. भोजन आणि ऑक्सिजन उत्पन्न करण्याचे जे गुण त्यांच्यात आहेत, तसे ते आमच्यातही आहेत!"

"परंतु पृथ्वीवरील झाडांपेक्षा तुम्ही वेगळे आहात. शरीर व मन या संदर्भात तुम्ही श्रेष्ठ आणि उन्नत दिसता. तुमची वैज्ञानिक प्रगतीही मोठी आहे, हे कसं काय?" रोहन म्हणाला.

"जीवनाची उत्पत्ती अंतरिक्षात वेगवेगळ्या प्रकारांनी, वेगवेगळ्या रूपात झाली. पृथ्वीसहित ब्रह्मांडातील सर्वच ग्रहांवर, अंतरिक्षातून वनस्पतींच्या रूपात किंवा जीवजंतूंच्या रूपात जीवन अवतरले. आमच्या या प्लाण्टो ग्रहावर ते वनस्पतिरूपाने अवतरले. इथले वातावरण आमच्यासाठी पोषक होते. आमचा चौफेर विकास झाला. शारीरिक व मानसिक विकासात आम्ही चालणं-फिरणं, बोलणं-ऐकणं, पाहणं-वास घेणं विकसित केलं आणि बुद्धीसुद्धा!"

"पण पृथ्वीवरील वनस्पती अशा प्रकारे विकसित का नाही झाल्या?" रोहनने विचारले.

"कारण तिथली भौगोलिक परिस्थिती त्यांना पूरक नव्हती. पृथ्वीवर अंतरिक्षीय जैविक कणांपासून बुद्धिमान मानवजातीचा अभ्युदय झाला. आपल्या बुद्धीच्या जोरावर मनुष्य विकसित झाला; परंतु त्याने अन्य जीवांचा विकास रोखला आणि

वनस्पती आहे तशीच राहिली.''

"तुम्ही पृथ्वीवर पुनःपुन्हा का येता?'' रोहननं शंकायुक्त स्वरात विचारलं.

"आमच्या ग्रहावरील रिसीव्हरमध्ये काही संवेगात्मक तरंग प्राप्त झाले. त्यांचं विश्लेषण केल्यावर आम्हाला समजलं की, त्या तरंगांतून दुःख-पीडा यांची अभिव्यक्ती आणि साहाय्यासाठी आर्त आवाहन अभिव्यक्त होत होते. हे तरंग कुठल्यातरी अशा ग्रहांवरून येत होते, जिथे सजीव सृष्टीचं अस्तित्व आहे. त्या तरंगांच्या उगमांचा शोध घेतल्यावर आम्ही पृथ्वीवर पोहोचलो; पाहिलं आणि जाणवलं की, पृथ्वीवरील मनुष्य व जीवजंतू यांच्यासाठी भोजन व प्राणवायू निर्माण करणाऱ्या वृक्ष-वनस्पतींबरोबर मनुष्य अत्यंत निर्दयपणे वागत आहे. मनुष्याचं पोषण करणाऱ्या वृक्षांची सर्रास कत्तल होत आहे. वृक्षांच्या पोषणासाठी आवश्यक गोष्टी– पाणी, खत, पशुपक्षी यांची कमतरता होते आहे. वृक्षांचा अकाली मृत्यू होतो आहे. पर्यावरण ढासळते आहे आणि त्यामुळे भविष्यात श्वास घेणंसुद्धा दुरापास्त होणार आहे,'' अत्यंत दुःखी स्वरात ते म्हणाले.

"खरं आहे तुमचं म्हणणं!'' रोहन कुंठित होत उद्‌गारला. त्यालाही असं वाटायचं की, वृक्ष सजीव प्राणी असल्यानं अन्य जीवांप्रमाणे त्यांचं संगोपन व्हायला हवं.

"आणि आता मानवाचं हे आचरण आम्ही अधिक काळ सहन करणार नाही. पृथ्वीवरील वृक्षांची आर्त फिर्याद आमच्यापर्यंत पोहोचली आहे आणि म्हणूनच आम्ही त्यांना पृथ्वीवरून उचलून प्लाण्टो ग्रहावर आणलं आहे व यापुढेही आणत राहू. इथे त्यांची आमच्याप्रमाणे वाढ आणि विकास होईल. त्यांचा हक्क त्यांना इथेच मिळेल.''

रोहनला आठवलं की, या ग्रहावरच्या वृक्षाला हात लावला तरी तो सजग होतो आणि मग कोणी पान, फांदी तोडू लागल्यास त्याला लवचीक फांद्यांनी झोडून काढतो. पृथ्वीवर असं काही कधीही घडत नाही. रोहन हळूच बोलला,

"मग टाउन पार्कमधील झाडांची चोरी तुम्ही केली होती?''

"होय. तेवढंच कशाला, पृथ्वीवर इतरत्रही हे आमचं हे अभियान सुरूच आहे. पृथ्वीवरून लवकरच संपूर्ण वनस्पती अदृश्य होतील आणि तोच पृथ्वीवासीयांचा शेवटचा दिवस असेल,'' कर्कश स्वरात तो झाडसदृश जीव म्हणाला.

त्यांचा मनोदय ऐकून रोहन अस्वस्थ होत म्हणाला, "नाही... असं करू नका. पृथ्वीवर सर्वच माणसं अशी नाहीत. पृथ्वीवासीयांतर्फे मी तुम्हाला वचन देतो की, इथून पुढे झाडांचा अनादर व शोषण होणार नाही,''

"आमचे बंधूसुद्धा मातृभूमीला मुकल्यामुळे अप्रसन्नच आहेत. आता हे मनुष्यावर अवलंबून आहे की, वृक्षांसोबत विकास की वृक्षांशिवाय विनाश!''

रोहन गुपचूप उभा होता. एक प्रश्न त्याच्या मनात आला. तो म्हणाला, "तुम्हाला हे माहीत होतं का की, मीसुद्धा वृक्षांसोबत तुमच्या ग्रहावर आलो ते?"

"तुझ्या प्रत्येक हालचालीवर आमची नजर होती. तुला वृक्षांसोबत इथे आणताना आम्हाला असं वाटलं की, तुला वनस्पतिजगतातील सजीव संचार दाखवावा म्हणजे तू पृथ्वीवर जाऊन सर्वांना सावध करू शकशील. तसं झालं तर मग मनुष्यप्राणी आम्हाला दोषी मानणार नाही की, आम्ही त्यांना सूचित केलं नव्हतं!"

रोहनला ते पटलं. घटनेचं रहस्य उलगडलं होतं. "मी पृथ्वीवर जाऊ इच्छितो." रोहनचा सत्कार करून त्याला या चांगल्या कामासाठी सुखरूप पृथ्वीवर परत पाठवण्याची तयारी झाली.

प्लाण्टो ग्रहावरून त्याला अंतराळ स्टेशनकडे घेऊन जाण्यासाठी कॅप्सूल-यान तयार होते. गाडीनं तो अत्यंत वेगानं अंतराळ स्टेशनकडे निघाला. तो पृथ्वीवर परतल्यावर ही वृक्षांची गोष्ट तेथील अधिकाऱ्यांना विनंतीपूर्वक सांगणार होता. गाडी थांबली. रोहन उतरला आणि अंतराळ स्टेशनवरून पृथ्वीकडे जाणाऱ्या यानात बसला. म्हणाला, "अलविदा प्लाण्टो!"

◆

अभ्यासाची गोळी

सकाळच्या कोवळ्या उन्हाची, सोनेरी किरणांची तिरीप खोलीत पसरली होती. जिथे डॉ. विश्वनाथन आपल्या कॉम्प्युटरवर काम करीत होते. जवळच मुलगी रुचिका हातात रिमोट घेऊन बसली होती. तिनं रिमोटवर बटण दाबून घराच्या भिंतींचा रंग बदलला आणि वडिलांकडे वळून ती म्हणाली,

"कसा वाटतो हा रंग पपा?"

"सुंदर, खूपच सुंदर! आता पडदे कत्थई रंगाचे कर बरं..." वडील म्हणाले.

मेड एक रोबो होती. तिनं सकाळच्या नाश्त्यासाठी शिरा व आलू-पराठे बनवून आत टेबलावर ठेवले होते. डॉ. विश्वनाथननी कॉम्प्युटरची घडी घालून तो आपल्या खिशात ठेवला आणि नाश्ता करण्यासाठी ते टेबलावर आले. सोबत रुचिकाही तिथे येऊन बसली.

आजकाल स्मार्ट घरांमध्ये, भिंती फोनच्या स्क्रीनसारख्या असतात आणि संकेत मिळताच रंग बदलतात. पडदेही लवचीक स्क्रीन असतात आणि त्यांचाही रंग व प्रिंट रिमोटनं बदलतात. भिंतीवरील फोटो वास्तवात तिथे नसतातच; तर तिथे एक प्रोजेक्ट केलेली इमेज असते. ती रिमोटद्वारे बदलता येते. कोपऱ्यात दिसणारा शोपीस किंवा टेबलावर ठेवलेला फ्लॉवर पॉट हेसुद्धा थ्रीडी इमेज असतात. घराची सजावट आता सेकंदात बदलता येते.

"राहुल, ये रे नाश्ता करायला," आपल्या मुलाला त्यांनी हाक मारली. तो आठवीत होता.

"त्याची परीक्षा आहे पपा. त्याच्या खोलीत तो अभ्यास करतोय," रुचिका म्हणाली.

नाराजीनं पुटपुटत, राहुल डायनिंग टेबलजवळ आला आणि उभ्याउभ्याच, घाईघाईनं नाश्ता करू लागला. तो बाबांकडे बघून म्हणाला,

"ही परीक्षा आणि हा अभ्यास अगदी नकोसं

वाटतं. ताप आल्यावर एक गोळी घेतली की, जसं बरं वाटतं ना... तसंच या परीक्षेसाठी अभ्यासाची गोळी का नाही? गणिताची, विज्ञानाची, इतिहासाची... बस्स! एकेक गोळी घेतली की, सगळं पाठ!''

''अभ्यास नीट कर राहुल, सर्व काही ठीक होईल बघ. अरे, जरा शांतपणे नाश्ता कर. लक्षपूर्वक अभ्यास केला की, काही अवघड नाही,'' नाश्ता संपवून राहुलचे वडील डॉ. विश्वनाथन ऑफिसला निघून गेले.

स्वयंपाकघर व ड्रॉइंग हॉलमधील लहानसहान कामं मेडच्या मदतीनं रुचिका करू लागली. तिची आई, चंद्रावर राहणाऱ्या आपल्या आईला भेटायला गेली होती आणि तोपर्यंत घराची जबाबदारी रुचिकावर होती.

कामे संपल्यावर रुचिकानं रोबो मेडला 'आराम' अशी कमांड दिली आणि ती स्वतः समोरच्या भिंतीवरील टीव्हीत प्रसारित होणारा कार्यक्रम पाहू लागली.

चॅनल 'टेलिशॉपिंग'चे होते– 'दुकान'. त्यातील नवनवीन उत्पादनं व त्यांची माहिती सविस्तरपणे देत होते.

''अभ्यासाच्या तणावापासून मुक्ती...

''आमच्या कंपनीनं बनवलेल्या या गोळीच्या उपयोगानं तुम्ही कोणत्याही विषयाचं ज्ञान मिळवू शकता. तेसुद्धा फक्त काही दिवसांत. जरूर वापरून पाहा.

''किफायतशीर किमतीत ऑनलाइन खरेदी करा आणि यशस्वी व्हा...!!''

राहुल ती जाहिरात लक्षपूर्वक ऐकत होता. तो रुचिकाला म्हणाला,

''आपण या गोळीची ऑर्डर देऊ या... दीदी?''

''बिलकूल नाही. पहिल्यांदा पपांकडून परवानगी घे,'' रुचिकानं मनाई केली.

''पपा या गोष्टीला कधीच परवानगी देणार नाहीत. प्लीज...दीदी...''

राहुलनं पुनःपुन्हा म्हटल्यावर रुचिकाला त्याची दया आली आणि तिनं त्याला गोळी विकत घेण्यासाठी परवानगी दिली.

राहुलनं रिमोट कंट्रोलवरील एक विशेष बटण दाबलं. टीव्हीवरील स्क्रीनवर 'दुकान' दिसू लागले. आता तेथील विक्रेत्याबरोबर बोलता येणार होतं.

''ही अभ्यासाची गोळी म्हणजे काय आहे?'' राहुलनं विक्रेत्याला विचारलं.

''ही खरंतर एक 'चिप' आहे आणि हे आमचं खास प्रॉडक्ट आहे,'' तिथे विक्रेता म्हणून स्क्रीनवर दिसणाऱ्या सेल्सगर्लनं उत्तर दिलं.

''ही चिप कसं काम करते?'' रुचिकानं गंभीरपणे विचारलं.

''हे पाहा, आपला मेंदू करोडो 'न्यूरॉन्स'नी बनलेला आहे आणि मेंदूतली 'सिस्टिम' एक गुंतागुंतीची प्रक्रिया आहे. मेंदूतले हे न्यूरॉन्स ३.५ व्होल्ट्सच्या विद्युत् संकेतांमुळे सक्रिय होतात. आपल्या शारीरिक व मानसिक क्रिया या न्यूरॉन्सद्वारा नियंत्रित व संचालित होत असतात. ही गोळीरूपी ब्रेन-चिप वेगवेगळ्या विषयांचे

अभ्यासक्रम विद्युत् संकेतांत बदलून ते संकेत मेंदूतील न्यूरॉन्सना पाठवते. सातत्यानं असे संकेत मिळतात, जे 'स्मृती' बनून विनासायास माणसाला दक्ष बनवतात. प्रत्येक विषयासाठी वेगळी चिप आवश्यक असते.''

''पण यांचा वापर कसा करायचा?'' राहुल आनंदित होत म्हणाला.

''त्याचं डिजिटल रॅपर पाहा. आपण आपल्या वर्गाचा व विषयाचा क्रमांक रॅपरवर फीड करा. ठीक पाच सेकंदांनंतर रॅपर दूर करा आणि गोळीसारखी दिसणारी ब्रेन-चिप आपल्या डोक्यावरील केसात जागा करून चिटकवा. गोळी तिथे फिक्स होईल आणि आपले काम सुरू करील,'' मोहक हसत सेल्सगर्ल म्हणाली.

राहुल व रुचिकानं गोळ्यांची किंमत 'ऑनलाइन' भरली आणि दुसऱ्याच दिवशी त्यांना गोळ्यांचं पॅकेट मिळालं. रॅपरवर लिहिलेल्या सूचनांनुसार राहुलनं भीतभीतच ती चिप आपल्या डोक्यात चिकटवली आणि तो शाळेत जाण्यासाठी तयार झाला. परीक्षा सुरू होणार म्हणून तो खूश होता आणि त्या चिपवर अवलंबून पेपर्स लिहिणार होता.

परीक्षा संपली. आठवड्यानंतर राहुलच्या शाळेत पेरेन्ट्स मीटिंग होती, ज्यात विद्यार्थ्यांचे मार्क्स व पेपर दाखवणार होते. डॉ. विश्वनाथन राहुलच्या शाळेत मीटिंगसाठी वेळेत पोहोचले. मागच्या परीक्षेत राहुल दुसऱ्या क्रमांकावर होता. या परीक्षेतसुद्धा त्याला चांगली रँक मिळेल, असा त्यांचा अंदाज होता... पण शाळेतील त्याचे वर्गशिक्षक म्हणाले,

''मला सांगायला वाईट वाटते की, या वेळी राहुल नापास झालाय.'' राहुलच्या उत्तरपत्रिका त्यांनी डॉ. विश्वनाथन यांच्यासमोर ठेवल्या. त्या पाहून, वाचून ते उद्विग्न झाले. काय काय विचित्र गोष्टी लिहिल्या होत्या राहुलने...

'मंगळग्रह आमच्या सौरमंडळातीलच एक ग्रह आहे. त्या ग्रहावर संगमरवरी ताजमहाल आहे. पंडित रविशंकर मशहूर सतारवादक होते, ज्यांनी आर्किमिडीजचा सिद्धान्त शोधून काढला. ६२५ या संख्येचं वर्गमूळ काढल्यास त्या वर्तुळाची त्रिज्या समजते...' डॉ. विश्वनाथन यांना कळेना की, हे काय झालंय राहुलला...? शिक्षकांनीही चिंता व्यक्त केली आणि ते म्हणाले,

''काय झालंय राहुलला? वर्गातसुद्धा तो अशाच काहीबाही विसंगत गोष्टी बोलत असतो.''

''मी बघतो काय घडलंय ते!'' असं म्हणत डॉ. विश्वनाथननी त्यांचा निरोप घेतला.

राहुल खाली मान घालून, अपराधी भावनेनं उभा होता. त्याच्या केसांतली ती चिप काढण्यात आली होती; कारण रुचिकानं बाबांना सर्व हकिगत सांगितली

होती. डॉ. विश्वनाथन कधी नव्हे इतके चिडलेले होते. ते म्हणाले,

"तुमच्यासारखे मूर्खच अशा जाहिरातींच्या जाळ्यात लवकर सापडतात. मला एकदा विचारायचं तरी; म्हणजे हा अनर्थ तरी टळला असता."

"क्षमा करा पपा आम्हाला..." दोघंही रडवेले होऊन म्हणाले.

"ब्रेन चिपच्या एकापाठोपाठ माऱ्यानं तुझा मेंदू भ्रमित झाला होता. परीक्षेत तू जी उलटसुलट उत्तरे लिहिलीस, त्याचं हेच कारण होतं. नशीब समज की, तुझ्या मेंदूच्या कोशिकांना कुठलाही धक्का लागला नाही. तू वेडाच झाला असतास. लक्षात घे की, या चिपमुळे खरोखरच लाभ होणार असता, तर अशिक्षित लोकही सुशिक्षित बनवू शकलो असतो आपण; पण केवळ जाहिरातबाजी करून परीक्षेची, अभ्यासाची गोळी म्हणून तुमची शुद्ध फसवणूकच झाली आहे. असो. तुला चांगला धडा मिळाला, अभ्यासाच्या गोळीचा..." डॉ. विश्वनाथन म्हणाले.

"अभ्यासाच्या गोळीऐवजी हा लाडू खा... तुमच्या आजीनं पाठवले आहेत हे तुमच्यासाठी," त्यांची आई चंद्रावरून केव्हा आली, ते त्यांना कळलंच नाही. दोघेही आईला बिलगले. जाहिरातीच्या भ्रमातून मुक्त होऊन रुचिका आणि राहुल लाडू खाऊ लागले.

डॉ. विश्वनाथन चष्म्याआडून प्रेमानं त्या तिघांकडे पाहत होते.

◆

गुलमोहर आणि भुते

गाढ झोपलेल्या रोशनला अचानक जाग आली. त्यानं टेबलावर ठेवलेल्या घड्याळात पाहिलं. डायलवरील रेडिअमचे काटे रात्रीचे बारा वाजल्याचं दाखवत होते. आपली झोप कशामुळे मोडली, ते त्याला कळेना. तो विचार करीत असतानाच त्याच्या कानावर काही आवाज आला. तो कान देऊन ऐकू लागला. त्याला हसण्याचे, ओरडण्याचे, हळूहळू रडल्यासारखे स्वर ऐकू आले. त्याच्या घराजवळच कोणीतरी जमून बोलताहेत, असं त्याला वाटलं. बिछान्यातून उठून तो खिडकीशेजारी आला. ती खिडकी बागेच्या बाजूला उघडायची. त्या खिडकीसमोर एक मोठं गुलमोहराचं झाड होतं व फुलांचे ताटवे होते.

खिडकीला तावदानं होती आणि एक बाजू उघडीच होती. रोशननं खिडकीवरचा पडदा दूर केला आणि त्यानं खिडकीबाहेर जे दृश्य पाहिलं, त्यामुळे त्याची भीतीनं गाळण उडाली. गुलमोहराच्या फांद्यांवर मानवसदृश देहाच्या चमकत्या आकृत्या उड्या मारीत, आपसात बोलताबोलता खेळत होत्या. साधारण तीन ते चार फूट उंचीच्या त्या सात-आठ आकृत्या होत्या. त्यांचा आवाज ऐकूनच बहुधा त्याला जाग आली होती.

कशीतरी खिडकी बंद करून, पडदा सरकवून तो बिछान्यात घुसला. डोक्यावर पांघरूण घेऊन तो गायत्री मंत्राचा जप करू लागला. मग केव्हातरी त्याला झोप लागली.

"रोशन, आज शाळेला जायचं नाही का? साडेसहा वाजले की..." आईचा आवाज ऐकून रोशन लगेच उठला. त्याला रात्रीच्या प्रसंगाची आठवण झाली. आईनं पडदा बाजूला करून खिडकी उघडली होती. सकाळच्या उन्हाची एक तिरीप खोलीत पसरली. आई बाहेर आली.

रोशन खिडकीजवळ गेला; पण त्याला रात्रीच्या घटनेची कसलीही चिन्हं दिसली नाहीत. लाल फुलांनी डवरलेला गुलमोहर मंद वाऱ्यावर डुलत होता. रात्री ती माणसे इथे नाचली; पण फुलझाडं वेडीवाकडी झालेली नव्हती. त्यानं विचार केला की, कदाचित ते स्वप्नच असावं. आई नाश्ता आणि दुधाचा ग्लास घेऊन खोलीत आली व म्हणाली,

"तयार हो लवकर... स्कूलबस येईलच एवढ्यात."

तो तयार व्हायला लागला.

रात्रीचे बारा वाजत होते. कुठल्यातरी अनामिक प्रेरणेनं रोशनची झोप उडाली आणि तो हळूच उठून खिडकीजवळ आला. सर्वत्र शांतता होती. कसलाच आवाज येत नव्हता. काल तो भीतीनं घाबरला होता, या विचारानं त्याला हसू आलं. कोणी नाही हे पाहून तो वळणार, एवढ्यात... दूर काळ्या आकाशातून त्या चमकत्या आकृत्या खाली उतरताना पाहून तो चकित झाला आणि थबकून पाहू लागला. त्या आकृत्या क्षणार्धात समोरच्या गुलमोहराच्या फांद्यांत शिरून उड्या मारू लागल्या. रोशन हालचाल न करता त्यांना पाहत राहिला.

"रोशन, चल... तूही ये..." त्याच्या कानांत कोणीतरी कुजबुजलं; पण त्याला काही ते दिसेना, तेव्हा 'भूत... भूत...! असं ओरडत तो जमिनीवर आपटला.

बिछान्यात पडलेला रोशन तापाने फणफणला होता. तो बडबडत होता. भूत... भूत... गुलमोहरावर भूत...! राहूनराहून तो आपले लाल झालेले डोळे उघडायचा आणि जवळ बसलेल्या आईला मिठी मारायचा. आई चिंतित होऊन त्याच्याजवळ बसली होती. रोशनचे वडील कामानिमित्त परगावी गेले होते. आईनं डॉक्टर साहनींना ही हकिगत कळवून लगेच येण्यासाठी सांगितलं.

डॉ. साहनी रोशनला तपासत होते. रोशनच्या आईनं विचारलं,

"काय झालंय डॉक्टर त्याला?"

"कशानंतरी तो भयभीत झाला आहे. त्यानं काही खाल्लं की, नंतर हे औषध त्याला द्या. ताप उतरण्यासाठी कपाळावर कोलन-वॉटरच्या पट्ट्या ठेवा. एक-दोन तासांत ताप उतरेल. घाबरू नका. कमीजास्त काही वाटलं तर कळवा," असं म्हणून डॉक्टर निघून गेले.

आता रोशनला बरंच बरं वाटत होतं. समोरची खिडकी उघडी होती व गुलमोहराच्या फुललेल्या फांद्या वाऱ्यानं डोलत होत्या. खारी फांद्यांवरून पळत-पळत खेळत होत्या. कोकीळ गात होता. आईनं त्याला विचारलं,

"रोशन, तू जे काही पाहिलंस ते खरोखर होतं, असा तुला विश्वास वाटतो का?"

"बिलकूल... खरंच मी ते पाहिलं." त्याच्या चेहऱ्यावर भीतीचे भाव उमटले.

"ठीक आहे. तू म्हणतोस म्हणून या समोरच्या गुलमोहराच्या झाडाला आपण तोडून टाकू," उदास होऊन रोशनच्या आईनं त्याला सांगितलं. त्या झाडावर भूत आहे; त्यामुळे ते तोडा अशा प्रकारचा धोशा रोशननं लावला आणि त्याच्या आईनं नाखुशीनंच ते झाड तोडायचा निर्णय घेतला होता. मुलाकरता, मुलाच्या हट्टाकरता म्हणून फक्त!

झाडतोडीची अवजारं, दोरी वगैरे सर्व वस्तू सायंकाळीच माळ्यानं बागेत आणून ठेवल्या होत्या. उद्या गुलमोहराचं झाड तोडून टाकलं की, मग कोणतंही भूत त्याला त्रास देणार नव्हतं, अशी रोशनची स्वतःचीच धारणा होती. तो रात्री निश्चिंत होऊन झोपी गेला. थोड्याच वेळात त्याला त्याच्या कपाळावर काहीतरी गरम स्पर्श जाणवला. त्यानं डोळे उघडले. एक विचित्रसा प्राणी त्याच्यावर झुकलेला होता आणि त्याचा हात रोशनच्या कपाळावर होता. भीतीनं तो ओरडणार एवढ्यात...

"भिऊ नकोस... आम्ही तुला काही इजा करायला किंवा घाबरवायला आलो नाही..." त्याचा मुलायम स्वर ऐकू आला व रोशनची भीती थोडी कमी झाली. मोठ्या डोळ्यांचा, साधारण चार फूट उंच व त्याचं रूप माणसाशी मिळतंजुळतं होतं. त्याचं शरीर मात्र चमकत होतं. हिरव्या रंगाच्या रत्नासारखं.

"कोण आहेस तू?" रोशननं विचारलं. हा जर कोणी बहुरूपी चोर असेल, तर सामान वगैरे घेऊन पळून का नाही गेला, असा विचार रोशनच्या मनात डोकावला.

"मी तुझा शेजारी आहे," किंचित हसून उत्तर मिळालं.

"काय?" रोशन चकित होऊन उत्तरला.

"माझं नाव लॉरियन आहे. आम्ही तुझ्या सौरमंडळाचे शेजारी आहोत. आम्ही सर्पिल आकाशगंगेतील एरिना सौरमंडलाच्या 'डायना' या ग्रहाचे निवासी आहोत. पृथ्वीपासून पंचाहत्तर प्रकाशवर्षं दूर आहे हा ग्रह."

रोशनच्या अंगावर रोमांच उठले. आतापर्यंत त्यानं विज्ञानकथांमध्ये केवळ 'एलियन्स' -परग्रहवासी- यांच्याबद्दल वाचलं होतं. आज प्रत्यक्ष तो त्याच्या समोर आहे. त्याच्या मनात एक प्रश्न उद्भवला व त्यानं लॉरियनला विचारलं,

"तू इथे कशासाठी आलास? माझ्याकडून तुला काय हवं आहे?"

"सांगतो, चल माझ्याबरोबर." लॉरियननं आकाशाकडे बोट दाखवत म्हटलं.

"कुठं?" रोशननं तिकडे पाहिलं; पण त्याला काहीच दिसलं नाही.

"आत्ता ते आकाशयान तुला दिसणार नाही..." असं म्हणत लॉरियननं तोंडानं शीळ घातली. ताबडतोब हिरव्या रंगाची प्रकाशकिरणं पसरवीत गोलगोल फिरणारं

ते अंतरिक्षयान दिसू लागलं. त्या यानाच्या खालील बाजूस निळ्या रंगाचा प्रकाश पडला होता. रोशनला असं वाटलं की, ते निळे किरण त्याला यानाकडे खेचत आहेत. पुढच्याच क्षणी ते दोघेही यानाच्या आत आले होते.

लॉरियनसारखेच दिसणारे कित्येक प्राणी त्या यानात होते. त्यांनी रोशनचं स्वागत केलं. जेव्हा ते सर्व शुद्ध मराठीत बोलू लागले तेव्हा रोशनला खूपच आश्चर्य वाटलं. तिथे एक खूप मोठा स्क्रीन व कंट्रोल पॅनेल होता. त्याला जोडलेली खुर्ची होती. रोशनला त्या खुर्चीवर बसवून लॉरियन त्याला म्हणाला,

"तू त्या स्क्रीनला हात लावल्याबरोबर आमचा ग्रह तुला दिसेल. तुला असं वाटेल की, तू प्रत्यक्ष त्या ग्रहावरच आहेस; पण ते खरं नाही... आभासी आहे. तू आमच्या ग्रहावरून फेरफटका मारून तेथील माहिती घेऊ शकतोस. हे स्टेशन आमच्या ग्रहावरील संचारव्यवस्थेला पूर्णपणे जोडलेलं आहे; त्यामुळे तेथे होणारी प्रत्येक घटना आपण इथे पाहू शकतो. मी या उपकरणात तीन तासांची वेळ 'सेट' केलेली आहे; त्यामुळे तीन तासांनंतर आपण परत पृथ्वीवर असू व तुला तुझ्या प्रश्नांची उत्तरं मिळालेली असतील," लॉरियननं समजावलं.

भीतभीतच रोशननं लॉरियनसह स्क्रीनला स्पर्श केला. काही सेकंदांतच तो डायना ग्रहावरच्या रस्त्यावर फिरू लागला. खूप उंचउंच पारदर्शी पदार्थानं बनवलेल्या असंख्य इमारती दिसत होत्या. त्या इमारतींच्या दाटीतून आकाशसुद्धा कुठंकुठं गुलाबी रंगात दिसत होते. लॉरियनसारखे दिसणारे असंख्य प्राणी त्या इमारतीत जात-येत होते. पोत्यात भरलेल्या धान्याप्रमाणं दाटीवाटीनं ते चालत होते. रस्त्यांवर जिकडे पाहावे तिकडे ते प्राणीच प्राणी होते. तिळाएवढीसुद्धा मोकळी जागा नव्हती. रोशन त्यातूनच पुढे जात होता. आकाशात कॅप्सूलसारख्या आकाराच्या असंख्य गाड्या तरंगत उडत होत्या. हे सर्व दृश्य आभासी असूनसुद्धा त्याला आपला श्वास कोंडतो आहे, असं वाटत राहिलं. त्याला तहान आणि भूकही लागली होती. एवढ्यात...

धाँय... धाँय... धाँय या बंदूक चालवल्याच्या आवाजानं तो घाबरला आणि पाहू लागला, तेव्हा समोर काही प्राणी हातात स्टेनगनसारखी हत्यारं घेऊन गोळ्या झाडत होते. त्यांनी परिधान केलेल्या जॅकेट्सवर 'जनसंख्या नियंत्रण कार्यक्रम' असे लिहिलेले होते. गोळ्या लागून लोक-प्राणी मरून पडत होते.

"हे सगळं काय चाललंय?" त्यानं घाबरून विचारलं.

"हे आमच्यातलेच काही माथेफिरू प्राणी आहेत. सरकारद्वारा चालवल्या जाणाऱ्या 'जनसंख्या नियंत्रण योजने'वर त्यांचा भरवसा नाही; त्यामुळे ते निर्घृणपणे आपल्या ग्रहावरील लोकसंख्या कमी करत आहेत. सरकारही त्यांच्या या कृत्याकडे काणाडोळा करते आहे; कारण एका अर्थानं ते जनसंख्या कमी करून अप्रत्यक्षपणे

जनसंख्या नियंत्रणाला हातभारच लावीत आहेत," लॉरियन म्हणाला.

रोशन आऽ वासून लॉरियनचं बोलणं ऐकत होता. तो मनातून बेचैन झाला. त्याला ताबडतोब इथून निघून जावंसं वाटलं. जी जागा खुलं आकाश, शांतता व पक्ष्यांची किलबिल असलेल्या रंगीबेरंगी फुलांनी सजलेली असेल अशा जागी जावं, असं त्याला वाटू लागलं. थकून गेल्यामुळे त्याचे डोळे मिटू लागले. चक्कर आल्यासारखे वाटून रोशन जागेवरच कलंडला.

"कसा वाटला आमचा 'डायना' ग्रह?" लॉरियनच्या आवाजानं रोशन बेहोशीतून जागा झाला. त्यानं डोळे उघडले तेव्हा आपण पृथ्वीवरच आहोत, हे पाहून त्यानं सुटकेचा निःश्वास टाकला. लॉरियन सांगू लागला,

"तुझ्या पृथ्वीसारखाच आमचा ग्रहसुद्धा एके काळी शांत व सुंदर होता. झाडं, शेतीवाडी, पशुपक्षी, नद्या, झरे, तलाव वगैरे सर्वकाही होतं; परंतु वाढत्या लोकसंख्येमुळे आमच्या ग्रहाचं संतुलनच नष्ट झालं. इतक्या सगळ्या लोकांना अन्नपुरवठा करणं अशक्य झालं. आमच्या वैज्ञानिकांनी त्यावर उपाय म्हणून वनस्पतीमधील ते जीन, जे क्लोराफिलच्या मदतीनं भोजन बनवतात, तेच आमच्या शरीरात प्रतिस्थापित केले. सूर्यप्रकाशात आमचं शरीर वनस्पतींप्रमाणेच भोजन तयार करू लागलं. भूक आणि ऑक्सिजनची कमतरता दूर झाली. झाडं व पशुपक्षी यांच्यासाठी जागाच उरली नाही. ग्रहावर जिकडेतिकडे प्राणीच प्राणी..."

"पण यामुळे प्रकृतीचं अस्तित्वच नष्ट झालं ना? ग्रह शोभाहीन झाला," रोशन म्हणाला.

"अगदी बरोबर. हेच कारण आहे की, आम्ही निसर्गसान्निध्यासाठी पृथ्वीवर येतो. तुम्ही लोक कसं पर्यटनासाठी दुसऱ्या शहरात जाता, तसंच आम्ही प्रकृतीचा आनंद घेण्यासाठी इथे येतो. दुसऱ्या ग्रहांवरसुद्धा जातो. इथल्या वनांतील झाडांना, वेलींना, फुलांना आणि लोकांना आम्ही कोणताही त्रास देत नाही. इजा पोहोचवत नाही. तू आमच्या ग्रहावरील परिस्थिती स्क्रीनवर पाहिली आहेस; त्यामुळे माझं म्हणणं तुला पटलं असेल," लॉरियन म्हणाला.

"ओहो... डायना ग्रहावरून आलेल्या पर्यटकांनो... पृथ्वीवर आपले स्वागत आहे! या इथे तुम्ही अवश्य फिरा; पण मला घाबरवलं तसं इतर कुणाला घाबरवू नका!" रोशन म्हणाला.

गुलमोहरात दिसणाऱ्या भुतांचं रहस्य त्याला उलगडलं होतं. सकाळ व्हायला थोडाच अवधी होता. रोशन घरी येऊन अंथरुणावर पडला. बाहेर लॉन आणि गुलमोहर निश्चिंत होऊन हसत होते.

◆

बाविसाव्या शतकातील एक बाजार

संध्याकाळी पाच वाजल्यापासून रोहित तयार होऊन बाबांची वाट पाहत होता. दुपारी शाळेतून आल्यावर त्यानं गृहपाठ पूर्ण केला होता; कारण त्याच्या बाबांनी त्याला आज बाजारातून कॉम्प्युटर गेम्सची नवी सीडी खरेदी करण्यासाठी जाऊ, असं प्रॉमिस केलं होतं. बाबांच्या बरोबर बाजारात जाणं एरवीसुद्धा रोहितला खूप आवडायचं. रंगीबेरंगी दिव्यांच्या प्रकाशात लखलखणारी दुकानं आणि त्यांतील विविध वस्तू पाहायला त्याला आवडे. बाजारात गेल्यावर चाट, पकोडे, मिठाई यांची फर्माइश किंवा एखाद्या खेळण्यासाठी केलेला हट्ट पुरवला जायचा आणि आइस्क्रीमसुद्धा...! पण...

पण साडेसहा वाजले, तरी अजून बाबा ऑफिसातून आले नव्हते... एवढ्यात बाहेर स्कूटर थांबल्याचा आवाज आला आणि त्याला आनंद झाला. बाबा आले होते. बाबा आत आले आणि टाय काढून ठेवून बिछान्यावर जाऊन पडले.

"बाजारात जायचं ना बाबा?" रोहित येऊन बिछान्यावर बसला व म्हणाला.

"आज नको रोहित, उद्या जाऊ या हं..." बाबा थकलेल्या स्वरात म्हणाले.

"नाही बाबा... मला आजच जायचंय..." रोहित हिरमुसल्या स्वरात म्हणाला.

एवढ्यात बाबांसाठी चहा घेऊन आत येतायेता आई म्हणाली,

"रोहित... हट्ट करू नको." आईचं आज्ञाकारी बोलणं ऐकून रोहित उठला व बाहेर येऊन आपल्या खोलीत गेला. त्याला आई-बाबांचा रागच आला होता.

"रोहित..." त्याला कुणीतरी बोलावलं. त्यानं इकडेतिकडे पाहिलं, तेव्हा त्याच्याच वयाचा एक मुलगा खिडकीतून आत पाहत होता. तो म्हणाला,

"माझ्याबरोबर येणार का बाजारात?"

"तू कोण आहेस?" रोहितनं आश्चर्यानं विचारलं.

"मी एबी ११ आहे."

"नाव तर तुझं विचित्रच आहे; पण तू मला तुझ्याबरोबर का नेणार आहेस?" रोहितनं विचारलं.

"हे नाव म्हणजे कोड नंबर आहे," तो मुलगा उत्तरला. "मी एकटाच आहे म्हणून तुला मित्र समजून बोलावतो आहे."

क्षणभर रोहितनं त्याच्याकडे पाहिलं आणि तो जायला तयार झाला. एबी ११ म्हणाला,

"इथून खिडकीतूनच ये बाहेर!" रोहितनं खिडकीतून उडी मारली आणि बाहेर आला.

"ये मित्रा..." एबी ११नं कारचा दरवाजा उघडला आणि रोहितला आत बसण्याची खूण केली. रोहित आतल्या नरम, गुबगुबीत सीटवर बसला. ती एक लांबलचक गोलाकार गाडी होती. तिच्या आत-बाहेर दिवे लावलेले होते. कंट्रोल पॅनेलवर असंख्य बटणं होती. रोहितनं यापूर्वी अशी गाडी कधीच पाहिली नव्हती.

"जरा विचित्रच आहे तुझी गाडी!" रोहित चकित होत म्हणाला.

"हो. तू या वाहनाला गाडी म्हणून समज; परंतु हे समय-वाहन प्रकाशाच्या गतीनं चालणारं असून काळाच्या पुढं किंवा मागं घेऊन जाऊ शकतं. चल, आपण आता बाविसाव्या शतकातल्या बाजारात जाऊ या... हुर्रे..." एबी ११नं बटण दाबताच वाहनाच्या गतीमुळे रोहितला चक्कर आल्यासारखं झालं. त्याला जरा बरं वाटायला लागलं, तोपर्यंत वाहन थांबलं होतं.

वाहनातून खाली उतरल्यावर त्यानं पाहिलं की, स्वच्छ, रुंद आणि चांदीसारख्या चमकणाऱ्या सडकेवर दुतर्फा प्रकाश पसरला होता. रस्त्याच्या दोन्ही बाजूंना भव्य शो-रूम्स दिसत होत्या. त्यांची सजावटही उत्कृष्ट होती. वातावरणात एक सुगंध पसरला होता; त्यामुळे हवा ताजी आणि थकवा दूर करणारी होती.

एबी ११चा हात पकडून तो चालू लागला. उजव्या बाजूकडील दोन नंबरच्या दुकानासमोर तो थांबला. एका फलकावर लिहिलं होतं, "एक घंटे में डॉक्टर, वकील या इंजिनिअर बनिए!" एका तासात? तो आश्चर्यचकित झाला. उत्सुकतेने तो दुकानात शिरला. रोबो दुकानदारानं हसून त्याचं स्वागत केलं.

"तुम्ही मला एका तासात वकील बनवू शकता का?"

"हो, अवश्य; पण आधी तुमची शारीरिक तपासणी करावी लागेल. काय वय आपलं?"

"तेरा वर्षं," रोहित म्हणाला.

“ओह... क्षमा करा. १६ वर्षं पूर्ण असलेल्या व्यक्तींनाच आम्ही वकील बनवू शकतो; कारण या बाबतीत लहान वयाच्या व्यक्तींना वकील वगैरे बनवणं हा कायद्यानं गुन्हा आहे.”

“मला माहीत होतं की, ही फसवणूक आहे,” रोहित हसत म्हणाला.

“नाही रोहित, हे खरंच आहे. आम्ही शिक्षणासाठी खूप वेळ आणि देशाच्या संसाधनांचा व्यर्थ उपयोग करीत नाही,” एबी ११नं हळूच सांगितलं. त्यावर रोहित म्हणाला,

“परंतु असं कसं शक्य आहे?” एबी ११नं ओळखलं की, रोहितला अचंबा वाटतोय. रोहितला खुलासा करीत त्यानं सांगितलं की,

“कोणतीही स्मृती आपल्या मेंदूत खास प्रकारची एक प्रोटीनशृंखला बनवते. आम्ही प्रगत विज्ञानाच्या साहाय्यानं हे ओळखू शकतो की, कोणत्या शैक्षिक संकेतामुळे कशा प्रकारची प्रोटीनशृंखला बनते. मेंदूत एक न्यूरो चिप बसवण्यात येते. त्या चिपद्वारे मेंदूकडे येणाऱ्या शैक्षिक संकेताप्रमाणे प्रोटीनशृंखला बनवण्याचा मेंदूच्या कोशिकांना आदेश दिला जातो. ही क्रिया सुरू करण्यापूर्वी न्यूरो चिप बसवण्याकरता एक तास लागतो आणि नंतर संदेश दिले जातात.”

“म्हणजे वकील बनायचं तर कायद्याच्या ज्ञानाचे व डॉक्टर बनण्यासाठी मेडिकलच्या ज्ञानाचे संकेत दिले जातात का?” रोहितनं विचारलं. त्यानं विचार केला की, हे जर खरं असेल, तर विद्यार्थ्यांची सर्व त्रासातून सुटकाच होईल.

ते पुढे निघाले. पुढच्या दुकानावरचा बोर्ड मोठा चमत्कारिकच वाटला रोहितला. त्या बोर्डावर लिहिले होते की, “आपले अवयव उत्तम प्रकारे बदलून मिळतील.” एबी ११ बरोबर रोहित त्या दुकानात शिरला.

आत मोठमोठ्या शो-केसेसमध्ये हात, पाय, डोळे, लिव्हर, किडनी इत्यादी अवयव ठेवलेले होते. काही अर्धवट तर काही पूर्ण तयार अवयव ठेवलेले त्याला दिसले. रोहित भयभीत झाला व त्यानं विचारलं,

“हे सर्व काय आहे? हे मानवी शरीराचे भाग...”

“भिऊ नकोस. ते कापून ठेवलेले अवयव नाहीत, तर ते बनवलेले हिस्से आहेत.”

“पण का आणि कशासाठी?” रोहितने विचारले.

एबी ११ त्याला समजावीत म्हणाला,

“कुठल्याही दुर्घटनेत किंवा आजारपणामुळे देहाचा कोणताही अवयव खराब झाला, तर त्या ठिकाणी हे अवयव बसवून प्राण्यांचे अपंगत्व दूर केले जाते.”

“पण कसे?”

“मनुष्यप्राणी जेव्हा गर्भात, भ्रूण अवस्थेत असतो, तेव्हा त्यात स्टेम कोशिका

असतात आणि या कोशिकांचं वैशिष्ट्य असं असतं की, त्या कोणत्याही अंगाची निर्मिती करू शकतात. त्यांना जेव्हा मनुष्याच्या ज्या अंगावर प्रत्यारोपित केलं जातं, त्या अंगाचं निर्माणकार्य सुरू होतं. जसं हृदयाच्या माध्यमातून ते हृदयाची निर्मिती करतील.'' एबी ११ म्हणाला.

''आणि किडनीच्या जागी किडनीची?'' असं म्हणत रोहित दुकानाबाहेर पडला.

''अरे... जरा थांबा तर खरं... तुम्ही तुमचं नाक बदलणार असाल, तर आमच्याकडे एक सुंदर नाक आहे. अरे... काहीतरी तर घ्या...'' रोबो सेल्समन म्हणत राहिला.

''ओह... सेल्समन कुठंही असले तरी तसेच... मागं लागणारे,'' रोहित पुटपुटला.

अशा प्रकारचा बाजार त्यानं स्वप्नातसुद्धा पाहिला नव्हता. तो चार-पाच पावलंच पुढं गेला असेल, तर तिथल्या दुकानावर पाटी होती– 'नवीनतम अद्‌भुत भेटवस्तूंचं एकमात्र दुकान...' कुतूहलानं ते दोघं दुकानात गेले.

''आपलं स्वागत आहे. हे पाहा... आपल्या आपण लिहिणारं पेन... बस्... हे लाल बटण दाबा... तुम्ही जे बोलाल ते, हे पेन लिहील... लिहीत राहील.'' दुकानदारानं सांगितलं. रोहितनं इकडेतिकडे पाहिलं. अद्‌भुत आकार, प्रकारच्या वस्तू तिथं होत्या, ज्या त्यानं कधी पाहिल्याही नव्हत्या.

''तुम्हाला पेन आवडलेलं दिसत नाही,'' दुकानदार पुढं म्हणाला आणि एखाद्या माचिससारखं दिसणारं एक यंत्र त्यानं त्यांच्यासमोर ठेवलं व म्हणाला, ''हे यंत्र तुम्ही तुमच्या खिशात ठेवा. समोरच्या माणसाकडे पाहाल, तर हे यंत्र त्याच्या मनातील विचारतरंग ओळखून त्याला अपेक्षित संदेश पाठवत राहील. आता त्याच्या मनातील विचार तुम्हाला ऐकू येतील... आणि हा पाहा, सुंदरसुंदर स्वप्नं दाखवणारा नाइट बल्ब!'' दुकानदार एकएक अद्‌भुत वस्तू दाखवीत होता. रोहितला वाटलं की, घरून निघताना थोडे पैसे आणायला हवे होते. मनातल्या मनात विचार करत तो एबी ११बरोबर बाहेर आला.

एबी ११नं एका पाटीकडे इशारा केला. रोहितनं पाहिलं, तर त्या पाटीवर लिहिलं होतं, 'अंतरिक्ष पर्यटनासाठी किफायतशीर पॅकेज फक्त आम्हीच देतो.' ते दोघेही त्या दुकानात शिरले.

''कुठं जाणार? आपल्या सौरमंडलात की कुठं बाहेर?'' सेल्समननं विचारलं, तेव्हा रोहित त्याच्याकडे अचंब्यानं पाहत राहिला. त्या सेल्समननं रोहितला एक छापील लिस्ट दिली. त्यात खालीलप्रमाणं पर्यटनाचे दर लिहिलेले होते,

१) मंगळ ग्रहावर दोन लोकांना दोन महिन्यांसाठी पॅकेज- १०,००० रुपये

२) बृहस्पती ग्रहावर दोन व्यक्ती तीन महिन्यांसाठी पॅकेज- ४०,०००रुपये

३) प्लुटोवर दोन व्यक्ती...

रोहितला चक्कर येऊ लागली. सेल्समन म्हणाला, "तुम्ही काळजी करू नका. तुमचं राहणं, जेवणं इत्यादींची आम्ही उत्तम व्यवस्था ठेवू."

"दोस्ता, चल. इथून बाहेर जाऊ या," रोहित एबी ११ला म्हणाला.

"...तर आपण चंद्रावर जा फक्त एक हजार रुपयांत... पाच तासांत परत... जेवणखाण फ्री आणि तिथल्या अद्भुत झुल्यांवरची मजाही यातच आहे..." ते दोघं न थांबता बाहेर जाऊ लागताच तो सेल्समन बडबडला, "कुठून कोण येतात न जाणे डोकं खराब करायला... घेणं-देणं काही नाही!"

रोहितला थकवा जाणवत होता आणि भूकही लागली होती. एबी ११ला ते जाणवलं.

"चल, थोडी पोटपूजा करू या..." ते समोरच्या रेस्टॉरंटमध्ये गेले, खुर्चीवर बसले.

"काय घेणार सर?" रेस्टॉरंटच्या रोबो वेटरनं विचारलं.

"आलू टिक्की," रोहितनं आपली पसंती सांगितली. एबी ११ नं ऑर्डर दिली... "एक प्लेट आलू टिक्की, दोन रसगुल्ले आणि दोन कप चहा आण."

रोहितला खूप भूक लागली होती. रेस्टॉरंटचं वातावरण खूप शांत आणि प्रसन्न होतं. त्या रेस्टॉरंटची अंतर्गत सजावट मुघलकालीन महालासारखी होती. वेटरनं ऑर्डरप्रमाणं डिश टेबलावर आणून ठेवली. डिशकडे पाहिल्यावर त्याला अचंबा वाटला. प्लेटमध्ये एक पिवळी व दोन काळ्या गोळ्या होत्या. अविश्वासानं त्यानं एबी ११कडे पाहिलं आणि विचारलं,

"ही आलू टिक्की आहे?" एबी ११ म्हणाला,

"तू खाऊन तर पाहा!" रोहितनं एक पिवळी गोळी उचलून तोंडात ठेवली आणि गरम-गरम आलू टिक्कीच्या स्वादानं तो आनंदित झाला. काळी गोळीसुद्धा रसगुल्ल्यासारखी व भुऱ्या रंगाच्या गोळीनं चहाचा स्वाद मिळाला.

"मला आता परत पृथ्वीवर जायला हवं. आई मला शोधत असेल," रोहित म्हणाला.

"ठीक आहे, मी तुला पोहोचवतो," एबी ११ म्हणाला.

थोड्याच वेळात ते रोहितच्या घराच्या खिडकीजवळ उभे होते.

"तुझी आठवण मला येत राहील, दोस्ता!" रोहित भावुक होत म्हणाला.

"तू निराश होऊ नकोस रोहित. तुला भेटेन मी पुन्हा लवकरच! बाय!!" एबी ११ त्याचा निरोप घेऊन निघून गेला. रोहित खिडकीतून घरात आला व बिछान्यावर बसला.

"रोहित, एवढ्याशा कारणानं एवढा का रागावलास... चल बाजारात जाऊ

या.'' रोहितचे बाबा खोलीत येऊन म्हणाले. जणू त्याला समजावण्यासाठीच ते आले होते.

''नाही बाबा, नको. पुन्हा कधीतरी जाऊ या!'' रोहित म्हणाला.

बाबांनी त्याच्याकडे पाहिलं. रोहित हसत होता.

ज्या अद्भुत बाजारात एबी ११ बरोबर जाऊन तो फेरफटका मारून आला होता, त्या बाजारात त्याचे बाबा त्याला घेऊन जाऊ शकले असते का?

◆

नवे घर

अनंत नक्षत्रे व ताऱ्यांच्या समूहांमधून लहानशा काजव्यासारखी चमक असणारं अंतरिक्षयान एका अज्ञात ठिकाणाच्या शोधात जात होतं. यानाच्या नियंत्रणकक्षात कंट्रोल पॅनेलवर व्यग्र असलेले रोहित व रोमा दोघंही निराश दिसत होते. अंतराळात शोध घेत असताना त्यांना कितीतरी वेळ झाला होता; परंतु आतापर्यंत असा एखादा ग्रह, ठिकाण त्यांना सापडलं नव्हतं, जिथं मनुष्यप्राणी वस्ती करू शकेल. त्यांचा शोध यशस्वी झाला नव्हता.

अत्यंत निराश व थकलेल्या अवस्थेत त्यांना आपलं घर आणि प्रिय पृथ्वी सोडावी लागली होती. पृथ्वीवरील प्रदूषण पराकोटीला पोहोचले होते; त्यामुळे 'ग्लोबल वॉर्मिंग'ही खूप वाढलं होतं. ध्रुव क्षेत्रांवरील बर्फ वितळल्यामुळे समुद्रांच्या पाण्याची पातळी वाढून सारी पृथ्वी जलमय होत चालली होती. वातावरणातील 'ओझोन'चा थर तुटल्यामुळे अंतरिक्षातील त्रिकिरण कुठलाही अडथळा न होता पृथ्वीवर पोहोचल्यानं पृथ्वीवरील जीवन संकटात सापडलं होतं. प्राचीन ग्रंथांत वर्णन केलेला जलप्रलय प्रत्यक्षात अवतरला होता. मनुष्यजीवन नष्ट होण्याच्या मार्गावर होतं.

हे वर्ष २०९९ होतं. मानवानं अत्यंत तीव्र गतीनं उडू शकणारं अंतरिक्षयान बनवण्यात यश मिळवलं होतं. या अंतरिक्षयानात वनस्पती-बीजे, पशुपक्ष्यांचे डीएनए तसेच बुद्धिमान व्यक्तींना बसवून अंतरिक्षाच्या अनंतयात्रेवर पाठवलं होतं. जीवन व मानवजात यांना वाचवण्याचा हा एक अंतिम प्रयत्न होता.

एकाएकी रोहितला स्क्रीनवर काही संकेत मिळाले. सजग होऊन तो रोमाला म्हणाला, "आपल्याला रेडिओ-सिग्नल्स मिळताहेत. ते जेथून येताहेत, तिथं संपन्न सभ्यतेचा एखादा ग्रह असावा." त्याच्या उद्गारांमध्ये उत्तेजना दिसत होती. आपल्या

यानाचा मोहरा त्यानं त्या सिग्नल्सच्या दिशेनं वळवला आणि थोड्याच वेळात तो ग्रह जवळ येत गेला. दोघांचेही चेहरे आनंदानं उजळले.

अंतरिक्षयान त्या अनोळखी ग्रहावर उतरले. दोघांनीही परिधान केलेल्या स्पेस सूटमध्ये असलेल्या सेंसर्सद्वारा त्यांना कळलं की, इथे श्वासोच्छ्वास करता येऊ शकेल; परंतु गुरुत्वाकर्षण थोडे जास्त असल्याने त्यांना चालायला थोडे कष्ट पडत होते. काळ्या आकाशात चमकणारे तीन चंद्र सोडले, तर इतर सर्व काही पृथ्वीसारखेच होते. दहा-पंधरा पावले पुढे जाताच ते थबकले. समोर एक अद्‌भुत, रंगीबेरंगी दुनिया होती.

काही रंगीबेरंगी, अंडाकृती इमारती जमिनीवर स्थिर होत्या तर काही तरंगत होत्या. रस्ते निळ्या काचेसारखे होते आणि त्यांवर नौकेच्या आकाराच्या काही गाड्या पळत होत्या आणि आकाशातही तशाच गाड्या उडत होत्या. काळ्या आकाशावर विभिन्न दृश्यं आणि संदेश अशा प्रकारे प्रकट होत होते की, जणू आकाश म्हणजे एक स्क्रीनच होता. वातावरणात एक सुगंध पसरला होता आणि संगीत ऐकू येत होते. परिसर रंगीत प्रकाशानं भरलेला होता.

"या इथे कोण लोक राहत असतील बरं?" रोमानं विस्मयानं विचारलं. एवढ्यात एक गाडी त्यांच्यासमोर येऊन थांबली. थोड्याशा अनिच्छेनेच ती दोघं त्यात बसली.

काही क्षणांनंतर ते एका अनुपम भौमितिक रचना असलेल्या पारदर्शक इमारतीत होते. इमारतीतील अंतर्गत साज-सज्जा क्षणाक्षणाला बदलत होती. ते इकडेतिकडे पाहत, जणू मंत्रमुग्ध व्हावं तसे उभे होते.

"आपले 'आमेगा' ग्रहावर स्वागत आहे!" समोरच्या इमारतीच्या चमकणाऱ्या भिंतीवर हात जोडून नमस्कार करणारी एक आकृती दिसली, ती म्हणाली. दोघेही स्तब्ध झाले.

ही आकृती म्हणजे, पृथ्वीवर असताना वाचलेल्या अनेक विज्ञानकथांतून व बातम्यांमधून 'एलियन'च्या रूपात दाखवलेला-मोठे डोके, त्रिकोणी चेहरा, मोठे डोळे असलेला हिरव्या रंगाचा बुटका प्राणी होता.

"– तुम्ही बरोबर ओळखलेत रोहित व रोमा! आम्ही पृथ्वीवर येत-जात होतो."

"आम्हाला नावासह कसे ओळखले तुम्ही?" चकित होऊन त्यांनी विचारले.

"– तुमच्या मस्तिष्काचे स्कॅनिंग केल्यावर तुमच्याविषयी आम्हाला सर्व काही कळले आहे. तसेच तुमचा उद्देशसुद्धा!... ही पाहा तुमची पृथ्वी..." स्क्रीनवर एक अन्य दृश्य दिसू लागले. त्यात सर्व पृथ्वी जलमय दिसत होती.

"– महाविनाशानंतर पृथ्वीवर आता सूक्ष्म जीवांच्या रूपात जीवन विकसित

होत आहे. आम्हाला ही गोष्ट खूप आधीपासूनच माहीत होती की, हे असेच घडणार आहे.''

''तुम्हाला भविष्य कळते?'' रोमा उपहासाने हसली.

''– भविष्य म्हणजे काय? वर्तमानातील घटनांचे आकलन व त्यांचा होणारा परिणाम. या क्षणी एखाद्या कणाची स्थिती जर माहीत असेल, तर त्या आधारावर त्याची आगामी स्थिती काय असण्याची शक्यता आहे, ते माहीत होऊ शकते. आमचे अत्यंत सक्षम असणारे कॉस्मो कॉम्प्युटर अशा प्रकारचे 'भविष्य'- कथनाचे काम अचूक करू शकतात. पृथ्वीची दशा व मनुष्यांचा व्यवहार, वागणूक यांची काटेकोर माहिती एकत्रित करून, संगणकाच्या मदतीने केलेल्या विश्लेषणाच्या आधारे आम्हाला हे कळले होते की, मनुष्य पृथ्वीवर विनाश आणील आणि तसेच घडले आहे.'' हे सर्व ऐकून रोहित व रोमा खाली मान घालून उभे होते.

''असे उदास होऊ नका. त्या ठिकाणी कोपऱ्यातील टेबलावर जे दिसताहेत ते आहेत आमचे कॉस्मोफोन. ते घ्या म्हणजे ब्रह्मांडाच्या यात्रेवर निघालेल्या तुमच्या अन्य मित्रांशी तुम्हाला संपर्क साधता येईल. वाटलं तर हे फोन, आमच्या टेलिपोर्टेशन टेक्निकच्या मदतीनं त्यांच्याकडे पाठवताही येतील.''

रोहित व रोमानं टेबलावरील फोन उचलले. त्यांवरील छोट्या स्क्रीनवर त्यांना ब्रह्मांडातील दृश्यं दिसू लागली.

''आमच्या ग्रहावरील प्रगती व उन्नती कितीपटीनं जास्त आहे, ते तुम्हाला पाहायचं आहे का? पण सर्वप्रथम तुम्ही काहीतरी खाऊन घ्यावं.''

खाण्याचं नाव ऐकून त्यांना आनंद झाला. पृथ्वीवरून निघाल्यानंतर सातत्यानं एनर्जी कॅप्सूल्स खाऊनखाऊन ते कंटाळले होते. मशीनवरील स्क्रीनवर वेगवेगळ्या पदार्थांची यादी समोर आली. त्यांनी स्क्रीनवर टच करून डोसा व आलू-पराठा अशी ऑर्डर दिली. काही क्षणांत त्यांनी ऑर्डर केलेले पदार्थ त्यांच्यासमोर आले.

''बिलकूल तसाच स्वाद! त्यांना कसा कळला?'' रोहित खाताखाता म्हणाला.

''जगातल्या सर्वच पदार्थांतील अणू-परमाणूंची रचना एक सुनिश्चित संयोजनच असते. आम्ही कोणत्याही पदार्थांची, निरीक्षण करून, आण्विक संरचना जाणून घेतो. ते निरीक्षण संज्ञापूर्वक संगणकात भरलं जातं. आवश्यकतेनुसार अणूंची रचना, फीड केलेल्या प्रोग्रॅमनुसार केली जाते. अशा प्रकारे आम्ही कोणत्याही वस्तूची निर्मिती करू शकतो.''

''स्वादिष्ट भोजनासाठी धन्यवाद!'' रोहित आणि रोमा म्हणाले.

''– खेद या गोष्टीचा वाटतो रोहित की, तुमचे धन्यवाद स्वीकारण्यासाठी आम्ही प्रत्यक्ष, सशरीर तिथे येऊ शकत नाही; कारण आम्ही जीवित नाही.'' स्वरात दुःख भरलेले होते.

“हे काय सांगताय तुम्ही?” दोघेही अचंबित झाले.

“– आजपासून हजारो वर्षांपूर्वीच या ग्रहावरून आमचे अस्तित्व मिटले गेले आहे. आमची एक अत्यंत विकसित सभ्यता एका स्वयंचलित यांत्रिक व्यवस्थेत आहे, जी हजारो वर्षांपासून असे कार्य करीत आहे; परंतु या मृत सभ्यतेत कुठेही जीवित व्यक्ती अथवा सजीवांचे अस्तित्वच इथे नाही.

“मग तुम्ही आमच्याबरोबर कसे बोलता आहात?” रोमाने भयाकुलतेने विचारले.

“आमच्या अतिप्रगत कॉम्प्युटरांचं तर्कपूर्ण आकलन आणि ‘इमेज प्रोजेक्टिंग’ तंत्रज्ञान यांच्या मदतीनं हे संभाषण व दृश्य तुम्हाला ऐकू येत आहे आणि दिसत आहे. तुमच्या प्रत्येक संभावित प्रश्नांना उत्तरं दिली जातील.”

“पण मग असं काय घडलं, ज्यामुळे तुम्ही नष्ट झालात? सजीव नष्ट झाले?” रोहितनं रोमाकडे पाहून त्यांच्या मनातला प्रश्न विचारला.

“आमचं जीवन गुणसूत्रांवर आधारित होतं. कोणत्यातरी अज्ञात कारणांमुळे त्यांच्या संरचनेत विकृती येत गेल्या आणि आमचं जीवन समाप्त होत गेलं. आम्ही बचावात्मक उपाय करून पाहिले; परंतु पुनश्च जीवन आणि चेतना उत्पन्न करणं आमच्या क्षमतेपलीकडचं होतं... आणि मग प्रकृतीच्या इच्छेनुसार आम्ही नष्ट झालो; परंतु आमचा प्रगत तंत्रज्ञानाचा वारसा आम्ही सुरक्षित ठेवून गेलो...”

रोहित आणि रोमा सुन्न मनःस्थितीत बसून राहिले.

“आणखी एक महत्त्वाची गोष्ट...! आम्हीसुद्धा कधीकाळी तुमच्यासारखेच पृथ्वीवासी मानव होतो. या ग्रहावरील भौगोलिक परिस्थितीनुसार आमचं रंगरूप बदलत गेलं. आम्ही त्याच परिस्थितीत आणि रंगरूपात इथं आलो होतो, ज्या परिस्थितीत तुम्ही आला आहात!’

स्क्रीनवर स्तब्धता होती...

ती दोघंही स्तब्ध होती.

याचा अर्थ असा की, मानवानं आपल्या चुकांपासून धडा घेतला नाही. युगायुगांपासून ती गोष्ट पुनःपुन्हा केली जात आहे आणि कदाचित पुढेही केली जाईल. असं असलं, तरी आत्ता आपल्यासमोर असलेलं काम आपल्याला करायचं आहे, असा विचार त्या दोघांच्या मनात आला.

...या ग्रहाची पूर्वजांनी निर्मिलेली व्यवस्था समजून घ्यायची होती, त्याचं नियंत्रणही स्वतः करायचं होतं. अवकाशात इकडेतिकडे इतस्ततः फिरणाऱ्या आपल्या अन्य सहकाऱ्यांशी संपर्क साधून त्यांना या ग्रहावर बोलवायचं होतं.

...रोहित आणि रोमा उत्साहानं कामाला लागले.

...त्यांना नवं घर मिळालं होतं ना!

◆

मनातल्या मनात चिडून राहुल बागेची स्वच्छता करीत होता. त्याला मनोमन असं वाटतं होतं की, एवढ्याशा चुकीकरता एवढी मोठी शिक्षा त्याला मिळाली होती. लहान वृक्ष, रोपं आणि पशुपक्ष्यांना त्रास देण्याची त्याची प्रवृत्ती, आईनं पुष्कळ वेळा प्रेमानं समजावूनसुद्धा सुटली नव्हती. आजतर त्यानं कमाल केली. सकाळी त्यानं पेरूच्या झाडावरचे सगळे कच्चे पेरू तोडून टाकले आणि चिऊताईचं घरटं काढून फेकून दिलं. घरट्यात असलेली चिमणीची अंडी फुटली. हे सर्व पाहून आईला राग आला आणि तिनं त्याला ही शिक्षा दिली.

''काय चाललंय, राहुल?'' अचानकपणे एका खडबडीत मशीनमधून निघालेला स्वर ऐकून राहुल दचकला आणि पाहू लागला. त्याच्यासमोर एक विचित्र प्राणी उभा होता. सुमारे अडीच फूट उंच. त्या प्राण्याचं शरीर सोन्यासारखं चमकत होतं. चेहऱ्यावर तीन मोठमोठे डोळे आणि शरीराच्या मानानं मोठं डोकं पाहून राहुलला हसूच आलं.

''कोण तू? तुला आमची भाषा कशी बोलता येते?'' राहुलनं विचारलं.

''माझं नाव केप आहे. मी अंतरिक्षातील 'सुवर्णग्रहवासी' आहे. माझ्या पोषाखामध्ये लावलेल्या यंत्रांमुळे मी कोणतीही भाषा– जी पृथ्वीवर बोलली जाते– बोलू शकतो.''

''कसा आहे तुमचा ग्रह?'' राहुलनं विचारलं.

''खूपच सुंदर आणि अनोखा आहे माझा ग्रह! बघायचा असेल तर तू माझ्याबरोबर येऊ शकतोस,'' केप म्हणाला.

नवीन स्थान पाहण्याच्या उत्सुकतेनं आणि आईनं दिलेल्या शिक्षेपासून वाचण्यासाठी राहुलनं, केपबरोबर त्याच्या ग्रहावर जाण्याची तयारी दाखवली.

बागेतच एका झाडाखाली उभं असलेलं केपचं

निर्जीव सोने

अंतरिक्षयान उन्हात चमकत होतं. केप व राहुल त्यात बसले. केपनं कंट्रोल बोर्डवरील काही बटणं दाबली व ते यान आकाशाच्या दिशेनं उडू लागलं.

राहुलसाठी हा सर्वस्वी नवा अनुभव होता. अंतराळात काळोखामुळे चमकणाऱ्या ताऱ्यांमधून यान पुढं चाललं होतं. किती वेळ झाला याचा अंदाज राहुलला आला नाही. तेवढ्यात केप एका दिशेकडे बोट दाखवून म्हणाला,

"तो बघ, आमचा सुवर्णग्रह!"

काही वेळातच यान सुवर्णग्रहावर उतरलं. राहुलनं पाहिलं की, तिथं धरती व आकाश दोन्ही सुवर्णासारखी चमकत होती. चारी बाजूंना दिसणाऱ्या इमारतीसुद्धा सोन्यानं बनवल्यासारख्या दिसत होत्या.

"सुवर्णग्रहावर आपलं स्वागत आहे पृथ्वीवासी!" राहुलच्या आजूबाजूला घेरून उभे असलेले केपसारखेच दिसणारे प्राणी त्याच्या ग्रहावर येण्याने आनंदित झालेले दिसले.

"ये राहुल," केप त्याला आपल्या घरी घेऊन गेला. घर फारच सुंदर होतं. घरात असणारी उपकरणं आणि अन्य वस्तूसुद्धा सोन्याच्या बनवलेल्या होत्या. त्यांची चमक व भव्यता पाहून राहुल चकित झाला.

"मला भूक लागली आहे," त्यानं केपला हळूच सांगितलं.

केपनं लगेच जवळच असलेल्या एका उपकरणावरचं एक बटण दाबलं. लगेच त्या उपकरणातून केपच्या हातावर सोनेरी रंगाच्या गोळ्या आल्या. केप म्हणाला, "या ऊर्जा देणाऱ्या गोळ्या आहेत. त्या घेतल्यावर तहान-भूक शांत होईल."

राहुलनं त्या बेचव गोळ्या खाल्ल्या. त्याची भूक भागली; पण मनाला समाधान मात्र मिळालं नाही. पृथ्वीवर घरी खाल्लेला गाजराचा हलवा आणि खिरीची त्याला आठवण झाली. त्यांच्या नुसत्या आठवणीनं त्याच्या तोंडाला पाणी सुटलं

"हेच इथलं भोजन आहे का?" त्यानं केपला विचारलंच.

"होय राहुल. आमच्या ग्रहावर झाडं, शेतं, फळं वगैरे काहीच नाही; त्यामुळे पृथ्वीसारखं स्वादिष्ट भोजन इथं मिळतच नाही. प्रयोगशाळेत बनवलेल्या या गोळ्या खाऊनच आम्ही जगतो. जिवंत राहतो," केप उत्तरला.

एवढ्या लांबच्या प्रवासानं राहुल दमला होता. पोटात अन्नरूपी ऊर्जा-गोळ्या जाताच त्याला झोप आली. थोडा वेळ आराम केल्यावर केपच्या छोट्याशा विमानातून ते फिरायला निघाले. राहुल आश्चर्यानं पाहत होता की, नावाप्रमाणेच ग्रहावरील प्रत्येक वस्तू सोन्याची होती. पृथ्वीवासीयांसाठी हे सारं बहुमूल्यच होतं.

"इथले पशुपक्षीही सोनेरीच आहेत?" राहुलनं जिज्ञासेनं विचारलं.

"आमच्या व्यतिरिक्त या ग्रहावर अन्य कोणताही जीव नाही," केप म्हणाला.

केपबरोबर हिंडताना राहुलला अत्यंत वेगानं उडणारी विमानं, आकाशमार्गे धावणारी रेल्वे आणि जादूभऱ्या इमारती दिसल्या. रोमांचक झोपाळे, वेगवेगळे खेळ आणि बरंचसं आश्चर्यजनक वाटणारं जग त्यानं अनुभवलं.

इथं येऊन त्याला जवळजवळ दहा दिवस झाले होते. येथील वातावरणाचा, त्यातील कृत्रिमतेचा त्याला उबग आला होता. जेवणाकरता बेस्वाद गोळ्या! सगळ्या वस्तूंचा एकच एक रंग! त्याला पृथ्वीवरचं त्याचं घर, रंगीबेरंगी फुलं, झाडं, फळं, पशुपक्षी आणि नद्या या सर्वांची प्रकर्षानं आठवण झाली. समुद्रही नाही; त्यामुळे सर्वत्र शुकशुकाट असायचा.

"मी पृथ्वीवर परत जाऊ इच्छितो," कंटाळून तो एके दिवशी केपला म्हणाला.

"मला माहीत आहे की, तुला तुझ्या रम्य, रंगीत, जिवंत पृथ्वीची आठवण येते आहे. तेथील झाडं, पशुपक्षी, नद्या ही तुम्हा पृथ्वीवासीयांसाठी निसर्गानं दिलेली अमूल्य भेट आहे. त्या गोष्टींचं म्हणजेच पर्यायानं निसर्गाचं रक्षण करा राहुल. तुम्ही मुलं हीच पृथ्वीवासीयांची निसर्ग आणि वातावरणातील शोभा आहात. पृथ्वीचं भविष्य तुमच्या हातात आहे. निसर्गाची सुंदरता नष्ट होऊ नये, म्हणून तुम्हीच तिचं रक्षण करा," केपच्या बोलण्यामागील सत्य राहुलला उमगलं.

"पृथ्वीवर पुन्हा भेटायला ये केप," इतक्या दिवसांच्या सहवासानं निरोप घेताना राहुल उदासपणे म्हणाला.

"अरे राहुल, इथं काम करताकरता तू बागेतच झोपून गेलास?" आईचा स्वर कानी पडताच राहुल खडबडून जागा होऊन उभा राहिला.

"आई, मला क्षमा कर. इथून पुढं मी झाडंझुडपं तोडणार नाही. फुलं पायदळी तुडवणार नाही. पशुपक्ष्यांना त्रास देणार नाही...!" त्यानं आईला घट्ट मिठी मारली.

"हं... त्या शिक्षेमुळे तू सुधारलास वाटतं!" आई हसून म्हणाली.

राहुलनं सहमतिपूर्वक मान डोलवली. त्याला स्वप्नात काय समजलं, ते आईला कुठं माहीत होतं?

◆

रात्र झाली होती. रविनं हळूच दरवाजा उघडून बाहेर पाहिलं. सर्वत्र शांतता होती. रातकिडे किऽऽर्रऽर्र करत ओरडत होते. तेवढाच काय तो शांतताभंग करणारा आवाज. आवाज न करता रवी दरवाजा बंद करून बाहेर रस्त्यावर आला. रात्रपाळीच्या चौकीदाराची नजर चुकवून तो पुढे निघाला. थोडा दूर जाताना एक कुत्रा त्याला पाहून भुंकू लागला.

''कोण आहे?'' चौकीदारानं कुत्र्याच्या आवाजाच्या दिशेनं चालताचालता त्याच्या जोरदार आवाजात विचारलं आणि काठी आपटत आला. रवि घाबरून रस्त्याशेजारच्या एका उद्यानाची झुडपं ओलांडून बागेत शिरला. चौकीदारानं इकडेतिकडे पाहिलं. त्याला काहीच हालचाल दिसली नाही, म्हणून बहुधा काठी आपटत तो चौकीकडे निघून गेला.

या खूप मोठ्या बागेत रवि कितीतरी वेळा आला होता. दिवसा फार सुंदर व मनोरंजक वाटणारी बाग रात्रीच्या अंधूक प्रकाशात त्याला अपरिचित वाटली. तो बागेत असणाऱ्या गोलाकार कारंजे व कमळाच्या तळ्याकडे निघाला. बाग बंद झाल्यानं ते कारंजे बंद होते. त्या गोलाकार लहानशा तळ्याच्या बाजूनं सुगंधित रंगीबेरंगी झाडांची दाटी होती. अंधारात ती अस्पष्ट दिसत होती.

...तळ्याशेजारी असलेल्या एका झाडाच्या बुंध्याला टेकून रवि बसला. सकाळपासून घडलेल्या घटना त्याला आठवू लागल्या. किती उत्साहानं तो तयार होऊन वार्षिक परीक्षेचा रिझल्ट घेण्यासाठी शाळेत गेला होता. मनात कितीतरी गोष्टींची उजळणी होत होती... नवी पुस्तकं, पुष्कळ नवीन मित्र आणि नवव्या इयत्तेत जाण्याचा आनंद... त्याला खूपच छान वाटत होतं; परंतु... परीक्षेचा निकाल कळल्यावर त्याच्या सगळ्या आनंदावर विरजण पडलं होतं...

भेट पऱ्यांशी

तो नापास झाला होता. त्याचे सगळे मित्र पास झाले होते... आता काय?... पुन्हा आठवीच! नवीन मुलं त्याला नापास म्हणून चिडवणार... जुने दोस्त सगळे सुटणार... आता घरी आई-बाबांची बोलणी खावी लागणार...

"मिळाला का रिझल्ट?" आईनं विचारलं होतं.

"रिझल्ट उद्या मिळणार आहे आई! तारीख लक्षात राहिली नाही माझ्या." रविनं आईकडे न बघताच उत्तर दिलं आणि तो आपल्या खोलीत जाऊन बिछान्यात पडला. संध्याकाळी बाबा ऑफिसातून आल्यावर त्यांनी आईला रिझल्टबद्दल विचारलेलं रविनं ऐकलं आणि तो बैचेन झाला. आज नाही तर उद्या त्याला खरं काय ते आई-बाबांना सांगावंच लागणार होतं. त्याला बहुधा मारही खावा लागेल. सर्व बाजूंनी हताश होऊन तो मुसमुसून रडू लागला. सहज त्याच्या मनात एक विचार आला की, 'घर सोडूनच का जाऊ नये?' खरंतर हा विचार म्हणजे फक्त बाबांच्या रागापासून तात्पुरती सुटका करून घेण्याचा उपाय होता.

त्यानं आई-बाबांच्या नावे एक पत्र लिहिलं. त्यात नापास झाल्याबद्दल त्यांची क्षमा मागितली होती. पत्राबरोबरच शाळेतून आणलेलं रिझल्टकार्ड जोडून ते टेबलावर पेपरवेटखाली ठेवलं. रात्री सर्व जण झोपल्यावर हळूच तो घराच्या बाहेर निघून आला होता...

आता अर्ध्या रात्री पार्कमध्ये बसून हे सर्व आठवल्यावर त्याच्या मनात विचार आला की, मी घराबाहेर तर पडलो; पण जाणार कुठं? या शहरात राहिलो तर? नातेवाईक किंवा मित्रांच्या घरी गेलो तर?... पण तिथे सांगणार काय? माझ्या वडिलांना ते कळणारच... मग... दूर कुठंतरी निघून जायला हवं... विचार करून त्याचं डोकं दुखू लागलं. गुडघ्यांत डोकं घालून तो तसाच बसला. अर्धवट झोपेत गेल्यावर त्याला असं जाणवलं की, कुठूनतरी हलक्या, मधुर आवाजात कोणीतरी बोलतं आहे. त्यानं जागा होत मान वर केली, तेव्हा त्याला आश्चर्याचा एक धक्का बसला आणि त्याची मरगळ दूर पळाली... समोर पऱ्या खेळत-खिदळत होत्या.

काही पऱ्या उभ्या होत्या. काही पंख हलवीत आकाशातून खाली उतरत होत्या... हे स्वप्न तर नाही ना? नाही. तो जे पाहत होता ते सत्यच होतं... आजच्या या वैज्ञानिक युगात अशा पऱ्या? त्या तर फक्त प्राचीन काळातील गोष्टींतच असायच्या! रंगीबेरंगी कपडे परिधान केलेल्या, चमकदार पंख असणाऱ्या त्या पऱ्या खूपच सुंदर होत्या. त्यांच्या हातात सहा-सात इंच लांबीची, गोल मुठीची एक छडी होती. रवि उठून उभा राहिला. ही सर्व काय जादू आहे, हे त्याला कळेना. तिथून पळून जाण्यासाठी तो वळला...

"थांब"... अचानक एका परीनं त्याला म्हटलं आणि तो यंत्रवत् उभा राहिला.

चमकदार निळे पंख असणाऱ्या त्या परीनं हातातील छडी त्याच्या चेहऱ्यासमोर धरली. त्यातून एक सोनेरी रंगाचा किरण निघाला व रविच्या कपाळावर स्थिरावला.

"असं आहे तर रवि!" ती परी गंभीरपणे उद्गारली. रविला वाटलं की, आपल्याबद्दल तिला सारं काही कळलं आहे.

"तू त्या गोष्टींमधील परी आहेस का?" रविनं विचारलं.

"बरोबर ओळखलंस तू," परी हसून म्हणाली.

"कुठून आलीस तू?"

"पृथ्वीसारख्याच दुसऱ्या एका ग्रहावरून, तुम्ही त्याला परीलोक म्हणता," ती म्हणाली.

"कसा आहे परीलोक? तू मला तिथं नेशील?" रविनं उत्साहानं विचारलं. "मी ऐकलंय की, तिथं सोन्या-चांदीची झाडं आहेत... दुधाची नदी आहे आणि चॉकलेटचे डोंगर आहेत."

इतर पऱ्या त्याचं बोलणं ऐकून खळखळून हसल्या.

"ठीक आहे. चल आमच्याबरोबर," निळ्या परीनं त्याच्या कमरेला एक बेल्ट बांधला. रविनं पहिलं की, बक्कलच्या जागी ऑन-ऑफ करता येणारी बटणं लावलेली होती, त्याला मागील बाजूनं पंख होते.

"हे काय आहे?" आश्चर्यानं रविनं विचारलं.

"हे ग्लायडरसारखंच एक यंत्र आहे. आधी या बेल्टवरील लाल बटण दाबलं की, ते सुरू होईल आणि तुझे पंख फडफड करू लागतील. आता हिरवं बटण दाबताक्षणीच तुझे पंख पक्ष्यांप्रमाणं जोरात हलत राहतील आणि तू हवेत उडू लागशील," परीनं सांगितलं.

रविला आश्चर्यच वाटलं, कारण तो आत्तापर्यंत समजत होता की, परीचे पंख हे तिच्या शरीराचाच एक भाग आहेत. परीनं त्याला सांगितल्याप्रमाणं त्यानं बटणं दाबली आणि तो हवेत तरंगू लागला. त्याला खूपच आनंद झाला की, तो हवेत उडू लागला होता. अचानक निळ्या परीनं तिच्या हातातील छडीवरील एक बटण दाबताच त्यातून लाल रंगाची एक रेघ आकाशात पसरली. आतापर्यंत रिकाम्या असणाऱ्या आकाशात एक अतिविशाल अंतराळयान दिसू लागलं. पऱ्यांबरोबर तरंगत रवि त्या यानाजवळ येताच त्या यानाचा दरवाजा उघडला आणि सर्वजण त्यात शिरले. दरवाजा बंद झाला.

"हे आमचं यान आहे. पृथ्वीच्या गुरुत्वाकर्षणाची सीमा ओलांडून जेव्हा आम्हाला बाहेर अंतरिक्षात जायचं असतं, तेव्हा आम्ही या यानाचा उपयोग करतो; परंतु एखाद्या ग्रहावर जाण्याआधी आकाशात हे यान उभं करून आम्ही पंखांच्या साहाय्यानं त्या ग्रहावर उतरतो. प्रत्येक ग्रहाची रचना, गुरुत्वाकर्षण आणि इतर

माहिती आम्हाला आधीच माहीत असते,'' परी म्हणाली.

रविनं पाहिलं की, हे विशाल स्पेसक्राफ्ट आतून एखाद्या विशाल भूलभुलय्यासारखं आहे. त्याची एकूणच जडणघडण मजबूत दिसत होती. आतील भिंतींवर ठिकठिकाणी स्विच आणि बल्ब दिसत होते. त्याचबरोबर जागोजागी टीव्हीसारखे स्क्रीन होते. त्यांवरील अंक बदलत होते. आत खूप सारी यंत्रे, उपकरणं होती. एक कंट्रोल पॅनेलही होता, जिथे पुष्कळ पुरुष व स्त्रिया काम करताना दिसल्या. सर्वांनी रविचं स्वागत केलं.

''आपण अंतरिक्षातून परीलोकात आलो आहोत?'' त्यानं परीला विचारलं.

''नाही रवि, आम्ही आता 'परीलोकात' जाऊ शकत नाही,'' परी उत्तरली.

''पण का?''

''कारण आमचा तो सुंदर ग्रहच नष्ट झाला आहे...''

''कशामुळे नष्ट झाला?'' रविनं दुःखी स्वरात विचारलं.

''कधीकाळी आमच्या त्या 'परीलोक' ग्रहावर माणसांसारखीच प्रगतिशील वस्ती होती; पण पृथ्वीवासीयांच्या प्रगतीपेक्षा प्रगत! एके दिवशी परीलोक ग्रहावरील वैज्ञानिकांना माहीत झाले की, अंतराळातून एक उल्कापिंड आमच्या ग्रहाकडे येत आहे, जो सुमारे साडेतीन वर्षांनतर आमच्या ग्रहाला धडकेल. तुझ्या पृथ्वीग्रहाला अशा संकटाचा सामना करावा लागत नाही; कारण शेजारी असणाऱ्या बुधग्रहाचं प्रबल गुरुत्वाकर्षण अधिकांश उल्कापिंडांना आकर्षून घेतं. त्यांना पृथ्वीपर्यंत पोहोचू देत नाही. उल्कापिंडाबरोबर टक्कर झाल्यानंतर त्यातून निघणाऱ्या विनाशकारी ऊर्जेमुळे माझा परीलोक नष्ट होणार होता. आमच्या वैज्ञानिकांनी त्या उल्कापिंडाची दिशा बदलण्याचा खूप प्रयत्न केला; पण यश आलं नाही. ग्रहाला वाचवणं हा उद्देश होताच; पण त्याहीपेक्षा इथलं जीवन वाचायला हवं होतं,'' नीलपरी म्हणाली.

''मग काय झालं?'' रविनं अधीरपणे विचारलं.

''वैज्ञानिकांनी पुष्कळसे विशालकाय स्पेसक्राफ्ट बनवले. ते स्पेसक्राफ्ट म्हणजे एक मोहल्लाच जणू. स्वतःकरता ब्रह्माडांतील किरणांपासून ऊर्जा बनवू शकेल आणि एक ऊर्जास्त्रोत असेल. बहुतांश परीलोकवासी अशा क्राफ्टमध्ये सामावून गेले. जे आले नाहीत, ते सर्व जण ग्रहाबरोबरच नष्ट झाले!'' परीचा गळा दाटून आला.

''कसा होता परीलोक?'' रविनं हळूच विचारलं.

''चल, तुला दाखवते.''

आतूनच ते यानाच्या दुसऱ्या भागात आले. परीनं आपली छडी हवेत फिरवली आणि तिथं हिरव्या रंगाचा प्रकाश पसरला. काही क्षणांतच तिथं परीलोक अवतरला, ज्या गोष्टी त्यानं लहानपणी ऐकल्या होत्या. रंगीबेरंगी झाडं, फुलं, आकर्षक पाळणे, चांदीचा रंग असलेला रस्ता, आइस्क्रीमसारखे ढग, चॉकलेटी रंगाचे

डोंगर, स्वच्छ वाहणाऱ्या नद्या, कुठंकुठं सुंदर बागा तसेच आकाशात दिसणारे चार चंद्र... सारं काही जणू स्वप्नवत् सृष्टीतलं! रवि त्यात अगदी गुंगून गेला... एवढ्यात परीनं पुन्हा छडी फिरवली आणि समोरचं स्वप्न विरून गेलं. कारण ते भिंतीवरील विशाल स्क्रीनवर दिसत होते, तो स्क्रीन बंद झाला होता.

"आमचं घर, बंधू-बांधव, ग्रह सर्व काही नष्ट झालं; त्यामुळे हे यान घेऊन आम्ही या अंतराळात निर्वासित म्हणून भटकतो आहोत. या आकाशगंगेतील जवळजवळ सर्वच ग्रहांवर आम्ही जातो-येतो; पण आमचं स्वतःचं असं घर नाही. जे आहे, ते हे यानच आहे..."

हे ऐकून रविला एकदम आपल्या कृत्याची आठवण झाली. तोही असाच निर्वासित झाला होता. त्यानं परीला विचारलं,

"तुझ्या या जादूच्या छडीनं मला परीक्षेत पास कर ना!" परी खळखळून हसली व म्हणाली,

"रवि, ही काही जादूची छडी नाही; परंतु ती थोडंसं जादूसारखंच काम करते. तुझ्या मोबाइलसारखं हे एक यंत्र आहे... प्रगत यंत्र. चमत्कारिक आशा करण्यापेक्षा तू तुझं साहस वाढव आणि सत्याचा सामना कर. असफलता ही सफलतेची पहिली पायरी आहे. नीट लक्ष देऊन अभ्यास करशील, तर चांगल्या मार्कांनी पास होशील..."

"समजलं मला!" रवि समजुतीनं म्हणाला. "परी, मला आता घरी जायला हवं."

काही क्षणांत ते रविच्या घरासमोर पोहोचले. कमरेचा पट्टा काढून रविनं तो परीला दिला आणि म्हणाला.

"परी, आजकाल आमच्या कहाणी-गोष्टींत तुम्ही का नसता?"

"कारण आम्ही सत्याला स्वप्नात बदलण्याचं तंत्र शोधून काढलं आहे, जे आधी आमच्यापाशी नव्हतं. याच कारणानं लोक आमचं स्मरण करीत, आमच्या गोष्टी सांगत! रवि, तूसुद्धा या आजच्या घटनेला स्वप्नच समजशील..." परीच्या छडीतून लाल रंगाची किरणं निघून रविच्या डोळ्यांत सामावली.

"रवि, ऊठ बाळा. रात्री न जेवताच झोपलास ना!" आईच्या हाकेनं रवि डोळे चोळत उठला. रात्रीचं स्वप्न त्याला आठवलं... कसलं विचित्र स्वप्न! स्वप्नातली परी, तिचा विचित्र स्पेसक्राफ्ट... अद्भुत परीलोक... परीची शिकवण... काही असो, ते स्वप्न त्याला बरंच काही शिकवून गेलं होतं.

त्यानं उठून रात्री टेबलावर ठेवलेलं रिपोर्टकार्ड घेतलं आणि ते बाबांना, आईला नेऊन दाखवण्यासाठी माडीवरून खाली आला.

◆

सहामाही परीक्षेचं वेळापत्रक जाहीर झालं होतं. हेडमास्तरांनी बजावून सांगितलं होतं की, जे विद्यार्थी सहामाहीत उत्तम गुणांनी पास होतील, त्यांनाच वार्षिक परीक्षेस बसण्याची संधी मिळेल. अभ्यासाकडे दुर्लक्ष करणाऱ्या सोनूला या अटीनं चांगलंच हादरवलं. तो खूप काळजीत पडला होता. खेळणं, भटकणं व टीव्ही पाहणं यांमुळे सोनूचे गृहपाठसुद्धा अपूर्ण असायचे. आता आली का पंचाईत!

'आता काय करू', असे तो मनाशीच म्हणाला. त्याच्या आवडीचा आलूपराठा आईनं डब्यात दिला होता; पण तरीही सोनूची भूकच हरवली होती.

सोनूचा जिवलग मित्र रवि त्याला म्हणाला,

"एवढी काळजी नको करूस सोनू. अजून संपूर्ण अडीच महिने बाकी आहेत की! रात्रंदिवस कष्ट घेतलेस तर काहीच कठीण नाही रे! चांगले गुण मिळतील तुला." रविनं त्याला समजावलं. तो सोनूच्याच वर्गात होता. सोनूच्या आलिशान बंगल्यापासून जवळच रविचं लहानसं घर होतं. त्याचे वडील एक लहानसं किराणा मालाचं दुकान चालवीत असत.

रवि नेहमी वर्गात पहिला येत असे आणि त्याचा मित्र सोनू प्रत्येक वेळी जेमतेम काठावर पास होत असे. त्या दोघांच्या आर्थिक परिस्थितीत व आकलनात खूपच तफावत होती. तरीही दोघांच्या स्वभावामध्ये नक्की असं काहीतरी होतं, जे त्यांच्या मित्रत्वाचं प्रतीक होतं. सोनूचे बाबा शहरातील एक मोठे व्यापारी होते. अभ्यासाच्या सर्व सुविधा सोनूला उपलब्ध असूनसुद्धा तो त्यांचा उपयोग करून घेत नव्हता. रविला या गोष्टीचं खूप वाईट वाटायचं. तो सोनूला खूप समजावत असे; पण त्याचा उपयोग होत नव्हता.

पण आज त्याला रविचं म्हणणं मनोमन पटलं

मायाजाल

होतं. त्यानं रविला म्हटलं, "तुझं म्हणणं अगदी बरोबर आहे रवि! मी आजपासूनच लागतो अभ्यासाला." सोनूचा ठामपणा रविच्या लक्षात आला. सोनूच्या आई-वडिलांना, तो सतत अभ्यासाला लागलेला बघून खूपच आश्चर्य वाटलं.

आज सोनू जेव्हा शाळेत आला, तेव्हा तो खूपच उत्तेजित दिसत होता. त्यानं रविला, पाणी पिण्याच्या बहाण्यानं शाळेच्या पटांगणात नेले आणि एका एकांत कोपऱ्यात त्याला एक गंमत दाखवली. त्यानं आपल्या खिशातून एक चुरगळलेला कागद बाहेर काढला व रविसमोर ठेवला. ती एक जाहिरात होती,

'नापास होणाऱ्या विद्यार्थ्यांनी निराश होण्याचं काही कारण नाही. चांगले गुण मिळविण्याचा मार्ग आमच्याकडे आहे. एकदा आम्हांला संधी देऊन पाहा.' त्यात फोन नंबर व पत्ता दिलेला होता.

मग सोनू उत्साहानं म्हणाला, "मी त्यांना फोन केला होता. ते म्हणतात की, चांगले गुण मिळवून देण्याची गॅरंटी आमची! तसंही मी खूप अभ्यास करतो आहे; पण मला त्याचा खूप कंटाळा आला आहे. शाळा सुटल्यावर आपण दोघं तिथे जाऊ." सोनूचा उत्साह ओसंडत होता.

"पण मित्रा, मला हे बरोबर वाटत नाही रे! यश नेहमी कष्टानंच मिळतं. त्याला शॉर्टकट नसतो. तू या भानगडीत पडू नकोस सोनू...." पण सोनूला स्वतःचंच म्हणणं पटत होतं.

दुपारी दोन वाजता ते दोघं दिलेल्या पत्त्यावर पोहोचले. तेथील खोली खूपच आकर्षक पद्धतीनं सजवली गेली होती. मोठ्या टेबलाच्या पलीकडे एक गोरागोमटा तरुण बसला होता. घाबरत घाबरत सोनूनं आपली अडचण सांगितली. तरुणाचे डोळे चमकले. तो म्हणाला, "काळजी करू नका. तुमचं काम नक्कीच होईल; पण थोडा खर्च करावा लागेल."

"किती पैसे लागतील?" सोनूनं विचारलं.

"आठ हजार..." त्या तरुणाच्या चेहऱ्यावरचे धूर्त भाव रविला तर अजिबात आवडले नाहीत. थोड्या वाटाघाटी झाल्यावर पाच हजारावरं सौदा ठरला.

सोनूनं दुसऱ्या दिवशी काहीतरी सबब सांगून वडिलांकडून काही पैसे घेतले व स्वतःच्या पॉकेटमनीची त्यात भर घातली आणि ते दोघं हजर झाले. तेथील त्या धूर्त युवकानं सांगितलं,

"आम्ही तुझ्या मेंदूत 'मेमरी चिप' बसवणार आहोत. हा विज्ञानाचा एक चमत्कार आहे. जेव्हा आपण काही बघतो किंवा ऐकतो, आपल्या मेंदूत असणाऱ्या नवकोशिका उद्दीपित होतात. मग त्या उत्तेजित होतात आणि वेगवेगळ्या रचनांचं न्यूक्लियिक आम्ल आणि प्रोटीनशृंखला बनवतात, ज्यांचा एक विशिष्ट क्रम आपली स्मरणशक्ती बनवतो. मेंदूत बसविलेली ही 'चिप' बाह्य उद्दीपनांना अधिक

खोल व तीव्र बनवते. एखादी गोष्ट दोन-चार वेळा वाचली की, सगळं ज्ञान कायमचं तुमच्या मेंदूत साठून राहतं.''

मग सोनूची तपासणी करून, एका इंजेक्शनच्या मार्फत 'मेमरी चिप' त्याच्या मेंदूत बसवण्यात आली. हे काम उत्तम प्रकारे झालं. त्या दोघांचा जीव भांड्यात पडला. दोघांना हायसं वाटलं. त्या तरुणाचे आभार मानून हे दोघे तेथून बाहेर पडले.

आज सहामाही परीक्षेचा निकाल होता. वर्गशिक्षक वर्गात आल्यावर सगळे विद्यार्थी उठून उभे राहिले. शिक्षकांनी खुणेनं सर्वांना खाली बसण्यास सांगितलं. ते पुढे म्हणाले,

"नेहमीप्रमाणं रवि संपूर्ण वर्गात पहिला आला आहे.'' सगळ्या मुलांनी टाळ्या वाजवून आनंद व्यक्त केला. शिक्षक पुढं म्हणाले,

"आपल्या वर्गात एक असा मुलगा आहे, जो आजपर्यंत नेहमी फक्त काठावर पास होत असे; पण तो आज दुसऱ्या क्रमांकाने पास झाला आहे. त्याचं नाव आहे 'सोनू'! ''

सगळी मुले चकितच झाली. काही क्षणांत सर्वांनी टाळ्या वाजवून जल्लोष केला. रविबरोबर बसलेला सोनू यशानं हरखून गेला.

सोनू रविच्या कानात खुसपुसला,

"पाहिलीस माझ्या मेमरी चिपची कमाल!''

शाळा सुटल्यावर सोनू रविला आपल्या बरोबर नेत म्हणाला, "निकालाच्या आनंदात आज आपण दोघे 'हॅरी पॉटर'चा सिनेमा पाहू आणि तोंडसुद्धा गोड करू.'' सोनूचा उत्साह पाहून रवि 'नाही' म्हणू शकला नाही.

सिनेमा, खाणं झाल्यावर दोघेही सोनूच्या घरी गेले आणि अचंब्यात पडले. बैठकीत दोन पोलीस सोफ्यावर बसून आईशी बोलत होते.

"काय झालं आई?'' सोनूनं विचारलं.

"याला ओळखतोस का बाळ तू?'' पोलिसांनी एक फोटो काढून सोनूला, रविला दाखवत विचारलं. ते दोघे अतिशय घाबरले, कारण हा फोटो 'त्या' मेमरी चिपवाल्याचा होता.

"क... क... कोणाचा फोटो आहे हा?'' मुलांनी घाबरून विचारलं.

"हा नटवरलाल नावाचा एक बनेल ठक आहे. विज्ञानाचं नाव सांगून हा लोकांना ठकवतो आणि मग अशिक्षित व अंधविश्वासू लोकांना आपल्या जाळ्यात ओढून फसवतो. या वेळी यानं 'मेमरी चिप'चा बहाणा शोधला आहे. विना अभ्यास करता पास करविण्याचा याचा दावा असतो. हजारो रुपयांचा गंडा घालतो

लोकांना. मोठ्या मुश्किलीनं हाती लागला हा. चौकशी केल्यावर त्याच्याकडे तुमचाही पत्ता सापडला...

"म्हणजे मेमरी चिप खोटी होती?" सोनूनं विचारलं.

"अशी कुठलीही चिप अस्तित्वात नसते. ऑस्ट्रेलियात एक संस्था या विषयावर सध्या अभ्यास करीत आहे. काही वर्षांनी कदाचित त्यात यश मिळेल; पण सध्या नाही..." तो पोलीस पुढंही बरंच काही बोलत राहिला; पण...

"म्हणजे मी स्वतःच्या बुद्धीवर, मेहनतीवर छान पास झालो?" सोनूच्या मनात, डोळ्यांत अविश्वास दाटला होता. त्याला हेच समजत नव्हतं की, छान पास झाल्याबद्दल हसावं... की मूर्ख बनवलं गेल्यामुळे रडावं?

"मेमरी चिप ही गोष्ट खोटी असूनसुद्धा तिनं तर कमालच केली..." जोरात हसत रवि म्हणाला.

"तुझं म्हणणं बरोबरच आहे मित्रा! आता येथून पुढे कमालच कमाल... पाच हजाराचा सौदा काही वाईट ठरला नाही..."

आणि सोनूचा चेहरा आत्मविश्वासानं उजळून निघाला...

◆

पृथ्वीचे भविष्य

रात्रीचे बारा वाजायला आले, तरी छोट्या रमणच्या डोळ्यांत झोप नव्हती. तो बिछान्यावर आडवा झाला होता. त्याला उद्याची चिंता सतावत होती; कारण उद्या शाळेत लेखन स्पर्धेचं आयोजन करण्यात आलं होतं. जिंकणाऱ्या मुलांना 'अप्पूघर'मध्ये नेण्यात येणार होतं, जेथे मजाच मजा होती. उद्याचा विषय होता 'पर्यावरणप्रदूषण.' या विषयावर मुलं आपले विचार, कविता किंवा गोष्ट लिहिणार होती. रमणला या विषयाची सखोल माहिती होती; पण त्यानं जे लिहिलं होतं, ते त्याला स्वतःलाच फारसं आवडलं नव्हतं.

टण्ऽ टण्ऽ करीत घड्याळाने रात्रीचे बारा टोल दिले. रमणला झोप येत नव्हती, तरी तो बळेच झोपण्याचा प्रयत्न करीत होता. त्यानं डोळे बंद करताच त्याच्या कानावर मधुर संगीत आले. त्यानं लगेच डोळे उघडले, त्याला अचानक एक आवाज ऐकू आला,

"आता तू एका काळ (समय) यात्रेसाठी शारीरिक व मानसिक रूपानं तयार झाला आहेस."

रमणला आपल्या संपूर्ण शरीरात एक आगळी स्फूर्ती जाणवू लागली होती. त्याच्या अंगप्रत्यंगांतून ऊर्जेचा प्रवाह संपूर्ण शरीरात धावत होता.

हरपून टाकणारं संगीत परत ऐकू आलं आणि मंत्रमुग्ध होऊन रमण गाढ झोपेच्या अधीन झाला.

आपण किती वेळ झोपलो आहोत, हे रमणच्या लक्षातच आलं नाही. तो जागा झाला तेव्हा ते मधुर संगीत थांबलं होतं. त्याचं अंतरिक्षयान कोण्या एका धरातलावर आलं होतं.

"ये, हीच पृथ्वी आहे." त्या अनोळखी प्राण्यांनी त्याचं स्वागत केलं. रमणची दृष्टी चौफेर फिरत राहिली. त्याला त्या धरातलावर एकही झाड, झुडूप किंवा जीवजंतू दिसला नाही. त्याला वाटलं की,

आपण कुठल्यातरी वाळवंटात आलो आहोत. तो तेथून दुसरीकडे जाण्याच्या विचारात असतानाच त्यानं पाहिलं की, त्या धरातलाच्या खालून एक दार उघडलं गेलं आणि त्या भुयारातून एक विचित्र प्राणी बाहेर आला. रमण भीतीनं ओरडलाच!

अगदी बोजड, बेडौल आकाराच्या त्या प्राण्याला तीन डोळे होते, दोन बारीक हात होते आणि तीन पायही होते. नाकाच्या जागी दोन भोकं होती आणि त्याचे ओठ ओघळले होते. नाकाच्या भोकावर एक यंत्र लागलेले होते, ज्यातून एक नळी, त्याच्या पाठीवरील सिलिंडरला जोडलेली होती. त्यानं रमणला म्हटलं,

"या पृथ्वीवर तुझं स्वागत आहे, भूतकाळातील मानवा!" मराठीत केलेलं हे स्वागत ऐकून रमणला खूपच आश्चर्य वाटलं. तो प्राणी पुढं म्हणाला,

"तुम्ही आमच्या भूमिगत (जमिनीखाली) असलेल्या वस्तीत चला; कारण इथे तुम्ही फार काळ जिवंत राहू शकणार नाही." अंतरिक्षात बसलेल्या बायोग्रहवासीयांनी त्याला म्हटलं. जरा भीतभीतच रमण त्या भुयारातील दारातून आत आला. पाठोपाठ तो विचित्र प्राणी होताच. आत आल्याबरोबर त्या प्राण्यानं नाकाला लागलेलं यंत्र काढून टाकलं. आता तो आरामात श्वास घेऊ लागला. तो म्हणाला,

"पृथ्वीच्या पोटात असलेल्या आमच्या वस्तीत आम्ही ऑक्सिजनयुक्त वातावरण निर्माण केलं आहे, म्हणूनच मग यंत्राची गरज राहत नाही."

रमण त्या प्राण्याबरोबर निघाला. लांबट गोलाकार घरांनी व रस्त्यांनी ते नगर बनलं होतं. विचित्र प्रकाराचे प्राणी रमणला बघून तेथेच थांबायचे व त्याच्याकडे टक लावून पाहायचे. रमणसारख्या सुंदर व सुदृढ लोकांबद्दल त्या प्राण्यांनी आपल्या पूर्वजांकडून खूप काही ऐकलं होतं किंवा विसाव्या शतकाच्या प्राचीन ग्रंथांमध्ये वाचलं होतं.

त्या प्राण्यांना बघून रमण बावचळला होता आणि त्याला वाईटसुद्धा वाटत होतं. मग त्यानं न राहवून विचारलं,

"मानवजात अशी विद्रूप-विकृत कशी काय झाली? तुम्ही सर्व जण पृथ्वीच्या वरच्या स्तरावर का राहत नाही? पृथ्वीवर झाडंझुडपं आहेत, नद्या आहेत, छान हिरवे डोंगरसुद्धा आहेत..." रमणने असे खूपसे प्रश्न विचारले.

"हे सगळं आम्हाला आमच्या पूर्वजांनी दिलं आहे. पृथ्वी आता अगदी ओसाड झाली आहे. पर्यावरणातील प्रदूषण, अखंड जंगलतोड केल्याचा हा परिणाम आहे. याही पुढे जाऊन मानवानं परमाणू-अस्त्रं बनवून पृथ्वीचा विनाश वाढवला. माणसाच्या स्वार्थ व लोभानं संपूर्ण पृथ्वीला परमाणुयुद्धाच्या आगीत लोटलं. सगळी हिरवळ जळून गेली. नद्याच काय; पण समुद्रसुद्धा सुकून गेले. पशुपक्षी तर चारापाण्याअभावी कधीच नष्ट झाले. जी माणसे जगलीवाचली, त्यांच्या जीनसंरचनेत इतका फरक पडला की, येणाऱ्या पिढ्या विद्रूप, अपंग झाल्या. संपूर्ण पृथ्वी

विषानं भरून गेली. वायुमंडल इतके दूषित झाले की, जगणंच अशक्य झालं.''

रमणनं हे ऐकलं आणि तो अवाक् झाला. तो प्राणी पुढे म्हणाला,

''तरीही मानवाची जगण्याची लालसा अदम्य होती. समस्त राष्ट्रांच्या सीमारेषा पुसून मानवजात एकत्र झाली होती. कसंबसं आम्ही या भूमिगत वस्तीला निर्माण केलं आणि जगण्यासाठी लागणाऱ्या मूळ म्हणजेच मूलभूत गरजांना, वस्तूंना प्राधान्य देऊन एकत्रित केलं आहे. आता पृथ्वीवर मानवांची संख्या काही हजारांवर येऊन ठेपली आहे. माहीत नाही की आमचं अस्तित्व आता किती राहिलं आहे?'' तो खूप दुःखी झाला होता.

रमणला त्या सर्व विचित्र मानवांनी चारी बाजूंनी घेरलं आणि अगदी दीन होऊन ते त्याला विनंती करून म्हणाले,

''तुम्ही तुमच्या काळात (समयात) जाल, तेव्हा आमच्या पूर्वजांना सावध करा, म्हणजे येणाऱ्या पिढ्यांचं भविष्य आमच्यासारखं दयनीय होणार नाही. पृथ्वी सदैव तशीच सुंदर व नैसर्गिक ठेवा, जशी ती विसाव्या शतकात होती.''

रमणचं शरीर व मन भीतीनं शहारलं. तो धावतधावत पृथ्वीतलावर आला. त्याने तेथे पाहिलं की, धूळ भरलेल्या हवेनं संपूर्ण आकाश झाकोळलं आहे, ज्यात रेडिओलहरीसुद्धा सामावलेल्या आहेत. सगळीकडे काळोख दाटला आहे. पृथ्वीचं वातावरण थंडगार झालं असून प्रदूषण इतकं अधिक झालं आहे की, पृथ्वीवर काहीच जिवंत राहिलेलं नव्हतं. लाल किरणांच्या आवरणामुळे रमण स्वतः जिवंत राहिला होता.

त्याला कळलंच नाही की, कधी बायोग्रहवासीयांनी त्याचा हात धरून त्याला अंतरिक्षयानात बसवलं? त्याला जाणवलं की, तो आपल्या घराच्या गच्चीत उभा आहे आणि बायोग्रहवासी त्याला सांगत आहेत,

''ब्रह्मांडाचे ग्रहवासी असण्याच्या नात्यानं आम्हाला मानवजातीबद्दल सहानुभूती वाटते. या सुंदर ग्रहाला आम्ही असं नष्ट होताना पाहू शकत नाही आणि म्हणूनच तुला आम्ही पृथ्वीच्या भविष्यातील एका शतकात घेऊन आलो होतो. तुमच्यासाठी ही ताकीद व आव्हान आहे. आता आम्ही तुला तुझ्या मूळ शतकात सोडत आहोत. यानंतर तू आमची भाषासुद्धा विसरशील.''

आईनं म्हटलं, ''रमण, ऊठ! किती उशीर झाला आहे बघ!'' तो गडबडून उठला आणि आदल्या रात्रीचं सर्वकाही त्याला आठवलं. कोणास ठाऊक की, ते सर्व खरंच होतं का? 'बहुतेक स्पर्धेच्या काळजीनं माझ्या अचेतन मेंदूत या विचारांची गोष्ट निर्माण झाली असेल आणि मला स्वप्न पडलं असेल,' असं त्याला वाटलं. तरीही बायोग्रहवासीयांनी त्याला खाऊ घातलेल्या लाल कॅप्सूलची ऊर्जा व ताजेपण अजूनही बाकी होते. या विचारातच त्यानं शाळेची तयारी केली.

आणि दुसऱ्या दिवशी स्पर्धेचा निकाल घोषित झाला. रमणला सर्वप्रथम स्थान मिळालं होतं. त्याची गोष्ट सर्वांना खूपखूप आवडली होती. पुरस्कार स्वीकारताना रमण खूश होता आणि चिंतेतही होता. त्याला सारखा एकच प्रश्न भेडसावत होता की... 'खरंच का पृथ्वीचं भविष्य तसं आहे, जे त्यानं रात्री पाहिलं होतं?'

◆

आणि ते सापडले

ऑक्टोबर २०३९ ची ती रम्य सकाळ होती. शंभराव्या मजल्यावर असलेल्या आपल्या फ्लॅटमध्ये नेहा आपल्या कॉम्प्युटरवर सुपर गर्ल 'काली'चे स्केच काढण्यात गढून गेली होती. ॲनिमेशन फिल्म बनविणाऱ्या एका कंपनीनं आयोजित केलेल्या स्पर्धेत तिला ते चित्र पाठवायचं होतं. तिच्या घराच्या बाल्कनीत ठेवलेल्या मोठ्या भांड्यातील पाणी पिण्यासाठी असंख्य साळुख्यांनी गर्दी केली होती.

वर आकाशात बरेचसे ड्रोन उडताना दिसत होते, जे त्यांतील सामान गंतव्य ठिकाणी नेत होते. नेहाने न्याहारीसाठी ठग्गूच्या दुकानातून जिलब्या व सामोसे मागवले होते. मोठमोठ्या उंच इमारतींच्या मधून रेल्वेचे मार्ग दिसत होते, जे आवश्यकतेनुसार आपला ट्रॅक बदलत होते. एकावर एक असे अनेकपदरी रस्ते होते, ज्यांवरून अतिजलद मोटारी धावत होत्या. वातावरणात ऑक्सिजनचे प्रमाण कायम सारखे ठेवण्यासाठी त्या उंच इमारतींच्या बाल्कनींमध्ये खूपशी झाडे लावण्यात आली होती, ज्यांना 'फॉरेस्ट' म्हणतात. फळाफुलांनी लगडलेल्या त्या झाडांवर शेकडो पक्ष्यांचा किलबिलाट चालू होता. निळ्या आकाशात विविध रंगांच्या लेझर लाइट्सनी बनलेले विविध संदेश चमचमत होते.

गोड आवाजात संदेश येत होते – 'समस्त नागरिकांना सूचित करीत आहोत की, आज दिल्लीचे सरासरी तापमान २२ डिग्री सेल्सिअस राहणार आहे. वातावरणात ऑक्सिजनचे प्रमाण २१ टक्के आहे. संध्याकाळी धुळीचे वादळ येण्याची शक्यता आहे.' गोड आवाज थांबला की, परत जाहिराती दाखवण्याचं काम सुरू होत होतं.

ठग्गूच्या दुकानात न्याहारीची ऑर्डर गेलीच होती. नेहाच्या मोबाइलच्या आधारे शोध घेत एक ड्रोन तिच्या बाल्कनीत आला आणि न्याहारीची पाकिटं

देऊन गेला. नेहानं लगेच ती पाकिटं आईला नेऊन दिली.

"बाबा अंघोळ करून आले की, आपण सगळे एकत्र न्याहारी करू. तू शुभमलाही हाक मार," असं म्हणत नेहाच्या आईनं ऑटोमॅटिक स्वच्छता मशीनला आवश्यक ती कमांड दिली आणि त्या स्वयंपाकघरात गेल्या. गोल चकती असलेल्या त्या स्वच्छता मशीननं काही वेळातच आपलं काम आटोपलं आणि ते आपल्या मूळ जागी जाऊन स्थिर झालं.

नंतर घरातील चारही माणसे हसतखेळत न्याहारीत मश्गूल झाली. न्याहारी फारच चविष्ट होती; पण आज बाबा जरा गप्पगप्पच होते. ते पोलीस खात्यात एक मोठे अधिकारी होते.

"बाबा, आज तुम्ही गप्पगप्प का आहात?" नेहानं विचारलं.

"खरंतर प्रोफेसर रामानंद यांना गायब होऊन दोन दिवस झाले; अजून त्यांचा काहीही सुगावा लागलेला नाही, त्याची काळजी लागून राहिली आहे," बाबा म्हणाले.

भारत सरकारच्या 'विज्ञान व टेक्नॉलॉजी' विभागाच्या एका गुप्त प्रकल्पावर प्रो. रामानंद काम करत होते. दोन दिवसांपूर्वी ते प्रयोगशाळेतून बाहेर पडले आणि परत आलेच नाहीत. तसं बघायला गेलं तर हल्ली अतिमहत्त्वाच्या व्यक्तींच्या मेंदूत नॅनो चिप बसवण्यात येते; त्यामुळे ते आपल्या विभागाशी कधीही संपर्क साधू शकतात आणि त्यांच्या लोकेशनचा पत्ताही लगेच लागू शकतो; पण मागील काही दिवसांपासून त्यांच्या मनात शंकेची पाल चुकचुकली आणि त्यांना ती चिप काढून टाकावीशी वाटली आणि आतातर त्यांच्या चिपमधून सिग्नल्स येण्याचं कार्यसुद्धा थांबलं होतं. त्यांच्या लोकेशनचा पत्ताच लागत नव्हता.

न्याहारीनंतर बाबा आपल्या कामावर गेले व आई आपल्या कॉम्प्युटरवर ड्रेसची नवनवी डिझाइन्स बनवण्याच्या कामात गुंतली.

"दीदी, हे बघ... मी काय बनवलं आहे!" रात्री शुभम म्हणाला.

आईनं काही जाकिटं डिझाइन केली होती, त्यांतच शुभमनं काही फेरफार केले होते. एका जाकिटाला मोराचे पंख लावले होते, तर दुसऱ्याला झाडांची पानं चिकटवली होती. एका जाकिटाला होलोग्रामने सजवले होते, तर एकाला रंगीत बल्बनी सजवले होते. या बदलामुळे जाकिटं भलतीच आकर्षक दिसत होती आणि आगळीसुद्धा!

"अरे वा! आपण ही डिझाइन्स सुप्रसिद्ध डिझायनिंग कंपनी 'प्लॅनेट फॅशन'ला पाठवू, शुभम...!" नेहा आनंदानं म्हणाली.

"चल, आता आपण तयार होऊ या. तुझ्या लक्षात आहे ना की, आज आपल्याला बलून बसमधून आपलं शहर फिरायचं आहे?" शुभम म्हणाला.

मग थोड्याच वेळात बाल्कनीच्या थांब्यावर बलून बस आली. बसमध्ये आपल्या मित्रांबरोबर गप्पा मारत ते प्रवासाला निघाले. खरंतर शहराच्या गर्दीचा त्रास नको म्हणून शाळा व दवाखान्यांनी बलून बस आणि ॲम्ब्युलन्सची व्यवस्था केली होती. या वाहनांची गती नियंत्रित करता येत होती, त्यातून अजिबात प्रदूषण होत नव्हतं, ही त्यांची वैशिष्ट्यं होती.

दिल्लीची प्रेक्षणीय स्थळे 'हौजखास' व 'लोधी गार्डन' बघून झाल्यावर ते आता कुतुबमिनारच्या परिक्षेत्रात आले होते.

"अरे! हे काय झालं?" नेहा किंचाळली.

दोन राजस मुले तेथे आपसांत बोलत उभी होती. त्यांनी तीच जाकिटं परिधान केली होती, जी सकाळी शुभमनं नेहाला दाखवली होती. त्या जाकिटांवर 'प्लॅनेट फॅशन'चं लेबलसुद्धा चमकत होतं. नेहाला खूपच आश्चर्य वाटलं आणि तिनं लगेचच शुभमला विचारलं, "कालची स्केचेस तू कोणाला दाखवली होतीस का शुभम? तू बनवलेली डिझाइन्स हीच होती. याला काही योगायोग म्हणता येणार नाही!"

"नाही गं दीदी... काल रात्रीच तर मी ती बनवली होती ना?"

लगेच नेहानं त्या मुलांना विचारलं, "कोण आहात तुम्ही? कुठून आला आहात? ही जाकिटं कुठून आणलीत?"

एका दमात विचारलेल्या प्रश्नांच्या सरबत्तीनं ती मुलं जरा भांबावली; पण त्यांनी शांतपणे उत्तर दिलं, "माझे नाव इगोर आहे आणि याचे नाव ओलेक. आम्ही इथे फिरायला आलो आहोत... खूप लांबून. ही जाकिटं, जुन्या जमान्यातला प्रसिद्ध डिझायनर 'मास्टर शुभम'ची आहेत." ती दोन मुलं घाबरली व त्यांनी लगेच तेथून पोबारा केला. नेहा व शुभम हतबल होऊन पाहतच राहिले.

त्याच संध्याकाळी ती भावंडं हळू आवाजात आजच्या घटनेबद्दल आपसांत बोलत बसली होती. त्यांना काहीच उलगडा होत नव्हता. इतक्यात त्यांचं लक्ष आपल्या आई-बाबांच्या संभाषणानं वेधलं. आई-बाबा अगदी हळू आवाजात बोलत होते.

"प्रो. रामानंद कुठल्या संशोधनात गुंतले होते?" आई विचारत होती. त्यावर बाबा म्हणाले, "प्रो. रामानंद अत्यंत हुशार पण जरा चक्रम शास्त्रज्ञ आहेत. त्यांच्या मते सैद्धान्तिक दृष्टीनं आजसुद्धा 'टाइम मशीन' बनवता येईल; पण प्रश्न असा आहे की, त्याला लागणाऱ्या प्रचंड ऊर्जेचा प्रश्न कसा सोडवायचा? आपल्या पृथ्वीवरील एकूण ऊर्जेचा ०.७३ टक्के भागच मानव उपयोगात आणत आहे. एवढ्या कमी ऊर्जेत टाइम मशीन बनविणं कठीण आहे. आता आपण जर प्रो. रामानंदांच्या म्हणण्यावर विश्वास ठेवला, तर त्यांना संशोधनातून असं काही हाती

लागलं आहे की, यातून आपण आपल्या ग्रहावर उपलब्ध कमाल ऊर्जेचा उपयोग करू शकतो; पण पोलिसांना असा दाट संशय आहे की, यामागे 'बॅक टु द पास्ट' नावाच्या दहशतवाद्यांच्या संघटनेचा हात आहे. त्या संघटनेला आजची सभ्यता चौदाव्या शतकात नेऊन ठेवायची आहे."

हे ऐकून नेहाला आश्चर्याचा धक्काच बसला. ती विचार करू लागली आणि अचानक तिच्या लक्षात काही आलं; मग ती हळूच शुभमला म्हणाली,

"म्हणजे ती दोन मुलं कालचक्राची यात्री आहेत तर! आणि म्हणूनच त्यांनी ती जाकिटं घातली होती, जी तू त्या कंपनीला पाठवणार होतास... म्हणजेच पाठवणार आहेस. तुझ्या डिझाइन्सला नक्कीच मान्यता मिळणार आहे."

"याचा अर्थ असा होतो की, भविष्यानं टाइम मशीन बनवलं आहे, मग आता आपल्याला काळजी करण्याचं कारणच उरलं नाही. कित्ती मजा आहे ना!" शुभम म्हणाला.

"हे एवढं सोपं नाही शुभम. आमचा भूतकाळ निश्चित असतो रे... पण भविष्यकाळ नाही. आपण वर्तमानात केलेल्या कार्याचा एक निश्चित परिणाम असतो, ज्याला आपण बदलू शकतो. म्हणजे असे की, तू तुझी डिझाइन्स नष्ट करून टाक म्हणजे ते दोघे ती जाकिटं वापरूच शकणार नाहीत." नेहा विचारात गढून गेली.

लगेच शुभम म्हणाला, "म्हणजे याचा अर्थ असा की, जर प्रो. रामानंदांचा शोध लागला नाही तर टाइम मशीन बनणारच नाही. कदाचित त्या दोन मुलांना हे माहीत असावं की, प्रो. रामानंद गायब झाले आहेत."

"असं असू शकतं; पण कदाचित हे त्यांना आपल्याला भेटल्यानंतर कळलं असावं. आता आपल्याला हलगर्जीपणा करून चालणार नाही. या बाबतीत आपल्याला त्या दोघांची म्हणजेच इगोर व ओलेकची मदत घ्यावीच लागेल. ही दहशतवादी संघटना भयंकरच आहे. काहीतरी अघटित होण्यापूर्वी प्रो. रामानंद यांना शोधलंच पाहिजे. काहीतरी केलंच पाहिजे. काय करावं...? बहुतेक 'भविष्यकाळात' लोक 'पेजबुक'चा उपयोग करीतच असतील. त्या दोघांना सांकेतिक भाषेत सगळं सांगितलं पाहिजे, म्हणजे वैऱ्याला ते कळणार नाही."

नेहाचं विचारचक्र वेगानं फिरू लागलं. ती कॉम्प्युटरवर बसली व लिहू लागली. "प्रिय इगोर व ओलेक, तुमच्या लक्षात असेलच की, आपण कुतुबमिनारच्या जवळ भेटलो होतो. कृपा करून त्या अतिमहत्त्वाच्या व्यक्तीला शोधण्यास आमची मदत करा, जिच्यामुळे भूतकाळ व भविष्यकाळ एकत्र येणं संभव झालं. आपला इतिहास चांगला घुसळून बघा की, अपार ऊर्जेनं युक्त असा पहिला माणूस कोण होता, ज्यानं हे शक्य केलं... जर तुम्ही वेळेत योग्य वाटचाल केली नाहीत तर...

तर आपली पुनर्भेट कधीच होणार नाही.''

नेहानं हे पत्र पोस्ट केलं खरं; तरीसुद्धा तिची तिलाच खात्री वाटत नव्हती.

रात्री जेवणाच्या वेळी बाबा आज निवांत वाटले. मुलांना बरे वाटले. ते आईला सांगत होते, ''प्रो. रामानंद कालच घरी परतले. त्यांना काही दिवस एकांतात राहायचं होतं म्हणून ते गेले होते; पण त्यांनी आपल्या मेंदूतील ब्रेनचिप का काढून टाकली, हे काही कळलं नाही.''

समाधानाचा सुस्कारा सोडून नेहा व शुभम आपल्या खोलीत आले. नेहाने आपला कॉम्प्युटर सुरू केला. पेजबुकच्या तिच्या व्यक्तिगत बॉक्समध्ये एक संदेश आला होता.

'आम्ही आपले एक प्रोजेक्ट घेऊन कॉम्प्युटरवर पेजबुकच्या प्राचीन संभाषणाची दखल घेत असताना आम्हाला तुमची पोस्ट मिळाली. आम्हाला वेळेत सावध करून तुम्ही आम्हाला एका भयंकर घटनेपासून परावृत्त केलं आहे. खरंतर २१व्या शतकातील एका दहशतवादी 'बॅक टु द पास्ट' या संघटनेनं प्रो. रामानंदांना गायब केलं होतं. त्यांच्या ब्रेनचिपच्या माध्यमानं या प्रोजेक्टची संपूर्ण माहिती दहशतवाद्यांच्या हाती लागली. ब्रेनचिप हॅक करून मेंदूतील मोजक्या आठवणी पुसून टाकता येतात आणि चुकीच्या गोष्टी मेंदूत भरता येऊ शकतात आणि म्हणूनच आमच्या काळात याचा उपयोग कायद्यानं गैर मानला गेला आहे. 'बॅक टु द पास्ट'चे दहशतवादी प्रो. रामानंदांचा मेंदू हॅक करण्याच्या तयारीत होते. थोडा उशीर झाला असता तर... आता प्रो. रामानंदांना म्हणजेच त्यांच्या मेंदूला सिग्नल्स पाठवले जात आहेत की, त्यांनी ब्रेनचिपचा प्रयोग थांबवावा. आमचा समाज अहिंसक आहे; पण दहशतवाद तर संपूर्ण मानवतेचा वैरी आहे, धोकादायक आहे आणि म्हणूनच नवे कठोर नियम बनवून दहशतवाद्यांचे ब्रेनवॉश करण्यात आले आहे. आता ही संघटना जवळजवळ नामशेष झाली आहे. आता प्रो. रामानंद अगदी सुरक्षित आहेत. तुमची उपजत बुद्धी व सतर्कतेच्या आधारे मानवी सभ्यतेनं ही भरारी घेतली आहे. आमच्या इतिहासात आता तुमची नावंसुद्धा नोंदवण्यात आली आहेत... आणि हो, तुमच्या सुपर गर्ल 'काली'नं तर खूपच मजा आणली आहे– तुमचे, इगोर व ओलेक.'

नेहा व शुभम आता खूपच आनंदात होते... धोका टळला होता.

◆

कथा टेलिपोर्टची

इ.स. २११५ मधील एक आगळा अनुभव आहे हा. दिल्लीचे रुंद व अतिशय स्वच्छ रस्ते काचेसारखे चमकत होते. रस्त्यांच्या दुतर्फा बांधलेल्या उंचच उंच व देखण्या इमारतींची शोभाच न्यारी होती. त्या इमारतींच्या दर्शनी भागांतील मोठमोठ्या वऱ्हांड्यांत फुललेली व्हर्टिकल फॉरेस्ट, त्यातील फुलांचा घमघमाट तर अवर्णनीयच होता. आकाशात सोडलेले कृत्रिम ढग वातावरणात फारच शोभून दिसत होते. तें अशा पदार्थांनी बनलेले होते की, त्यात वातावरणातील धूलिकण, धूर आणि अन्य प्रकारचे प्रदूषण शोषून घेण्याची ताकद होती. त्यात काही 'स्मार्ट इमारती'ही होत्या, ज्या कॉम्प्युटराइज्ड व्यवस्थेशी जोडल्या असल्यामुळे त्यांचे आकारमान किंवा त्यांतील खोल्या, आपल्या गरजेप्रमाणे लहान-मोठ्या करून घेण्याची सोयसुद्धा उपलब्ध होती. अशीच एक 'पुस्तकाच्या आकारा'ची इमारत होती, ज्यावर तिचं नाव चमकत होतं– 'दिल्ली मॉन्टेसरी स्कूल.'

दुसऱ्या एका शाळेत रोहन व शीना आपल्या वर्गात बसले होते. त्यांचे ह्यूमेनॉइड रोबोशिक्षक त्यांना रुपये, आणे, पैचे हिशेब समजावत होते. त्या शाळेतील काही शिक्षक साईबोर्ग होते, तर काही ह्यूमेनॉइड होते. तसेच तेथे काही रोबो तर मौलिक माणसंच होती. शाळेची अधिकांश कार्यं जसं पी.टी., खेळ, संगीत व कला शिकविण्याची जबाबदारी या रोबोशिक्षकांवर होती.

खरंतर हल्ली शाळेत पुस्तकी अभ्यासाचं प्रमाण कमीच झालं होतं; कारण प्रगत विज्ञानानं त्या ज्ञानसंपादनाचे वेगळेच मार्ग स्वीकारले होते. तो सगळा अभ्यास घरीच घेतला जात असे आणि त्यामुळेच सगळा समाज झपाट्याने यांत्रिक बनत चालला होता. मुलांचा आपसांत संवाद वाढवणे,

भावनांचा विकास करणे आणि स्वस्थ सामाजिक बांधिलकी निर्माण करणे ही शाळेची जबाबदारी होती. नव्या जीवनशैलीमुळे भावनांचा ऱ्हास होत होता. समाजशास्त्रज्ञांचं असं म्हणणं होतं की, मेंदूच्या संपूर्ण विकासासाठी या गोष्टींकडे लक्ष देणं अत्यंत निकडीचं झालं होतं. याचाच परिणाम असा होता की, आज शाळांमध्ये जुन्या जमान्यातील शाळांसारखं वातावरण निर्माण झालं होतं.

मधली सुट्टी झाली व सर्व मुलं डबा खाण्यासाठी वर्गाच्या बाहेर आली.

"या वर्षी थंडीच्या सुट्टीत कुठे जाणार आहात तुम्ही सगळे शीना?" विमलचंद्रनं शीनाला विचारलं.

"आम्ही ना, मामाकडे चंद्रावर जाणार आहोत. आम्ही सर्वांनी प्लॅनेट पासपोर्ट काढला आहे आणि व्हिसासाठी अर्जही दिला आहे." शीना आनंदानं म्हणाली. लगेच रोहन म्हणाला, "तिथे आमची आजी आहे... ती चंद्रावरील प्रसिद्ध हॉटेल 'फूडी'मध्ये शेफ आहे. काही दिवसांत ती रिटायर होणार आहे. आम्ही तेथून परतताना ती आमच्याबरोबर येणार आहे आणि मग आमच्याच बरोबर राहणार आहे." रोहनला आनंदाच्या उकळ्या फुटत होत्या.

मधल्या सुट्टीनंतर आज शाळा सर्व मुलांना प्राणिसंग्रहालय व कुतुबमिनार दाखवायला नेणार होती. ते बघण्यासाठी मुलंसुद्धा खूप उत्साहात होती. मग ती सगळी एअरबसमध्ये बसून प्राणिसंग्रहालयात आली व मजेत प्राणी बघू लागली.

तेथील एक वाघ बघून सोनूला खूपच भीती वाटली; तो रोहनला म्हणाला, "किती भयंकर आहे ना हा वाघ!"

"अरे मुलांनो, त्या वाघाला घाबरू नका. इतक्या उंच भिंतीवरून तो उडी मारूच शकत नाही आणि खरं सांगू का... इथे असलेले वाघ, बिबट्या, गेंडा व हिप्पोसारखे अजस्त्र प्राणी खरे नाहीत. ती सर्व कॉम्प्युटरच्या मदतीने बनवलेली मॉडेल्स (खेळणी) आहेत." तेथील गाइड म्हणाला,

"इथे फक्त माकडे, कोल्हे, लांडगेच खरे प्राणी आहेत."

"पण असं का? खोटे प्राणी काय म्हणून?" मुलांनी आश्चर्यानं विचारलं.

"कारण त्यांच्या प्रजातीच नष्ट झाल्या आहेत. आता माणसाला निसर्गाच्या सान्निध्यात असल्यासारखं वाटावं, म्हणून तर ही असली मॉडेल्स बनवली आहेत ना! येथे ९९ टक्के साळुंख्या रोबोटिक आहेत. तुमच्या घरातील पक्ष्यांच्या खोलीतसुद्धा! तुम्हाला कळणार नाही की, त्यातील कोणत्या साळुंख्या खऱ्या आहेत व कोणत्या रोबोटिक? पृथ्वीवरील पक्ष्यांच्या असंख्य प्रजाती नष्ट झाल्यानंतर मग माणसाला ही अक्कल आली; पण आता फार उशीर झाला आहे." तो गाइड हा खरा शुद्ध माणूस होता; पण तो रागानं सर्वकाही बोलला होता.

"अगदी खरं बोललास बाबा तू; पण आता आपल्या हातात जे आहे ते तरी

वाचविले पाहिजे ना! म्हणजे असं की, आज मांसाहारी जेवण बनवण्यासाठी कोणी प्राण्यांची कत्तल करीत नाही; कारण आता प्रयोगशाळेत आणि फॅक्टरीत कोशिकांच्या संवर्धनानं मांस बनवलं जातं... अगदी तसंच, जसं बीजापासून वृक्ष...'' शर्मा सर म्हणाले.

''हो सर, मी पुस्तकात वाचलं आहे की, पूर्वी मांसाहारी जेवणासाठी प्राण्यांची कत्तल केली जात असे...'' शीनाच्या अंगावर शहारे आले.

''पुरे आता. आपल्याला कुतुबमिनार बघायला जायचे आहे ना? चला तर मग! आधी आपण पोटपूजा करू या. पार्कचे कॅन्टीन उघडण्याची वेळ झाली आहे आणि शाळेतर्फे सर्वांना दुपारचे जेवण आहे,'' शर्मा सर म्हणाले.

गप्पागोष्टी करतकरत ते सगळे कॅन्टीनपाशी पोहोचले. हत्तीच्या आकाराचे ते भलेमोठे कॅन्टीन मुलांना खूप आवडले. भरपूर खाणंपिणं झाल्यावर ते सर्व जण एअरबसमध्ये बसून कुतुबमिनारकडे निघाले. वरसुद्धा ट्रॅफिक खूप जास्त होता. बलून व्हॅन्स, एअर बसेसच्या गर्दीत पाठीवर लहानलहान रॅकेट्स बांधून हवेत फिरणारे असंख्य लोक तेथे होते. त्यांची मजा अशी की, वर असलेले लाल सिग्नल्स न बघताच ते पुढे जात होते आणि दंडाची रक्कमही भरत होते.

आता मुलांना लांबूनच कुतुबमिनार दिसू लागला होता. आणि... तेवढ्यात एक मोठा स्फोट झाला, कुतुबमिनार आणि त्याच्या आसपासची माणसे अचानक गायब झाली. त्या जागी एक भलामोठा खड्डाच दिसू लागला.

एअर बसमधील सगळे जण स्तब्ध झाले. खाली सगळीकडे गोंधळ माजला होता. तेवढ्यात गंभीर आवाजात एक घोषणा झाली–

''आम्ही कुतुबमिनारला एका अज्ञात स्थळी 'टेलिपोर्ट' केले आहे. तेथून त्याला कोणीही हलवू शकणार नाही किंवा शोधूही शकणार नाही. आम्ही पृथ्वीवरील सगळ्या सरकारी यंत्रणांना हलवून टाकू. तुम्ही सर्व चंद्रापासून लांबच राहा. चंद्रावर फक्त आमचाच हक्क आहे. जर तुम्ही आमच्या मागण्या मान्य केल्या नाहीत तर ताजमहाल आणि आयफेल टॉवरसुद्धा पृथ्वीवर राहणार नाही.'' लेझर लाइटच्या माध्यमातून बनवलेले धमकीचे संदेश चारी बाजूंना झळकू लागले.

''आता मात्र हद्द झाली!''शर्मा सर ओरडले.

''हे काय झालं सर?'' मुलांनी सरांना विचारलं. सर्व मुलं खूप घाबरली होती.

''त्यांनी कुतुबमिनारला टेलिपोर्ट केले आहे. कुठल्याही वस्तूला तिच्या मूळ अणूमध्ये बदलायचं, दुसरीकडे न्यायचं आणि परत त्या वस्तूला तिच्या मूळ रूपात आणायचं, यालाच 'टेलिपोर्टेशन' असं म्हणतात.''

''पण त्यांनी असे का करावे?''

"खरंतर 'मून इज माइन' नावाची एक महाभयंकर दहशतवादी संघटना आहे. त्यांच्या मते चंद्रावर फक्त त्यांच्याच संप्रदायाचे व संस्कृतीचे लोक वस्ती करतील; पृथ्वीवरील अन्य कोणीही चंद्रावर राहण्याचे धाडस करू नये," सरांनी मुलांना सांगितले.

लगेच निराश झालेला रोहन म्हणाला, "म्हणजे आम्हाला मामाकडे जाता येणार नाही." मग आपल्या सहलीचा कार्यक्रम रद्द करून ते सगळे परत फिरले.

दुसऱ्या दिवशी जगातील सर्व देशांच्या गुप्तहेर यंत्रणांची तातडीची बैठक भरवण्यात आली. त्या बैठकीचे अध्यक्षपद तत्कालीन अर्थकमांडर श्री. रमाशंकर यांच्याकडे होते. ते म्हणाले,

"दहशतवाद्यांच्या धमक्यांना इथली सरकारे भीक घालणार नाहीत; पण टेलिपोर्टेशनची किमया त्यांच्या हाती लागली आहे, ही अत्यंत चिंतेची बाब आहे; पण हे गोपनीय तंत्रज्ञान त्यांच्या हाती लागलंच कसं? खरंतर संपूर्ण जगात 'टेलिपोर्टेशन'वर प्रतिबंध केलेला आहे, तसेच आंतरराष्ट्रीय कायद्याच्या काही प्रक्रिया पूर्ण केल्यावरच टेलिपोर्टेशनची परवानगी मिळू शकते."

मग इस्राईलचे गुप्तचर विभागाचे प्रमुख कमांडर मोशे यांनी या घटनेचा तीव्र निषेध करीत म्हटले, "तरी आम्ही आधीपासून धोक्याची सूचना देत होतो की, काही देशांनी हे तंत्रज्ञान दहशतवादी देशांना, संघटनांना देण्याची तयारी चालवली आहे म्हणून... पण आमच्या म्हणण्याकडे तेव्हा साफ दुर्लक्ष करण्यात आले!"

"तुमचे म्हणणे अगदी बरोबर आहे. या नवीन तंत्रज्ञानामुळे दहशतवादी आता फारच डोईजड होऊ लागले आहेत. मला तर एका वेगळ्याच धोक्याची शंका येते आहे की, जगातील सर्व सरकारांवर दबाव आणण्यासाठी ते जगातील अत्यंत महत्त्वाच्या व्यक्तींना टेलिपोर्ट करून त्यांचे अपहरण तर करणार नाहीत ना? सर्वांना आता माहीतच आहे की, सजिवांना टेलिपोर्ट करण्याच्या प्रयोगानंतर ते सगळे प्राणी एकतर मेले किंवा वेडे झाले होते. झाडाझुडपांवर केलेल्या प्रयोगात त्यांना यश मिळाले होते," रमाशंकर म्हणाले. बाकी सर्व जण त्यांच्या विचारांशी सहमत होते.

खरंतर या तंत्रज्ञानाला सुरुवातीला अफाट प्रसिद्धी मिळाली होती आणि ते फायद्याचंच वाटत होतं. मोठमोठ्या इमारती, अवजड मशिनरी, झाडं व मोठमोठ्या बागा, कारखाने अगदी चट्‌कन टेलिपोर्ट करता येऊ लागले होते; पण मग एक वेगळेच संकट पुढे आले. लोकांनी इमारती रिकाम्या केल्या. नंतर त्यांत राहिलेले मच्छर, मुंग्या, पाली, माश्या, झुरळे, कसर, उंदीर वगैरे सर्व प्राणीसुद्धा टेलिपोर्ट झाले. त्या प्राण्यांचा व्यवहारच बदलून गेला. ते माणसांच्या कानात, नाकात, तोंडातसुद्धा शिरू लागले आणि त्यांचे चावणे, हुळहुळणे अधिक त्रासदायक ठरू

लागले. त्यांनी लोकांना सळो की पळो करून सोडलं. या गोंधळात काही लोकांना आत्यंतिक वेदनांमुळे मरण आलं. सामाजिक धुरिणांना मनापासून असं वाटलं की, अपराधी संघटना याचा घातक हत्याराच्या रूपात उपयोग करतील. म्हणूनच मग 'इंटरनॅशनल टेलिपोर्ट नियमन संस्थे'नं याला अव्यावहारिक मानून टेलिपोर्टवर कायमची बंदी आणली. अगदीच अपरिहार्य कारण असल्यास परवानगी देण्याचं ठरलं; पण खरी गोष्ट तर अशी आहे की, जगात कुठे ना कुठे गुप्तपणे याचे प्रयोग चालूच राहिले. कुतुबमिनार पळवण्याचं उदाहरण तर ताजंच होतं.

सी.आय.ए.चे प्रमुख मि. डकवर्थ म्हणाले, "आम्ही त्यांचा हा बेत हाणून पाडणारच. त्यांनी कितीही प्रयत्न केले, तरी आम्ही त्यांना हार जाणार नाही. आता आम्हाला लगेच उपाययोजना करावी लागेल; नाहीतर आम्ही ताजमहाल व आयफेल टॉवरही गमावून बसू."

बराच वेळ खलबतं झाल्यानंतर ती मीटिंग संपली.

या घटनेनंतर तीन दिवसांनी शाळा सुरू झाल्या. शाळेच्या असेंब्लीमध्ये मुलांच्या घोळक्यात याच विषयाची चर्चा सुरू राहिली.

"आमचे पोलीस त्यांना बेड्या का घालत नाहीत?" रागारागानं शुभीनं विचारले.

"ते आमच्याच लोकांत वावरत आहेत, म्हणून त्यांना ओळखणं व शोधणं फारच कठीण झालं आहे," रोझी मॅडम म्हणाल्या.

"मी जर पोलीस असतो ना, तर प्रत्येक दहशतवाद्याच्या आत चिप लावून टाकल्या असत्या," कॉम्प्युटर गेम्सचा शौकीन शुभम लगेच म्हणाला.

"अरे वेड्या, चिप लावण्यासाठी तू त्यांना ओळखणार कसा?" शीना त्याला अंगठा दाखवत म्हणाली. मग शुभम विचारात पडला. शर्मा सर मात्र मुलांचे तर्क ऐकून गालातल्या गालात हसत होते. त्यांना मुलांचे विचार आवडले होते. मग ते म्हणाले, "चिप लावण्याची युक्ती मात्र छानच आहे हंऽऽ. आता आपल्याला काहीतरी केलेच पाहिजे!" असं म्हणून ते उठले व गेलेसुद्धा.

या दहशतवादी घटनेनंतर अगदी थोड्याच दिवसांत एक आणखी नवं संकट उभं राहिलं. अचानक चंद्राच्या जगात एका घातक एलियन जंतुसंसर्गाचा (व्हायरल) आजार पसरला. संसर्ग झालेल्या लोकांच्या अंगावर काळ्या रंगाचे चट्टे दिसू लागले. ही लागण झाल्यावर रोग्याचं मरण अटळ झालं होतं, कारण यावर डॉक्टरी उपाय सापडत नव्हता; पण पृथ्वीवर मात्र येथील वातावरणामुळे या रोगाचा प्रादुर्भाव होऊ शकला नाही. अर्थात मागील शतकापासून वापरात असलेल्या 'पेजबुक,' 'क्विटर' आणि 'इन्स्टाग्राफ'सारख्या सोशल साइट्सवर हे संदेश येतच होते.

आता ज्या लोकांचं चंद्रावर येणं-जाणं होतं किंवा ज्यांचा काही कारणांनी

चंद्रलोकाशी संपर्क होता, ते सर्व जण भीतीनं गांगरून गेले होते. त्यांचा गोंधळ उडाला होता. आजच्या काळात पृथ्वीवासीयांचं 'चंद्र' हे सुट्टीतील माहेरघर झालं होतं. तेथे सहलीचा मनसोक्त आनंद मिळत होता. तेथील अगदीच वेगळी व आकर्षक वेशभूषा, पृथ्वीच्या तुलनेत अत्यंत कमी गुरुत्वाकर्षण, त्यात होणारे विविध खेळ, आगळेवेगळे झुले यांचे पृथ्वीवासीयांना खूपच आकर्षण होते. वेडच होतं त्यांना चंद्रलोकाचं.

दुर्दैवाने कुठल्याही सरकारकडून या बाबतीत एकही बातमी प्रसारित करण्यात आली नाही; पण आरोग्य विभागाकडून चंद्रावर जाणाऱ्या लोकांना एक खास लस टोचून जाण्याचा सल्ला मात्र दिला जात होता. काळजी व भीतीच्या वातावरणात जवळजवळ तीन महिने निघून गेले.

दिल्लीच्या एका आलिशान ऑडिटोरिअममध्ये दुपारी दोन वाजल्यापासून एक पत्रकार परिषद चालू होती. तेथे लोकांची व पत्रकारांची बरीच गर्दी झाली होती. याचं प्रक्षेपण संपूर्ण पृथ्वीवर दाखवण्यात येत होतं. एका मोठ्या मंचावर प्रशासक आणि गुप्तचर विभागाचे मोठमोठे अधिकारी प्रत्यक्ष व अप्रत्यक्ष स्वरूपात हजर होते. अर्थकमांडर श्री. रमाशंकर पत्रकारांना महत्त्वाची बातमी देत होते.

''आपणा सर्वांना एक अतिशय आनंदाची बातमी आम्ही देत आहोत की, 'ताजमहाल' व 'आयफेल टॉवर' आमच्या ताब्यातून जाण्यापूर्वी आम्ही दहशतवादी संघटनेच्या सर्व सदस्यांना जेरबंद केले आहे. आता कसल्याही प्रकारची भीती किंवा धोका राहिलेला नाही.''

''पण तुम्ही त्या दहशतवाद्यांना ओळखलं तरी कसं?'' एका प्रमुख वृत्तवाहिनीच्या पत्रकाराने विचारलं.

''एका आगळ्यावेगळ्या पद्धतीनं! कधीकधी लहान मुलांच्या ज्या गोष्टींकडे आम्ही पोरकट म्हणून लक्ष देत नाही, त्या गोष्टी एखाद्या कठीण समस्येला सोडविण्याचा आधार बनू शकतात, हे खरं आहे. मात्र, मोठ्या माणसांनी त्याकडे लक्ष दिलं पाहिजे. या वेळी आम्हाला त्याचा अनुभव आला आहे. मुलांच्या 'त्या' विचाराच्या आधारे आम्ही एक योजना आखली.''

''कसला विचार?'' पत्रकारांनी उत्सुकतेने विचारले.

''सर्वांत आधी आम्ही सोशल मीडियाच्या माध्यमातून एक अफवा पसरवली की, चंद्रावर 'एलियन व्हायरस' पसरला आहे. मग त्यापासून बचाव करण्यासाठी आम्ही एक व्हॅक्सीन तयार केले, जे मुळात मायक्रोफोनयुक्त नॅनो चिप आणि ग्लुकोजचं पाणी होतं. आता चंद्रावर आपलं आधिपत्य स्थापन करण्यासाठी ते दहशतवादी याचा नक्कीच उपयोग करतील याची आम्हाला खात्री होती आणि अगदी तसंच झालं. त्या सर्वांचा ठावठिकाणा व आपसातील संभाषणाची रेकॉर्ड्स

आमच्या हाती आली; तसेच त्यांचा चंद्राशी असलेला संबंधही उघडकीस आला. जगातल्या आमच्या अन्य बऱ्याचशा देशांशी संपर्क साधून आम्ही शोधकार्य पूर्णत्वास नेले. दहशतवाद्यांचे संपूर्ण जाळेच अगदी अलगद आमच्या हाती आले. आमच्या मनोवैज्ञानिक गळाला ते लागले आणि अडकले.''

''मग आता कुतुबमिनार व तेथील पर्यटक कोठे आहेत?'' प्रश्नांची सरबती सुरू झाली.

''कुतुबमिनारचा ठावठिकाणा मिळाला आहे. टेलिपोर्टेशनमुळे त्याच्या रूपात जरासा बदल झाला आहे; कारण ते दहशतवादी या कामात फारसे वाकबगार नव्हते. लवकरच कुतुबमिनार आपल्या मूळ जागेवर स्थापित होईल. पर्यटकांबद्दल आम्ही प्रसारमाध्यमांना फक्त एवढंच सांगू शकतो की, त्यांची प्रकृती उत्तम राहावी यासाठी प्रयत्न चालू आहेत.''

''आणि दहशतवाद्यांचं काय झालं?''

''त्यांना अंतराळ कारागृहात डांबलं आहे. तेथून ते कोठेही पळू शकणार नाहीत. 'मून इज माइन' नावाची संघटना पूर्णपणे लयास गेली आहे. देशाचे कायदे जपणाऱ्या व लस टोचून घेणाऱ्या नागरिकांच्या शरीरातील नॅनो-चिप्सना बाद केले आहे आणि ज्या देशांनी दहशतवाद्यांशी हातमिळवणी केली, त्यांच्यावर आंतरराष्ट्रीय पातळीवर कठोर कारवाई केली जाईल.

या केसमध्ये शर्मा सर आणि त्यांच्या टीममधील मुलांचे आम्ही मनापासून आभारी आहोत. त्यांनी नामी युक्ती सांगितली आणि सोशल मीडियावर वावड्या उठवण्यात आम्हाला मदत केली. देश व मानवता जपण्यासाठी त्यांनी मनःपूर्वक जी सेवा केली, त्याबद्दल भारताचे राष्ट्रपती त्यांना विशेष पुरस्काराने सन्मानित करणार आहेत,'' श्री. रमाशंकर यांनी हसतहसत सांगितले.

''हुर्रे... चंद्राच्या या चक्रामुळे आम्हालासुद्धा प्रसिद्धी मिळाली,'' इतका वेळ स्क्रीनकडे टक लावून बघणारी मुलं जोरात असं म्हणाली आणि टाळ्या वाजवून, उड्या मारत आनंद व्यक्त करू लागली. शर्मा सरही तेथेच होते. रोहन व शीनाला खूप आनंद झाला. आता पृथ्वी व चंद्र अगदी सुरक्षित होते. मामाच्या घरी जाऊन मग ते 'फूडी'च्या स्वादिष्ट व्यंजनांचा पोटभर समाचार घेणार होते...

◆

राहुलचा निर्धार

जुलै, २११२. दिल्ली. सकाळचे सहा वाजले होते. राहुल आपल्या गुबगुबीत अंथरुणात गाढ झोपेत होता. बहुतेक त्याला स्वप्न पडत असावं तेव्हा... आणि अचानक त्या नेहमीच्या मधुर आवाजानं तो जागा झाला, "सहा वाजले राहुल, ऊठ आता. तुझी आठ तासांची झोप पूर्ण झाली आहे. आणखी झोप काढणं योग्य नव्हे. तुझा दिनक्रम बिघडून जाईल अशानं."

आता तो आवाज इतका स्पष्ट व तीक्ष्ण झाला होता की, तो ताबडतोब उठून बसला. त्यानं शरीराला आळोखेपिळोखे दिले. त्याच्या खोलीचे पडदे आपसूक (स्वयंचलित असल्यामुळे) सरकले आणि आवश्यक तेवढेच ऊन त्याच्या खोलीत येऊन भिंतींवर अलगद पसरले. त्याच्या बिछान्याजवळील लहान टेबलावर त्याचे मॉर्निंग ड्रिंक म्हणजे कोमट लिंबूपाण्याने भरलेला ग्लास ठेवलेला होता.

"गुड मॉर्निंग राहुल! कसा आहेस?" समोरील भिंतीच्या स्क्रीनवर त्याला आई दिसत होती आणि तीच विचारत होती.

"आई! तू या वेळी कुठं आहेस..." राहुलने विचारलं.

"अरे, मी एका अपराध्याच्या पाळतीवर असून, न्यू यॉर्कला पोहोचले आहे. आपण दुपारी एकत्र जेवू." राहुल उदास झाला. त्याला माहीत होते की, त्याची आई इंटेलिजन्स विभागात काम करते. म्हणूनच तिला सारखी इकडेतिकडे ये-जा करावी लागते. त्याची आई पुढे म्हणाली, "इथे न्यू यॉर्कमध्ये मी तुझ्यासाठी काही वस्तू विकत घेतल्या आहेत. तुझा पत्ता लिहून त्या वस्तू पाठवीत आहे." मग आईने तिच्या हातातील छोट्याशा बॉक्सवर, आपल्या इलेक्ट्रॉनिक पेनाने पत्ता लिहिला, 'छोटीशी बेडरूम, कोपऱ्यातील टेबल, २९/१५४, पाटीलनगर,

दिल्ली, इंडिया.'

राहुल लगेच मोठ्या खुशीत उठला आणि अंघोळीला पळाला. पंधरा मिनिटांत तयार होऊन आलासुद्धा. त्याच्या टेबलावर एक छोटा बॉक्स टेलिपोर्ट होऊन आलेला होताच. मोठ्या उत्साहानं त्यानं बॉक्स उघडला. त्यात एक फॅन्सी चष्मा होता, ज्यातून खूप लांबवरचे स्पष्ट दिसत होते. बॉक्समध्ये आणखी एक मजेदार वस्तू होती. ती वस्तू म्हणजे 'गुरुत्वाकर्षणरहित' बुटांचा जोड. ते बूट घालून राहुल जमिनीच्या वर तीन फूट उंचीवरून चालू-फिरू शकत होता.

तेवढ्यात तोच मधुर आवाज परत आला, "आता तुला तयार व्हायचं आहे राहुल. तो बॉक्स ठेवून दे आता..." ही आज्ञा ऐकताच राहुलनं मोठ्या अनिच्छेनं त्या वस्तू बॉक्समध्ये ठेवून दिल्या आणि तो शाळेची तयारी करू लागला.

ठीक सव्वासात वाजता ज्युलिया नावाच्या रोबोने टेबलावर त्याची न्याहारी आणून ठेवली होती– मोड आलेली कडधान्ये आणि दूध. राहुल रागानं म्हणाला, "मी हे खाणार नाही."

"मास्टरनं आज हाच नाश्ता देण्यास सांगितलं आहे. तुमच्या शरीरात खनिजं व व्हिटॅमिन्सची कमतरता निर्माण झाली आहे. तुमचं वजनसुद्धा आटोक्यात ठेवायचं आहे," ज्युलियानं कोरडेपणानं सांगितलं.

"बाबा कुठे आहेत?"

"ते एका बिझनेस मीटिंगमध्ये आहेत; पण लवकरच घरी येतील," ज्युलिया म्हणाली.

"हे तर नेहमीचंच उत्तर आहे," राहुल चिडून म्हणाला.

तयार होऊन राहुल शाळेत जाण्यासाठी त्या लिफ्टमध्ये शिरला, जी तळघराच्या खाली त्याच्या शाळेच्या आगगाडीसमोर थांबते. आगगाडी तेथेच होती. तो त्यात बसला आणि मित्रांशी गप्पा मारू लागला. खरंतर सध्या नेहमीच्या रस्त्यांवर इतकी जास्त गर्दी असते की, मुलांना तेथे चालणंही कठीणच बनलं आहे. म्हणून शाळेच्या मुलांसाठी व आजारी लोकांसाठी भुयारी रेल्वेमार्ग बनवण्यात आले आहेत. त्या रस्त्यांवर फक्त शाळेच्या व रुग्णांच्या ट्रेन धावतात. तसेच वर आकाशमार्गे सुपर ट्रेन्स धावतात; पण त्यातसुद्धा खूपच गर्दी असते.

"हॅलो मारिया, आज खूप प्रसन्न दिसते आहेस. काय विशेष?"

"आम्ही ना राहुल... यंदा सुट्टीत जगाची सफर करणार आहोत. 'मास्टर'नं सांगितलं आहे की, आई-बाबासुद्धा माझ्याबरोबर असतील," मारिया खूपखूप आनंदानं म्हणाली.

"आणि माझी पुढच्या आठवड्याची दिनचर्या (टाइम टेबल) आली आहे. येत्या शनिवारी आणि रविवारी मी उशिरापर्यंत झोपू शकतो. तसंच तीन तास मी

माझ्या आवडीचं काम करू शकतो. मी तर पेंटिंग करणार आहे...'' आशू खुशीनं फुलला होता.

राहुल मात्र निराश वाटत होता. त्याचं तेच नेहमीचं जगणं, तीच दिनचर्या. आईनं दिलेले बूट घालून त्याला बागेत उड्या मारायच्या होत्या... पण...

थोड्याच वेळात मुलं शाळेत पोहोचली. प्राचीन काळात प्रचलित असलेल्या पुस्तकांच्या आकाराची ही इमारत राहुलला खूप आवडायची. तसंही आताचा काळ कागद न वापरण्याचा काळ आहे. खरी पुस्तकं फक्त संग्रहालयांत पाहायला मिळतात.

त्यांचा पहिला तास खेळण्याचा होता आणि दुसरा तास बागकामाचा. त्यांचे रोबोशिक्षक होते मि. क्रूज व मि. रॉबिन्सन. तिसरा तास नैतिक शिक्षणाचा असायचा आणि मग सुट्टी. इतर विषयांचा अभ्यास त्यांच्या मेंदूत बसवलेल्या चिपच्या आधारे व घरी येणाऱ्या शिक्षकाच्या मदतीने पूर्ण होत असे. खूप मोठी जनसंख्या असल्यामुळे आता घरं लहान झाली होती. जमीन अपुरी पडत होती. या घरांना मायक्रो हाउस म्हणायचे. बाग, खेळण्याची मैदानं आता कालबाह्य झाली होती. इतर मुलांबरोबर फक्त ऑनलाइनच नव्हे तर सशरीर खेळणं, बाग-झाडं-रोपं यांचा प्रत्यक्ष अनुभव घेण्यासाठी आणि आपलं आरोग्य टिकवून ठेवण्यासाठी मुलं शाळेत जात होती. कारण फक्त तेथेच या सर्व सुविधा उपलब्ध होत्या.

भरपूर खेळून झाल्यावर आणि झेंडू, जाई, जुईची झाडं-रोपं लावल्यानंतर राहुल व त्याचे मित्र आता नैतिक शिक्षणाच्या वर्गात आले. हा तास मात्र खराखुरा मानव असलेले शिक्षक श्री. मुखर्जी घेत असत.

''या मुलांनो! आता आपण सगळे मिळून, मानवी जीवनाच्या सर्वोत्तम स्वर्णिम काळात रमून जाऊ या. आतातर जगातील सर्व देशांच्या सीमारेषा पुसल्या गेल्या आहेत. आपण सगळे आता ग्लोबल नागरिक आहोत आणि आपण मास्टर कंट्रोलरच्या देखरेखीत आनंदी जीवन जगत आहोत. जग चालवणारा तो एक क्वांटम कॉम्प्युटर 'मास्टर' आहे. मेंदूत बसवलेल्या चिपमुळे एकूणएक माणसं 'मास्टर'शी जोडली गेली आहेत. जगात आज प्रत्येक समाजातील माणूस सुखी व सुरक्षित आहे आणि सर्व जण शांत आयुष्य जगत आहेत. कोणा एकाच्याही डोक्यात वाईट कृत्याचा विचार जरी आला, तरी लगेच मास्टरला त्याचे संकेत मिळतात आणि लगेच त्या माणसावर योग्य ती कारवाई केली जात आहे.'' जांभया देतदेत मुखर्जी सरांनी नैतिक शिक्षणाचा तास पुरा केला. मग शाळा सुटली. मुलं ट्रेनमध्ये बसून आपापल्या घरी गेली.

रात्रीच्या जेवणात मास्टरच्या आज्ञेनुसार जुलियानं राहुलसाठी सांजा व सॅलडचं जेवण बनवलं होतं. राहुल कसाबसा जेवला आणि आपल्या खोलीत कॉटवर

आडवा झाला. तो एकटा होता, तसाच खूप उदासही. नंतर कधी त्याचा डोळा लागला हे त्यालासुद्धा कळले नाही. तो गाढ झोपी गेला.

काही वेळानं त्याच्या डोळ्यांवर तीव्र प्रकाशाचा झोत आला; त्यामुळे तो जागा झाला. त्याच्या समोर पंधरा-सोळा वर्षांचा एक मुलगा उभा होता, जो राहुलच्या डोळ्यांवर तीव्र प्रकाशाचा झोत टाकून त्याला जागं करत होता.

"कोण आहेस तू?" राहुलनं झट्‌कन उठून विचारलं.

"घाबरू नकोस राहुल. माझं नाव सॅम आहे. मला मित्रच समज तू." तो मुलगा प्रसन्न होता.

"तू माझ्या खोलीत कसा आलास?" त्यानं आश्‍चर्यानं विचारलं.

"खरंतर मी आपल्या 'टाइम ट्रॅव्हल कार'ची चाचणी घेत होतो. मग मला तू दिसलास. तुझ्या निराशेनं मी बेचैन झालो. तुलासुद्धा मारियासारखं खूप फिरावंसं वाटतं ना?" सॅमनं विचारलं.

"तुला हे कसं कळलं?"

"मी इथे इ.स. २३५१ मधून आलो आहे. मला सर्व माहीत आहे, कारण हा आमच्या इतिहासाचा एक भाग आहे. मी तुला अशा ठिकाणी फिरवून आणीन, ज्याची तू कल्पनाच करू शकत नाहीस," सॅम म्हणाला.

"अरे, पण मास्टर मला जाऊ देणार नाही. आमची दिनचर्या ठरलेली आहे आणि आम्हाला त्याप्रमाणेच वागावं, जगावं लागतं."

"तू असं कर– तू फक्त माझ्या टाइम कारजवळ पोहोचलास की, मास्टर काही करू शकणार नाही; कारण माझी कार तुमच्या काही सेकंद पुढे आहे."

"पण..." राहुल थोडा गांगरला होता.

"तू तुझे डोळे मिटून घे आणि आपले सगळे लक्ष दोन भुवयांच्या मधोमध केंद्रित कर. तुझ्या डोक्यात कुठलाही विचार येऊ देऊ नकोस." सॅमनं आपली दोन बोटं राहुलच्या कपाळाच्या मधोमध ठेवली. राहुलला लगेच मेंदूत हलकं वाटू लागलं.

"आता तुझा सिग्नल कोणाच्याही आवाक्यात नाही येणार, पट्‌कन चल..." मग ती दोघं राहुलच्या घराच्या मागील परिसरात आली.

"ही बघ माझी कार..."

"अरे, कुठं आहे कार? मला तर काहीच दिसत नाही."

"तू कारमध्ये बसलास की, काही सेकंदांनंतर ती तुला दिसेल... आपण तुझ्या काळाच्या काही सेकंद पुढे गेल्यावर..."

सॅमचं म्हणणं अगदी बरोबर होतं. त्याची ट्यूबसारखी हायटेक टाइम कार जरा विचित्र दिसत होती; पण ती अगदी आरामशीर गाडी होती. सॅमनं समोरच्या

स्क्रीनवर काही संकेत दिले आणि राहुलला लगेच असं वाटलं की, तो एका भुयारात ओढला जात आहे. रंगीबेरंगी उजेडाची एक अस्पष्ट रांग त्याच्या डोळ्यांसमोर चमकत होती. हळूहळू सगळी दृश्यं, कॅनव्हासवर सांडलेल्या रंगांप्रमाणे एकजीव झाली.

बऱ्याच वेळानंतर हे फिरतं दृश्य अचानक थांबलं. टाइमकार थांबली.

"राहुल, हे बूट पायात घाल, म्हणजे तुला येथे चालणं सोपं होईल... आणि हे स्पेशल जाकीटही घाल, म्हणजे येथील तापमान तुला सहन होईल." सॅमनं असं म्हटल्याबरोबर राहुलनं बूट व जाकीट घातले.

"कशी होती टेस्ट ड्राइव्ह सर?" सेल्समनच्या पोषाखातील एका माणसानं सॅमकडून किल्ली घेताना विचारलं.

"फारच छान! पण तिनं मला फक्त भूतकाळातच नेलं, भविष्यात नाही," सॅम म्हणाला.

"सर, आपल्या बजेटप्रमाणे हीच कार विकत घेता येईल. भविष्याची कार फारच महाग आहे," सेल्समन म्हणाला.

"ठीक आहे. मी यावर विचार करीन," सॅम म्हणाला.

एवढी मोठी व शानदार 'कार शोरूम' बघून राहुल चकितच झाला. वेगवेगळ्या आकारांच्या, अप्रतिम बनावटीच्या कितीतरी टाइम ट्रॅव्हल कार्स तिथं उभ्या होत्या. तेथील रोबो सेल्समन ग्राहकांचे स्वागत करत होते, त्यांना मदत करत होते.

"चल, आधी घरी जाऊ या," सॅमनं राहुलचा हात हातात घेतला आणि ते दोघे शोरूमच्या बाहेर पडले. बाहेरचे मनोहर दृश्य पाहून राहुल स्तिमितच झाला. वर काळ्याभोर आकाशात प्रकाशमान चमचमत्या ताऱ्यांच्या खाली मोठमोठे चमकदार बुडबुडे इकडेतिकडे तरंगत होते. सॅमने आपल्या मनगटी घड्याळाचे एक बटण दाबल्याबरोबर त्यांतील एक बुडबुडा ठीक त्यांच्या वर आला आणि त्यातून एक लिफ्ट खाली आली, ज्यातून ते दोघं वर खेचले गेले.

"हे बघ, आलं आपलं घर. कसं वाटलं?"

पारदर्शी बुडबुड्यात असलेलं ते घर म्हणजे एक शानदार नमुना होता. वेगवेगळ्या उपकरणांनी सजलेल्या व प्रकाशानं भरलेल्या खोल्या, रंगीत प्रकाशाची कारंजी, मधुर संगीत ऐकवणारी सुंदर रोपे असलेली अद्‌भुत बाग. संपूर्ण घरात असलेली सुखद ऊब. राहुलनं बुडबुड्याच्या मऊ व लवचीक पारदर्शी भिंतीतून बाहेर पाहिलं, तर त्याला दिसलं की, उपड्या घातलेल्या मोठ्या आकाराच्या वाडग्याप्रमाणे एका मोठ्या पारदर्शी आवरणात संपूर्ण शहर चमचमत होतं. काळ्या आकाशात तरंगत असलेल्या बुडबुड्यांमध्ये असलेली घरं फारच मोहक होती. वेगळी होती. त्यांत अतिउंच इमारतीसुद्धा होत्या, ज्यांची रचना बदलत होती.

लाल, हिरव्या, निळ्या रंगांचे रस्ते काचेसारखे चमचमत होते, ज्यांवर लोक चालत होते व गाड्या पळत होत्या. मोठमोठ्या बागांमध्ये फळाफुलांनी बहरलेली झाडं दिसत होती. त्या बागांमध्ये विचित्र प्रकारचे पशुपक्षीही बागडत होते. हे सगळे दृश्य राहुल मुग्धपणे पाहत होता. पृथ्वीवर तर हे सगळे अशक्यच होते. सगळीकडे भव्यता व आगळेपण भरून राहिलं होतं.

"स्वागत आहे तुझं राहुल बाळा, आधी काहीतरी खाऊन घे," सॅमच्या आई त्याचे स्वागत करीत म्हणाल्या. राहुलनं त्यांना वाकून नमस्कार केला. त्यांच्या हातातील ट्रेमध्ये गाजराचा हलवा व सामोसे होते.

"हे मी नाही खाऊ शकत... मास्टरची परवानगी नाही मला!" राहुल व्याकूळ होऊन म्हणाला.

"तू आता विसर त्यांना, इथे ते काही करू शकत नाहीत!"

"मी कुठं आलो आहे?"

"ही चंद्रनगरी आहे, जी तुमच्या चांदोमामाच्या सावलीत वसली आहे."

"चंद्रावर वस्ती? तुम्ही एलियन आहात काय?" राहुल स्तब्ध झाला.

"नाही, आम्ही मानवच आहोत, फार पूर्वी आमचे पूर्वज पृथ्वीनिवासी होते; पण आम्हाला पृथ्वी सोडून खूप वर्षं झाली आहेत. आता आम्ही इथेच असतो," सॅमनं उत्तर दिलं.

"पृथ्वीवर माणसानं आपलं नियंत्रण 'मास्टर'च्या अधीन केलं. त्यामागचा विचार असा होता की, असं केल्यानं समाजात समानता येईल व शांततासुद्धा. अपराध व दहशतवाद संपून जाईल," सॅमच्या आईनं हळूच सांगितलं. मग सॅमनं आपल्या इतिहासाच्या आधारे पुढे सांगितलं,

"कॉम्प्युटरचं आधिपत्य आमच्या मेंदूवर आलं. त्याच्या आज्ञेप्रमाणे आम्ही वागू लागलो. याचा फायदा असा झाला की, माणसाची उद्दंडता नियंत्रित झाली. समाजात अपराध कमीकमी होत गेले आणि नंतर संपलेसुद्धा. जगणं सोपं झालं माणसाचं; पण त्याचे (मास्टरचे) काही दुष्परिणामसुद्धा होऊ लागले..."

"कसले दुष्परिणाम?" राहुलनं उत्सुकतेनं विचारलं.

"सर्वांची दिनचर्या एकाच प्रकारची झाली. त्यात काही बदल होत नव्हता. म्हणजे असं की, आमच्यातले नवनिर्माण करण्याचे, काही रचनात्मक करून दाखवण्याचे गुण लयास जाऊ लागले. मास्टरचे आधिपत्य आल्यापासून आजपर्यंत पृथ्वीवर कोणी मोठा चित्रकार, गायक, लेखक, वैज्ञानिक घडलाच नाही. हे गुण जोपासण्यासाठी मेंदूला स्वतंत्र मोकळीक आणि वेळ हवा असतो, तो मिळूच शकला नाही. कोणा एकाच्याच विचारानं सगळ्यांचं जीवन जर झाकोळलं गेलं तर... तर त्या मेंदूला चालना मिळणार तरी कशी? आणि मग सर्वकाही थांबलं.

आयुष्य नीरस होऊ लागलं. मानवी सभ्यता एकाच जागी गोठून राहिली... ती पुढं गेलीच नाही.''

''पण मग तुम्ही इथे आलात कसे?'' राहुलच्या मनात शंभर शंका आल्या.

''प्रकृती (निसर्ग) विकासाचा मार्ग स्वतःच शोधून घेते. आमच्यापैकी खूपशा लोकांनी ध्यान व योगक्रियांच्या मदतीने आपला मेंदू आपल्या नियंत्रणात ठेवला. मेंदू शांत ठेवून आम्ही जे काही करीत होतो, ते मास्टरपर्यंत पोहोचत नव्हतं. आमचा समविचारी माणसांचा समूह वाढत गेला. आमच्या सगळ्यांच्या लक्षात आलं की, आम्ही नकळत आणि उगाचच कळसूत्री बाहुलीप्रमाणे जगतो आहोत. माणसाच्या वर्तमानात आणि भविष्यात जर काहीच अंतर नसेल, तर ते जगणं म्हणजे 'जडत्वच' नव्हे काय? आणि ही अवस्था भयंकरच म्हणावी लागेल.'' सॅमच्या अंगावर शहारे आले हे सांगताना.

''मग तुम्ही पुढं काय केलं?'' राहुलनं विचारलं.

''आमच्यापैकी काही जणांनी चंद्रावर वस्ती बनवण्याचा निर्णय घेतला. खरंतर येथे वायुमंडल नाही. तापमान -१७३ च्या खाली आणि +१२३च्या वर जात असे. गुरुत्वाकर्षण फारच कमी; पण हाच एकमेव आकाशीय पिंड पृथ्वीच्या सर्वांत जवळ होता. मात्र, इथे पाणी होते. मग आम्ही पूर्ण तयारीनिशी पृथ्वीला 'अलविदा' म्हटलं,'' सॅम म्हणाला.

राहुलचा सामोसा संपत आला होता. तो म्हणाला, ''काकू, किती चविष्ट आहे सामोसा. मला खूपच आवडला.''

''तू आणखीसुद्धा घेऊ शकतोस,'' असं म्हणत सॅमच्या आईनं राहुलला प्रेमानं जवळ घेतलं. राहुलचा आनंद गगनात मावेना. एखाद्या जिवंत (मानवी) आईला सशरीर भेटण्याची राहुलच्या आयुष्यातील ही पहिलीच संधी होती. पृथ्वीवर सगळ्या मुलांच्या आया अशा होत्या ज्या बोलायच्या, दिसायच्या; पण प्रत्यक्ष त्या कधीच भेटत नव्हत्या. मुलांना माहीत नव्हतं की, त्यांचा जन्म क्लोनिंगच्या मार्फत झाला आहे. हे 'मास्टर'चं आयोजन होतं आणि अशा मुलांचे परिवार कधीच नसत.

तेवढ्यात सॅमची धाकटी बहीण रूबी तेथे येऊन बसली. ती मोठ्या उत्सुकतेनं राहुलला बघत राहिली. राहुल फारच अचंबित झाला. अशी सुखद अनुभूती त्याला पूर्वी कधीच आली नव्हती.

''आम्ही स्वतंत्र चंद्रवासीय नागरिक आहोत, कुठल्या मास्टरचे गुलाम नाही. मशिन्सचा वेग भलेही मानवापेक्षा जास्त असेल; पण ही कृत्रिम बुद्धी मानवाच्या उत्स्फूर्त बुद्धीप्रमाणे स्वतंत्र विचार करणारी कधीच होणार नाही. पृथ्वीवर शांतता अवश्य स्थापित झाली; पण प्रगती मात्र निघून कायमची गेली. तेथील मानवाचं

ज्ञान पुढं वाढलंच नाही. पृथ्वीवर आजसुद्धा निर्जीव वस्तूच टेलिपोर्ट करता येतात; इथे आम्ही माणसंसुद्धा टेलिपोर्ट करू शकतो. पृथ्वीवर 'टाइम मशीन'च्या नावाखाली फक्त घड्याळं आहेत; पण आम्ही टाइम मशीनसुद्धा बनवलं...'' सॅम हसत म्हणाला. सॅमच्या आईनं मग समजावलं, ''आई-वडिलांची माया, भावा-बहिणींचा स्नेह आणि मित्रांचं प्रेम घेऊन आम्ही चंद्रवासी एका कुटुंबाप्रमाणे राहतो. आपापसांत भांडण-तंटे करून आम्हाला त्याच चुका परत नाही करायच्या की, ज्यांमुळे आम्हाला पृथ्वीवरील नियंत्रण 'मास्टर'च्या हातात सोपवून इथं यावं लागलं.''

''मी आभारी आहे सॅम तुमचा. तुम्ही जर मला इथं आणलं नसतं, तर मला मानवजन्माचं खरं सार्थक कशात आहे, ते कळलंच नसतं. आता मला स्नेह, विचारशक्ती आणि स्वातंत्र्य यांचं मोल कळलं. पृथ्वीवर आता यांत्रिक जगणंच बाकी राहिलं आहे. यापुढे मी इथंच राहीन,'' राहुल म्हणाला.

''पण राहुल, इथल्या कायद्याप्रमाणे तुला इथं राहता येणार नाही आणि पृथ्वीवर तू एकटाच असा मानव नाहीस, ज्याला हे सत्य कळलं आहे. तुझ्यासारखी अशी अनेक माणसं आहेत, जे ही परिस्थिती जाणतात,'' सॅम संकोचून म्हणाला.

''ठीक आहे सॅम; पण पृथ्वीवर अशीच स्थिती राहून चालणार नाही. आम्ही त्यावर नक्कीच उपाय शोधू. तुमच्यासारखे पृथ्वी सोडून पळणार नाही. निसर्ग आमची साथ करेल. माझ्या डोळ्यांत झणझणीत अंजन घालून तुम्ही मला सावध करून नवीन सुरुवात करून दिली आहे,'' राहुल आत्मविश्वासानं म्हणाला.

''आम्ही पृथ्वीवासीयांना इथं वसवू शकत नाही; पण निदान मदत तर नक्कीच करू शकतो. चल, आता निघू या... माझ्या टाइम कारनं मी तुला पृथ्वीवर सोडून येतो. माझा विचार झालाय की, ही कार घेऊनच टाकावी, चांगली आहे ना?'' सॅम विश्वासानं म्हणाला.

''खूप चांगली आहे, अगदी तुझ्यासारखी.''

राहुल तेथून उठला. त्याला आता पृथ्वीवर बरीच कामं करायची होती. त्या सर्व जागृत लोकांना शोधायचं होतं. मास्टरच्या नियंत्रणातून सुटका करून प्रगतीच्या मार्गावर चालायचं होतं. विगत काळातील सहजसुंदर कुटुंबवत्सल आयुष्य पुन्हा जगायचं होतं. जगवायचं होतं. पक्का निर्धार करीत त्यानं सॅमचा हात धरून पुढचं पाऊल टाकलं...!

◆

“सरिता, ‘जिवंत’ या शब्दाचा अर्थ समजावून सांग बघू!” प्रोफेसर समीरनं गमतीनं विचारलं.

“त्यात काय विशेष,” सरिता जरा रागातच बोलली.

“मग सांग मला अर्थ,” समीर मिश्किलीने म्हणाले.

“खाणंपिणं, चालणं-बोलणं या कृतीसोबत जिवंतपणाचं सर्वांत मोठं प्रमाण आहे आपल्यासारखी संतती निर्माण करणं आणि हे सर्व बाह्य बळाच्या प्रभावानं नव्हे, तर ते आपसूक घडलं पाहिजे. मानव आणि इतर जीवजंतूंमध्ये विचार करण्याची आणि परिस्थितीनुसार निर्णय घेण्याची क्षमता असते, जिला आपण बुद्धी म्हणतो,” सरितानं विचार करून उत्तर दिलं.

आता प्रोफेसर समीर जरा गंभीरतेनं म्हणाले, “समजा, एक असं मानव-मशीन निर्माण केलं गेलं ज्याच्याकडे कृत्रिम बुद्धी आहे आणि ते आपल्यासारखं आणखी मशीन निर्माण करण्याची क्षमता बाळगत असेल तर तू त्याला जिवंत मशीन मानणार नाही का?”

सरिता जरा पेचात पडली. ती म्हणाली, “पण भावनात्मक दृष्टीनं ते मशीन शून्यच असेल ना! त्यात भावना, संवेदना, संज्ञान कसं असू शकेल?”

“आता हे सिद्ध झालं आहे की मेंदूच्या विभिन्न भागांत निर्मित व स्रवित होणारे हार्मोन्स, भावनांना उत्पन्न करतात व नियंत्रितसुद्धा करतात. अर्थात, भावनासुद्धा काही विशिष्ट रासायनिक पदार्थांच्या अधीन असतात, आणि म्हणूनच त्या जिवंत कथित मशीनमध्ये ते रासायनिक पदार्थ घातले जाऊ शकतात. हे शक्य आहे.”

“यातलं मला काही कळत नाही पण, मानव

जिवंत मशीन

ही निसर्गाची सर्वश्रेष्ठ कृती आहे, यावर माझा दृढविश्वास आहे. मानवापेक्षा श्रेष्ठ काहीच नसतं,'' सरिता दृढविश्वासानं म्हणाली.

''नाही! 'जिवंत मशीन' हे मानवापेक्षा नक्कीच श्रेष्ठ असणार आहे. मशीनच्या कृत्रिम मेंदूत स्मृतींचा मोठा साठा आणि परिस्थितीनुसार येणारी क्षमता, मानवाच्या तुलनेत कितीतरी पटीनं तीव्र असणार आहे. तिची भावनात्मक पातळी मानवासारखी असेल. खरंतर ती एक 'सुपर ह्यूमन कृती' असणार आहे,'' प्रोफेसर समीर ठासून म्हणाले.

''आणि ऊर्जेचं काय?'' सरितानं विचारलं.

''मनुष्य सूर्यापासून ऊर्जा प्राप्त करतो. अर्थातच ही ऊर्जा झाडेझुडपे, भोजन आदींच्या माध्यमानं त्याला मिळते. आणि ही नवीन 'कृती' सरळ सूर्याकडूनच ऊर्जा घेईल. आता सांग बरं, जीवित प्राण्याचं असं अन्य कोणतं लक्षण आहे जे त्या कृतीत नाही?'' प्रोफेसर समीर प्रसन्नपणे म्हणाले.

''तर्कानुसार तर सर्व गुण मानावे लागतील. ठीक आहे,'' सरिताला ते पटलं.

''म्हणजे आता तुला त्या मशीनला जिवंत तरी म्हणावं लागेल किंवा 'जिवंत' या शब्दाला अर्थहीन मानावं लागेल, किंवा सिद्ध करावं लागेल,'' विजयी मुद्रेनं समीर म्हणाले.

''म्हणजे विज्ञान आणि तर्क यांनी 'जिवंत' या शब्दाचा खरा अर्थच काढून घेतला म्हणायचं...'' आता सरिता गहन विचारात गढून गेली.

सरिताच्या मनातील घालमेल प्रोफेसर समीरच्या लक्षातच आली नाही. ते पुढे म्हणाले, ''ती कृती चिरयौवना आणि अमर असणार आहे. तिचं आयुष्य (अस्तित्व) संपवण्याचे अधिकार मानवाच्या हाती असणार आहेत.''

''प्रत्यक्षात व्यावहारिकरीत्या असं मानव-मशीन बनवणं खरंच शक्य आहे काय?'' सरितानं विचारलं.

''शक्य आहे तर!... खरंतर मी असं मशीन बनविण्याच्या अंतिम टप्प्यात पोहोचलो आहे. ती कृती तयार होताच मी ती, तुला समर्पित करणार आहे. याचं कारण सांग बघू!'' प्रोफेसर समीरच्या डोळ्यांत प्रेम ओसंडत होतं...

''का बरं?'' सरिता लाजून म्हणाली.

''कारण, मानव हा प्रकृतीपेक्षा अधिक क्षमतावान आहे, हे सिद्ध करण्याची प्रेरणा तू मला दिलीस. प्रकृतीच्या, तुझ्यासारख्या आगळ्या कृतीनं, माझ्या मनात प्रतिस्पर्धेची भावना जागृत केली आणि मानवाचा मूळ स्वभावच असा असतो की त्याला प्रकृतीला नमवण्यात पुरुषार्थ वाटतो. माझ्या मनात असंही होतं की माझी रचना फक्त एक रोबोट न राहता, ती मानवाद्वारे केली गेलेली श्रेष्ठतम सृष्टी सिद्ध व्हावी.''

प्रोफेसर समीर अभिमानाने सर्व काही सांगत होते आणि सरिताच्या चेहऱ्यावर चिंतेचं सावट पसरलं...

ते थंडीचे दिवस होते आणि संध्याकाळचं ऊनसुद्धा कोमट झालं होतं. सरितानं आपली शाल अंगाभोवती घट्ट गुंडाळली. संध्याकाळच्या मंद सूर्यकिरणांत तिच्या चेहऱ्यावर आभा आली होती. प्रोफेसर समीर तिच्याकडे टक लावून पाहत होते.

"सरिता, अजून वाटत नाही की आपल्या लग्नाला सात वर्षे झाली..."

"पण मला तर वाटतं की सातच महिने झाले..."

"कसं काय बुवा?"

"कारण इतक्या अवधीत आपण एकमेकांच्या सान्निध्यात फक्त सात महिनेच आलो असू..., बाकी सगळा वेळ तुमचा प्रयोगशाळेतच गेला की!"

"बरोबर आहे तुझं म्हणणं," त्याच्या चेहऱ्यावर विषादाचं सावट पसरलं. हे ऐकून सरिताला जोराचं हसू फुटलं. हसता हसता ती म्हणाली,

"तुम्ही तर विसाव्या शतकातील मानवाप्रमाणे भावुक झालात, प्रोफेसर! नका विसरू की आपण एकविसाव्या शतकाचे नागरिक आहोत."

एकविसाव्या शतकाचा हा उत्तरार्ध आहे. संचार क्रांती पूर्णपणे विकसित होऊन वापरात आली होती. रोजच्या जीवनात प्रत्येक क्षेत्रात कॉम्प्युटरशिवाय एक पाऊल पुढं टाकणं शक्य नव्हतं. सगळे कॉम्प्युटर्स आंतरराष्ट्रीय संचार-नेटवर्कद्वारे परस्पर जोडले गेले होते. 'इन्फर्मेशन सुपर हायवे'वर सूचनांचं अतिविशाल भांडार सर्वांसाठी अविरत उपलब्ध होतं. आता मानव, ऑफिससाठी रोज-रोज बाहेर जाण्याच्या कटकटीतून मुक्त झाला आहे. आता सर्वांसाठी राहतं घरच त्यांचं कार्यालय झालं आहे. कॉम्प्युटर नेटवर्कच्या माध्यमानं सर्व जण इच्छित कार्य घरी बसून करू शकतात. आता लोक अत्यावश्यक कार्य असल्यावरच, अगदी कधीतरी घराबाहेर पडतात. परिवहन सीमित झालं आहे. ओळखीच्या लोकांना, नातेवाइकांना प्रत्यक्ष भेटण्याची गरज संपली आहे, कारण सायबर स्पेसमध्ये ते आपसात भेटतात. विरोधाभास असा की, संपूर्ण विश्व एक गाव बनलं असलं तरी ते आपसात, सशरीर जिवंत उपस्थितीच्या अनुभवास मुकले आहेत.

हल्ली बँक, प्रयोगशाळा, दवाखाने, ऑफिस व घराघरांत बहुतांशी रोबोट काम करतात. कर्मचाऱ्यांची संख्या नगण्य झाली आहे. विज्ञानाच्या उन्नत शाखांच्या रूपात, 'रोबोटिक्स' निरंतर प्रगती करीत आहे. रोबोटिक्सच्या सर्वश्रेष्ठ विशेषज्ञांच्या पंक्तीत प्रोफेसर समीरचं नाव प्रामुख्यानं घेतलं जातं, ते आता रोबोटला 'सुपर ह्यूमन' बनवण्यात गुंतले आहेत.

हिवाळा संपला होता. दुपारचं रणरणतं ऊन उतरलं होतं आणि संध्याकाळी हवेत किंचित गारवा होता. घरातील गडी 'रॉबी', जो एक रोबोट होता, बागेला

पाणी घालत होता. सरिता स्वत:च्या खोलीत कॉम्प्युटर नेटवर्कवर डॉ. पद्मनाभन यांच्याबरोबर एका गहन विषयावर चर्चा करीत होती. डॉ. पद्मनाभन समाजशास्त्र व मानसशास्त्र या विषयात पारंगत होते.

"तुम्हाला असं वाटतं का, की रोबोटची नवीनतम पिढी मानवाला पर्याय असेल?" सरितानं विचारलं.

"जर असं झालं, तर मानवाचं पतन अटळ आहे," पद्मनाभन यांनी आपलं मत मांडलं.

"म्हणजे ते मानवाचे सहयोगी होणार नाहीत?" सरिताची जिज्ञासा जागी झाली.

"एका विशिष्ट सीमेत असं होईल, पण त्यानंतर रोबोट मानवाला दुर्बल व अकर्मण्य करील. कृत्रिम मेधावी रोबोट तर भविष्यात मानवासाठी धोकादायक सिद्ध होतील."

"म्हणजे कसं?" सरितानं हे विचारलं असताना रॉबी तेथे आला व म्हणाला, "प्रोफेसर समीर आपल्याला लगेच भेटू इच्छितात."

मागील तीन आठवडे प्रोफेसर समीर प्रयोगशाळेमध्ये आपल्या साहाय्यकांबरोबर रात्रंदिवस अविरत कामात गुंतले होते.

"ठीक आहे, आपण नंतर भेटू," पद्मनाभन म्हणाले.

रॉबीबरोबर सरिता, अतिथीकक्षात आली. प्रोफेसर समीर एका तरुणीबरोबर बोलत बसले होते. तरुणी फार देखणी होती. तिचा आवाज मधुर होता आणि तिच्या देहबोलीत आगळंवेगळं आकर्षणसुद्धा होतं.

" ही रीबी, माझी प्रयोगशाळेतील मदतनीस," प्रोफेसर समीरनी सरिताची व रीबीची ओळख करून दिली.

"नमस्कार," असं म्हणून ओळख करून घेण्यासाठी सरितानं आपला हात पुढे केला. प्रत्युत्तरात रीबीनंही तसंच केलं. सरिताला रीबीचा स्पर्श गार व किंचित कडक वाटला.

"काय घेणार तुम्ही, चहा... कॉफी?" सरितानं अगत्यानं विचारलं. हा प्रश्न ऐकताच प्रोफेसर समीरना जोराचं हसू आलं. सरिता आश्चर्यानं बघतच राहिली.

"बघ, फसलीस ना... अगं हा रोबोट आहे," असं म्हणून त्यांनी रोबोटच्या केसात बोटानं एका ठिकाणी दाबलं. त्याबरोबर रीबी निश्चल झाली. सरितानं तिला स्पर्श केला व तिची खात्रीच पटली. रीबीचे डोळेसुद्धा स्थिर झाले होते.

"आता पटलं ना तुला!" असं म्हणत समीरनी रीबीला परत सक्रिय केलं.

"किती सुंदर आहे ही! मानवाचं ईश्वरदत्त सौंदर्य हिच्यापुढे फिकं आहे."

सरितानं केलेलं कौतुक ऐकून रीबीच्या डोळ्यांत आगळीच चमक उमटली.

"नाही सरिता, मानवाचं प्राकृतिक सौंदर्यच खरं असतं. हे तर प्रयोगशाळेत घडवलेलं बनावट सौंदर्य आहे. नैसर्गिक सौंदर्याची तुलना याच्याशी होऊच शकत नाही," सरिताला कवेत घेत प्रोफेसर समीर म्हणाले.

सरिता काही म्हणणार होती, पण त्यापूर्वीच तिचं लक्ष रीबीच्या चेहऱ्यावर गेलं. रीबीचा चेहरा मलूल, हताश झालेला वाटला तिला.

"तुम्ही जीनिअस आहात समीर! रीबीला घडवून तुम्ही हे सिद्ध करून दाखवलं आहे की रोबोट-विज्ञानात तुमची बरोबरी कोणीच करू शकत नाही. एके काळी देवांवर रागावून मुनी विश्वामित्रांनी प्रतिसृष्टीची रचना केली होती. आज रीबीच्या रूपात तुम्हीसुद्धा तेच केलं आहे," रीबीच्या प्रतिक्रियेनं सरिता भारावली होती.

रीबीनं हे संभाषण लक्षपूर्वक ऐकलं व म्हणाली,

"मला अस्तित्वात आणल्याबद्दल मी आपली शतशः आभारी आहे, प्रोफेसर समीर!" रीबीच्या चेहऱ्यावर अनुराग व समर्पणाचे भाव होते.

प्रोफेसर समीरनं हसून रीबीच्या कपोलांना स्पर्श केला.

"बरं, मी निघतो आता. या संशोधनासाठी जगाच्या कानाकोपऱ्यांतून मला प्रश्न विचारले जात आहेत. एका व्हिडिओ संमेलनात मला सर्व जिज्ञासांचं निराकरण करावं लागणार आहे." असं म्हणून ते बाहेर पडणार, इतक्यात त्यांचं लक्ष सरिताकडे गेलं. सरिता एकटक रीबीकडे बघत होती. रीबीच्या डोळ्यांतील भाव सरिताला उत्कंठित करीत होते, असं समीरच्या लक्षात आलं.

"सरिता, तुला रीबीच्या सौंदर्याची असूया तर वाटत नाही ना? आणि तसंही तुझी जागा हे मशीन कधीच घेऊ शकणार नाही... मग भलेही हिला जिवंत म्हटलं जाऊ दे..." प्रोफेसर समीरनी हसून सरिताची गंमत केली, आणि ते बाहेर निघून गेले. पण... पण रीबीच्या डोळ्यांत साचलेली प्रतिशोधाची भावना मात्र त्यांच्या नजरेतून सुटली होती...

रात्रीचा अंधार दाट होत चालला होता. कालचक्राची गती नेहमीप्रमाणे अविरत होती. गार आणि स्पंदनरहित रात्रीत, काळ्या आकाशात चमकणारे तारे निस्संग हठयोग्यांसारखे, शतकानुशतकं आपापल्या स्थानांवर चिकटले होते. काळाचा तो सर्वाधिक भयानक खंड, प्रोफेसर समीरचं आयुष्य उद्ध्वस्त करून विलीन झाला होता. आपल्या कक्षात बसून प्रोफेसर समीर कॉम्प्युटरवर डॉ. पद्मनाभांशी बोलत होते...

"...आणि हेच शेवटचं बोलणं माझ्यात व सरितात झालं. तेव्हा ती जिवंत होती. त्यानंतर मात्र..., मला हेच कळत नाहीये की रीबीनं सरिताचे प्राण का घेतले?" सगळा किस्सा सांगितल्यानंतर प्रोफेसर समीर यांच्या चेहऱ्यावर विषादाचं,

दु:खाचं सावट पसरलं होतं व ते थकून गेले होते.

"मला याच गोष्टीची भीती वाटत होती. मी सरिताला सावध करणार होतो... पण आमचं संभाषण अचानक त्या व्यवधानामुळे खुंटलं... आणि जे घडावयास नको होतं, नेमकं तेच घडलं..." स्क्रीनवर उपस्थित डॉ. पद्मनाभनच्या स्वरात निराशा होती.

"पण पुढे काय घडणार आहे, हे तुम्हाला कसं जाणवलं?" समीर आश्चर्यानं म्हणाले.

"आपल्याच धुंदीत वेगानं पळणाऱ्या विज्ञानाकडे इतका वेळ आहेच कुठे, की जरा थांबून आपल्या आविष्कारांच्या परिणामांचा मागोवा घेता येईल? एका व्यवस्थित समाजात शिशूचा जन्म होतो. आपली समाजव्यवस्था सुचारूपणे पुढे चालावी, या हेतूनं मानवानं अनुभवांच्या आधारे काही नीतिनियम, नैतिक मापदंडांना स्थापित केलं. संस्कारांच्या माध्यमानं मानव आपल्या बाळांना घडवतो. या अखंड प्रक्रियेत मग ते बाळ एक माणूस बनतो. तो स्वत:वर संयम ठेवून विवेकानं वागतो आणि हाच संयम, विवेक त्याच्या उद्दाम, अपायकारक आकांक्षांना आणि मनोवेगाला आवर घालत असतो. तीच मानवाची खरी शक्ती आहे."

आपल्या बोलण्याचा प्रोफेसर समीरवर काय परिणाम झाला आहे, ते अजमावण्यासाठी ते क्षणभर थांबले. खरंतर प्रोफेसर समीरच्या मनात असे विचार कधी आलेच नव्हते. ते केवळ एक शास्त्रज्ञ होते. आपल्या आविष्कारांना या आधी कधीही त्यांनी समाजशास्त्र व मानसशास्त्राच्या कसोटीवर पारखलंच नव्हतं.

"संस्कारांद्वारे परिष्कृत आणि परिमार्जित (म्हणजेच उजळून) होऊनच मानव सभ्य व सुसंस्कृत बनतो. यांच्या अभावात तर तो आदिम वासनांचा आणि संवेगांचा एक पुतळाच बनेल आणि स्वत:च्या भावनांना तो क्रूर, निकृष्ट आणि अत्यंत वाईट प्रकारानं व्यक्त करील. दुसऱ्या शब्दांत आपण असं म्हणू शकतो की, तो एक जिवंत डागाळलेला रोबोटच असेल," डॉ. पद्मनाभन म्हणाले.

प्रोफेसर समीरच्या आता लक्षात आलं की आपण कुठे चूक केली आहे.

डॉ. पद्मनाभन पुढे म्हणाले, "रीबीच्या मनात, ज्यानं आपल्याला घडवलं त्याच्याबद्दल प्रेम व सरिताबद्दल आकस निर्माण झाला होता. आपल्या अभीष्टाच्या प्राप्तीच्या मार्गात तिला एकमेव अडसर 'सरिता'च जाणवत होती. मग ते साध्य करण्यासाठी रीबीनं, मानवीय संवेगामुळे सरिताला मारून टाकलं. उचित किंवा अनुचित याचं विवेकजन्य अंतर्द्वंद्व तिच्या कृत्रिम मेंदूत कधीच नव्हतं!"

प्रोफेसर समीरचा कंठ दाटून आला व ते म्हणाले,

"या सर्व गोष्टी जर मी रीबीत फीड करू शकलो असतो, तर आज माझी सरिता माझ्या जवळ असती!"

डॉ. पद्मनाभनांच्या चेहऱ्यावर, प्रोफेसर समीरच्या प्रति सहानुभूती स्पष्ट दिसत होती. ते पुढे म्हणाले,

"जर मानव स्वतःच संपूर्ण नाहीये, तर तो अशी मानव-मशीन कशाच्या आधारावर बनवू शकतो, जी खरोखरच स्वयंपूर्ण असतील! तसं पाहिलं तर व्यक्तिगत पातळीवर कोणत्याही दोन व्यक्ती त्याग, नैतिकता आणि जीवनमूल्यांच्या स्तरावर सारख्या नसतात. त्यांच्यातही वेगळेपण असतं. म्हणजे असं की जर एखाद्या समाजात अमुक एक गोष्ट अनैतिक मानली जात असेल, तर दुसऱ्या समाजात ती नैतिक म्हणून प्रतिष्ठित असू शकते. या बाबतीत प्रत्येक व्यक्ती पूर्वग्रहानं ग्रासित असतेच असते. रीबीला तुम्ही स्वतःच्या जीवनमूल्यांच्या आधारावर कदाचित घडवूही शकला असतात, पण ते संपूर्ण मानव समाजाला मान्य होईल, असं नसतं ना!"

"तुमचं म्हणणं बरोबरच आहे," प्रोफेसर समीर निरुत्तर झाले.

"आणि दुसरं असं की, अशा एखाद्या आविष्काराचं महत्त्वच काय असणार आहे, जो मुळातच प्रकृतीनं निर्माण करून ठेवला आहे. त्याचा फायदा काय? ती कदाचित मानवाच्या अहम्‌ची संतुष्टी असेल. प्रकृतीला तिचीच प्रतिकृती बनवून दाखवल्याचा अहंकार, की मी तुझ्यापेक्षाही श्रेष्ठ आहे म्हणून! पण मानव नेहमीच प्रकृतीचा अनुगामी असतो, तो स्वामी होऊ शकत नाही!" आणि डॉ. पद्मनाभन चेहऱ्यावर एक छद्मीहास्य आणीत तेथून निघून गेले. स्क्रीन रिकामा झाला.

प्रोफेसर समीर स्तब्ध झाले. जणू त्यांच्या मर्मस्थळावरच प्रहार झाला होता. ते आपल्या शयनकक्षात आले. एका कोपऱ्यात रीबी निःस्पंद उभी होती. समीरनी तिचा चेहरा कुरवाळला. त्यांना जाणवलं की सरिताचा स्पर्श किती सुखद आणि जिवंत असायचा...

रीबीच्या खांद्यानजीक असलेला छोटासा लीव्हर त्यांना ओढला. रीबी आता तापून लाल झाली होती... ती हळूहळू विरघळत गेली–

"मला तुझी काही आवश्यकता राहिली नाही," ते मनात म्हणाले.

आता मानवाद्वारे बनवण्यात आलेल्या समानांतर सृष्टीचा अंत झाला होता...

◆

विचित्र नाती

आपल्या वातानुकूलित घराच्या एका खोलीत मी आपलं ऑफिस थाटलं होतं. मी एका केसचा अभ्यास करत होतो. काही केसेस अशाही होत्या, ज्यांनी माझ्या बुद्धीला आव्हान दिलं होतं. विचार करून माझं डोकं शिणलं होतं. त्यातच मला चहाची तलफ आली होती.

"कोणास ठाऊक किती वाजले आहेत?" मी पुटपुटलो.

"वेलकम सर, संध्याकाळचे सात वाजले आहेत," माझ्या मनगटातील घड्याळातून मंजूळ आवाज आला. हा गोड आवाज ऐकण्यासाठीच मी ही सोय केली होती. थोडे जास्त पैसे खर्च होतात खरं, पण तो आवाज मी बरेच वेळा ऐकतो, जणू अमृताचा झराच...

"रुबी, एक कप गरमागरम चहा पाज नं!" असं म्हणून मी शवासनात आडवा झालो. या बाविसाव्या शतकात आमच्या दैनंदिन जीवनात योगासनाचं महत्त्व अनन्यसाधारण आहे. त्यामुळेच कुठलेही शारिरिक श्रम न करतासुद्धा आम्ही धडधाकट आहोत.

थोड्या वेळातच हातात चहाचा कप घेऊन आलेल्या सुंदर रुबीचं आगमन झालं. मी उठून बसलो. लगेच रुबीनं गरम चहाचा कप माझ्या ओठांना लावला... माझे ओठच भाजले! मी गोंधळून गेलो. खरंतर चूक माझीच होती. मी 'चहा आण'च्या ऐवजी, 'चहा पाज' म्हटलं होतं. रुबी तर आहे एक रोबोट, माझ्या आज्ञेचं पालन ती माझ्या शब्दाप्रमाणेच करणार, हाच तिचा मुख्य गुण आहे ना!

"अरे देवा! आमच्यासारखे तुम्ही रोबोट हुशार असता तर किती बरं झालं असतं?" असं म्हणून मी तिच्या हातातील कप घेतला.

"मग आम्ही तुमचे गुलाम राहिलो नसतो, सर!" तत्क्षणी ती म्हणाली.

"यू नॉटी!" असं म्हणून मी तिचा गालगुच्चा घेतला.

"बिहेव युवरसेल्फ सर! लांबूनच बोला," रुबी रागानं म्हणाली. मी क्षणभर तिच्याकडे रोखून पाहिलं. कोण्या अरसिक माणसानं हे प्रोग्रामिंग केलं असावं बरं? जरासा हात काय लावला तर... आणि हजरजबाबी तर अशी की विचारता सोय नाही!

चहा घेतल्यावर मी ताजातवाना झालो. मग मी कॉम्प्युटरवर विनय-मनोरमाची केस-फाइल काढली. एकविसाव्या शतकातील मानवाच्या तुलनेत आजचा मानव, त्याचा समाज व त्याचं मन फारच गुंतागुंतीचं झालं आहे. मी स्वत: एक समाजशास्त्रज्ञ असल्यामुळे अशाप्रकारच्या केसेसमध्ये मला रस असतो. हा माझा छंद, समाजाची सांप्रत दिशा आणि दशा, याचा अभ्यास करण्यात सार्थ सिद्ध होतो. विज्ञान आणि तंत्रज्ञान या विषयांनी माणसाच्या मूळ सरळ स्वभावावर, नियतीमध्ये असणाऱ्या विश्वासावरच घाला घातला आहे. माणूस आता प्रारब्धाचा स्वीकार करून गप्प राहत नाही, तर तो प्रारब्धाला आपल्या मनाप्रमाणे वळवण्याची पराकाष्ठा करतो. या सर्वांचा परिणाम शुभ आहे की अशुभ, याचंही भान त्यास राहत नाही. विजय व मनोरमा, या जोडप्याचं आयुष्य, याचंच एक ज्वलंत उदाहरण आहे.

मनोरमा, लाखात एक देखणी अशी युवती होती. तिच्यात भलतंच आकर्षण होतं. तिचा व विनयचा प्रेमविवाह झाला होता. त्यांना एकमेकांबद्दल अतूट प्रेम होतं, निष्ठा होती व समर्पणाची भावनाही होती. असं नातं फार कमी जोडप्यांत आढळतं. ते एकमेकांना पूरक होते. आयुष्यात एकमेकांची साथ शेवटपर्यंत देण्याच्या त्यांच्या आणाभाका लवकरच हवेत विरून जाण्याचा अशुभ काळ अवघ्या दोन वर्षांतच आला...

त्या दिवशी बऱ्याच दिवसांनी सूर्यदर्शन झालं होतं. सारखा पाऊस आणि ढगाळ वातावरणात मागचे बरेच दिवस गेले होते.

"उठा विनय, मॉर्निंग वॉकला नाही जायचं का?" सकाळी सहा वाजता मनोरमा, विनयला जागं करत म्हणाली.

"पहाटेची साखरझोप आहे मनु! उद्या जाऊ या ना!" असं म्हणून विनयनं कूस बदलली आणि तो झोपी गेला.

"ठीक आहे, मी एकटीच फिरून येते. अर्ध्या तासात येते," असं म्हणून मनोरमा बाहेर पडली. आणि अर्ध्या तासानंतर दवाखान्यातून फोन आला की मनोरमाचा ॲक्सिडेंट झाला आहे, लगेच या. विनय गडबडून गेला व लगेचच दवाखान्याकडे धावला. मनोरमा मरणासन्न अवस्थेत होती. कुठल्यातरी अज्ञात

वाहनानं तिला ठोकरलं होतं.

"आपली साथ एवढीच होती विनय!" मनोरमानं थकलेल्या पण स्पष्ट व संयत सुरात म्हटलं. दिवा विझत आला होता.

"असं नाही होणार... तू बरी होशील मनोरमा. अजून आपल्याला एकत्र जगायचं आहे..." विनयनं तिचे हात आपल्या हातात घेत म्हटलं.

"ते शक्य नाही विनय... तू स्वत:ला सांभाळ! मी नसले तरी तुझं अख्खं आयुष्य समोर आहे..." क्षीण स्वरात मनोरमा म्हणाली.

आणि अचानक विनयच्या मनात एक भन्नाट कल्पना आली. "हे शक्य आहे मनु! या देहात नाही तर दुसऱ्या देहाच्या रूपानं तू माझ्या जवळ असशील..."

मनुच्या डोळ्यांनीच विचारलं, "कसं?"

"स्वत:च्या क्लोनच्या रूपात!"

मनोरमानं खुणेनंच सांगितलं, "ते शक्य नाही." बहुतेक मनोरमाच्या मनात हा विचार आला असावा की, 'मानव-क्लोन-निर्माण' यावर एकविसाव्या शतकातच बंदी घालण्यात आली होती. मग आता ते कसं शक्य होईल?

"अगं, विज्ञानाची प्रगतिशील पावलं पुढंच पडत राहतात," विनय हळूच म्हणाला.

एकविसाव्या शतकाच्या आरंभीच्या काळात पृथ्वीवरील सगळ्याच देशांच्या सरकारांनी, मानव-क्लोनिंग संबंधित संशोधनावर प्रतिबंध केला होता. तरीही काही संस्थांनी हे कार्य गुप्तपणे अबाधित ठेवलं होतं. या कार्यात त्यांना यशदेखील मिळालं. यातीलच एक संस्था 'हू-ब-हू' नावाची आहे, जिथे विनय वित्तीय सल्लागार म्हणून काम करत होता.

"हे पाऊल चुकीचं होईल विनय. यातून भानगडी होऊ शकतात. नियमांचं उल्लंघन केल्यामुळे तुम्हाला शिक्षा होऊ शकते," मनोरमा क्षीण आवाजात म्हणाली.

"ही गोष्ट गुप्त ठेवण्यात येईल. मनु, तुझ्या आणि माझ्या भेटीपेक्षा काहीही महत्त्वाचं नाही," दृढतेनं विनय म्हणाला.

आता मनोरमाला आपल्या नातेवाइकांच्या ताब्यात ठेवून विनय पुढील उद्योगाला लागला. 'हू-ब-हू'चा संपर्क होताच त्यांचे विशेषज्ञ दवाखान्यात आले. मनोरमाची तब्येत तपासून त्यांनी मरणासन्न मनोरमाच्या देहातून 'कायिक कोशिका' काढून घेतल्या. या प्रयोगाची पुढील प्रक्रिया अत्याधुनिक प्रयोगशाळेत करायची होती. मनोरमाचा येथील कार्यभाग संपल्याबरोबर ती मरण पावली. नंतर ती अनंतात विलीन झाली.

आता क्लोन निर्मितीसाठी मनोरमाच्या आईची मदत अपरिहार्यच होती. त्यांच्यामुळेच

यातील गुप्तता अबाधित राहणार होती. त्यांनी विनयसमोर एक विचित्र अट ठेवली. त्या म्हणाला,

"क्लोनच्या रूपात मी माझ्या लेकीला माझ्या गर्भाशयात वाढवीन. तिला जन्म देईन, पण तिच्या वयाच्या अठराव्या वर्षांपर्यंत ती माझ्याकडेच राहील. त्या दरम्यान विनय तिला एकदासुद्धा भेटू शकणार नाही."

मनोरमासाठी विनयला ही अट मान्य करावीच लागली. या कार्यात आवश्यक असणारी गुप्तता व मनोरमा परत आपल्याच आयुष्यात येईल, या गोष्टी पाहता त्याला ही अट मान्य करावी लागली.

मनोरमाच्या शरीरातून काढलेली कोशिका, ही प्रजनन कोशिका नसल्यामुळे तिला एका डिशमध्ये ठेवून तिला अन्य पोषकतत्त्व पुरवण्यात आलं. त्या विशेष पोषकतत्त्वामुळे त्या कोशिकेचा विकास होऊ लागला. काही दिवसांनी पोषकतत्त्वांचा पुरवठा थांबवण्यात आला. एक आठवड्यानंतर कोशिकेची विकास प्रक्रिया संपूर्णपणे थांबली. तिचे जीन्स निष्क्रिय होऊ लागले. आता कोशिका सुप्तावस्थेत आली होती, आणि म्हणूनच नियंत्रित पद्धतीने तिच्याकडून ईप्सित साध्य करता येऊ शकणार होते.

इकडे शांतिप्रभा, म्हणजेच मनोरमाच्या पंचेचाळीस वर्षांच्या आईला हार्मोन्स देऊन त्यांच्या शरीरातून अनिषेचित अंडाणु बाहेर काढून त्याचा केंद्रक काढून घेतला. आता सुप्तावस्थेतील कोशिकेला केंद्ररहित अंडाणुजवळ ठेवून त्यावर विद्युत तरंगांची वृष्टी केली गेली, ज्यामुळे अंडाणुने निष्क्रिय कोशिकेच्या केंद्रकाला स्वतःत सामावून घेतलं. अशा प्रकारे नवीन कोशिकेत विभाजन होऊन एका आठवड्यात 'भ्रूण' निर्माण झालं. त्या भ्रूणाची संरचना अगदी मनोरमासारखीच होती. मनोरमाच्या आईच्या गर्भाशयात एम्निऑटिक द्रवाची घनता, दाब व इतर सगळी स्थिती बिलकूल तशीच ठेवण्यात आली, जशी मनोरमाच्या वेळी होती, ज्यायोगे भ्रूणावस्थेच्या दुसऱ्या आठवड्यापासून तयार होणारे बोटांचे ठसेही पहिल्या मनोरमासारखेच होतील. 'हू-ब-हू' कंपनी या कार्यात निष्णात होती. ते भ्रूण आता मनोरमाच्या आईच्या गर्भात स्थानापन्न करण्यात यश मिळालं. नऊ महिन्यांनी मनोरमा आईच्या कुशीतून जन्म घेणार होती.

अठरा वर्षांचा दीर्घ कालखंड होता तो. जागेपणी, झोपेतसुद्धा विनयचं सारं लक्ष एखाद्या योग्यासारखं सतत मनोरमाकडे लागून राहिलं होतं आणि आज तो दिवस उगवला, जेव्हा त्याच्या दीर्घ प्रतीक्षेचा अंत होणार होता. मनोरमाच्या आईनं, मनोरमाच्या अठराव्या वाढदिवसाला विनयला असं सांगून आमंत्रित केलं होतं की,

'आजपर्यंत सांभाळलेली तुझी ठेव परत घेऊन जा.' विनयच्या आनंदाला पारावार राहिला नाही. त्याचं हृदय आधीच अधीर झालं होतं, जसं मनोरमाबरोबर लग्न होताना झालं होतं. मनात कितीतरी प्रकारच्या मधुर विचारांनी गर्दी केली होती. मनोरमाच्या मृत्यूनंतर इतक्या वर्षांनी आज त्यानं छान कपडे घातले होते. तो अत्यंत नीटनेटका सजला होता. वियोगाच्या या दीर्घ कालखंडानंतर तो मनोरमाला बघण्यासाठी-भेटण्यासाठी आतुर झाला होता. क्षणाक्षणाला त्याची उत्कंठा वाढत होती.

वाढदिवसाची पार्टी संपली होती. रात्रीचे साडेअकरा वाजले होते. आलेले पाहुणे देखील परतले होते. मनोरमानं कपडे बदलले आणि ती आपल्या कॉटवर आडवी झाली. तिच्या सुंदर मुखावर पार्टीचा शीण जाणवत होता. काही क्षणातच तिचा दरवाजा उघडून तिची आई आत आली व तिला म्हणाली,

"मनोरमा, उठ आणि तयार हो, तुला तुझे पती घ्यायला आले आहेत," असं म्हणून आईने मनोरमाचा हात विनयच्या हाती दिला.

त्याच अलभ्य विस्मृत स्पर्शाच्या अनुभूतीनं विनय आनंदाच्या सागरात आकंठ बुडाला होता आणि आपोआप त्याच्या पापण्या मिटल्या गेल्या होत्या... आता हे सर्व माझंच आहे, याची त्याला खात्री झाली होती.

"हे काय आहे आई? काहीतरीच काय?" मनोरमानं आपला हात मागं घेतला.

"मी योग्य तेच केलं आहे मनोरमा!" मग आईनं आपल्या लेकीला सर्व काही थोडक्या शब्दांत सांगून टाकलं. क्षणाक्षणाला मनोरमाचा चेहरा बदलत होता.

"आईच्या करारानुसार आज मी तुला घ्यायला आलो आहे मनु! आज अठरा वर्षांनंतर माझ्या तपस्येचं फळ मला मिळत आहे," विनय अधीरतेनं म्हणाला.

"पण मी काहीच करार केला नव्हता ना तुमच्याबरोबर?" मनोरमा उत्तेजित होऊन म्हणाली.

"तुझ्या परवानगीनंच तुझा क्लोन बनवला ना मनु, म्हणजे तुझ्या मृत्यूनंतरसुद्धा आपण एकत्र राहू शकू! त्यासाठी मी माझी सगळी संपत्ती पणाला लावून टाकली... अठरा वर्षं मी तुला प्राप्त करण्यासाठी तिळतिळ झिजत राहिलो, कारण... कारण तुझ्याहून अधिक महत्त्वाचं माझ्या जीवनात दुसरं काही नाही गं..."

"मला तुमच्याविषयी सहानुभूती वाटते आहे. पण तुमची पत्नी व मी, ही दोन अगदी स्वतंत्र अस्तित्वं आहोत. मी भलेही क्लोन असेन, आम्हा दोघींच्या मेंदूची रचनाही सारखी असेल, पण तरीही आमचे विचार भिन्न आहेत. याचं मुख्य कारण असं की काळ व परिस्थिती दोन्हीही बदलले आहेत. तुमचा भूतकाळ भलेही

तुमच्यासाठी एक सत्य असेल, पण माझ्या मनावर त्या सत्याची पुसटशी सावलीसुद्धा नाहीये. मी स्वत:ला तुमची बायको मानीत नाही, मी तुमच्याबरोबर येणार नाही!'' मनोरमानं स्पष्टपणे नकार देऊन टाकला.

विनयच्या डोळ्यांत आश्चर्य व अविश्वासाच्या छटा दिसत होत्या. मनोरमाचा एक एक शब्द त्याला वज्राघातासारखा लागला होता. निराशेनं त्याचा चेहरा इतका काळवंडला होता की अन्य छटांचे रंग त्यात विलीन झाले होते.

''आता मी तुझ्यासाठी काय करावं मनु, तूच सांग? तुझ्या नकारानं तर माझी जगण्याची इच्छाच मरून जाईल गं!'' हताश स्वरात विनय म्हणाला.

हे ऐकून मनोरमा हळवी झाली. ती म्हणाली, ''तुमचं प्रेम खरोखरच अद्भुत आहे. माझ्या विगत रूपात मी खरोखरच भाग्यवान होते, ज्यात मला तुमचं अतोनात प्रेम मिळालं... पण आता माझा नाइलाज आहे, प्रेमाची परतफेड करणं अशक्य आहे मला! काळानं आपल्यात खूपसे बदल घडवले आहेत व आपल्यात खूप अंतरसुद्धा आणलं आहे,'' मनोरमानं त्याचा हात धरून त्याला आरशासमोर उभं केलं.

विनयनं अगदी उदासपणे आरशात आपलं रूप पाहिलं. केसात रुपेरीपणा झळकत होता. काळाच्या कचाट्यानं त्याचे अशक्त झालेले खांदे झुकले होते. आयुष्याची पन्नाशी, सुरकुत्या घेऊन त्याच्या चेहऱ्यावर ठाण मांडून बसली होती. त्याला आरशात मनोरमाचं प्रतिबिंबही दिसलं. एखाद्या चंचल-चपळ दामिनीसारखी ती भासत होती. उदास होऊन तो आरशासमोरून बाजूला झाला.

''माझ्या सळसळत्या तरुण मनात भावी जीवनाच्या वसंताची छबी आहे, मागील आयुष्याची पानगळ स्वीकारण्यात मला अजिबात रस नाही. हे मला शक्य होणार नाही, हे सत्य तुम्ही स्वीकारा,'' कंटाळून मनोरमा म्हणाली.

हा संवाद आईच्या देखतच चालला होता. अगतिक होऊन विनय त्यांना म्हणाला, ''आई, तुम्हीतरी तिला समजावून सांगा ना!''

''हे असंच होणार याची शंका मला आधीपासूनच होती. मला कल्पना होती की काळाबरोबर सर्वकाही बदलत असतं. आणि म्हणूनच मी ही अट घातली होती की मनोरमा अठरा वर्षांची होईपर्यंत तुम्ही तिला भेटायचं नाही. मला वाटलं होतं की तुम्ही काळाच्या ओघात हळूहळू आपलं दु:ख विसराल, कोणा दुसऱ्या तरुणीकडे आकृष्ट व्हाल आणि आयुष्यात स्थिर व्हाल. सर्व प्रकारच्या आघातांवर काळ हे सर्वांत मोठं औषध असतं. पण तुमच्या बाबतीत काळ तेथेच थांबून राहिला...'' निरुपायानं आई म्हणाली.

''मग तुम्ही मला क्लोनच्या निर्मितीपासून परावृत्त का नाही केलं बरं?'' विनय रागानं म्हणाला.

"त्यात दोन गोष्टी होत्या. एक असं की, माझ्या समजावण्याचा तुमच्यावर काहीच परिणाम झाला नसता, कारण तुम्ही त्या मन:स्थितीत अजिबात नव्हतात. आणि दुसरं म्हणजे त्यात माझासुद्धा स्वार्थ होता. मला माझी कन्या परत हवी होती, ती मिळाली. आजची परिस्थिती पाहता मी तिला तिच्या इच्छेविरुद्ध तुमच्याबरोबर पाठवू शकत नाही."

"माझी अठरा वर्षांची तपश्चर्या मी अशी व्यर्थ जाऊ देणार नाही. मनोरमाला मिळवण्यासाठी मी काहीही करू शकतो. ती माझीच पत्नी आहे व इथून पुढेही राहील. तुम्ही मला रोखू शकत नाही," संतापानं बेभान होत विनय म्हणाला.

विनय निघून गेल्यावर त्या मायलेकी हतप्रभ होऊन बसून राहिल्या. त्यांना कल्पना होती की विनय जे म्हणाला, ते तो तडीस नेणारच. कायद्याची चौकटच त्याला रोखू शकत होती.

खूप विचार केल्यावर त्या दोघींनी ठरवलं की विनयवर कोर्टात दावा करावा. त्याप्रमाणे कोर्टात केस दाखल झाली. सुनावणीचा आज दुसरा दिवस होता. आरोपीच्या पिंजऱ्यात बसलेला विनय एकटक मनोरमाला बघत होता. मनोरमाच्या डोळ्यांत जेवढा राग व कंटाळा होता, तेवढीच आपुलकी विनयच्या डोळ्यांत होती. न्यायाधीश, दोन्ही वकीलांचं म्हणणं लक्षपूर्वक ऐकत होते. क्लोनचा किस्सा न्यायाधीश महाराजांना सांगण्यात आला होता.

"महाराज, मनोरमा वर्माला आपल्याबरोबर ठेवण्याचा पूर्ण अधिकार माझ्या अशिलाला आहे, कारण ती त्यांची बायको आहे," विनयच्या वकिलांनी आपला तर्क मांडला.

"मी याचं खंडन करतो महाराज. यांचं लग्न पहिल्या मनोरमाबरोबर झालं होतं, या मनोरमाबरोबर नाही. म्हणून ही त्यांची पत्नी म्हणवली जात नाही!" मनोरमाच्या वकिलांनी आपला तर्क मांडला. लगेच समोरच्या वकिलानं मोठ्या हुशारीनं स्वत:चा मोहरा पुढं केला. ते म्हणाले,

"दुसरी मनोरमा ही पहिल्या मनोरमाची क्लोन आहे. त्यांचा चेहरामोहरा, जीन-संरचना आणि बोटांचे ठसे अगदी तंतोतंत सारखे आहेत. दोन वेगवेगळ्या व्यक्तींचे ठसे कधीच सारखे नसतात, म्हणून या दोन्ही व्यक्ती एकच आहेत हे सिद्ध होतं. माझ्या अशिलाचा जो हक्क पहिलीवर होता, तोच हक्क दुसरीवरही असावा."

लगेच मनोरमाचे वकील सरसावले,

"मानवजातीच्या इतिहासात आजपर्यंत एकाच व्यक्तीची दोन शरीरं कधीच कोणी पाहिली अथवा ऐकली नव्हती, पण आज आमचे प्रतिस्पर्धी वकीलसाहेब नवीन इतिहास घडवू पाहत आहेत!" मनोरमाच्या वकिलांनी काटशह दिला.

दुसऱ्या दिवशी या केसचा निकाल ठेवण्यात आला.

आज कोर्टात खूप गर्दी होती. सार्वजनिकरीत्या, 'प्रतिबंधित मानव-क्लोनिंग'ची केस प्रथमच न्यायालयासमोर आली होती. निकालाबद्दलची उत्सुकता लोकांच्या मनात शिगेला पोहोचली होती. मीसुद्धा तेथे हजर होतो. कामकाजाची थेट प्रसारणव्यवस्था करण्यात आली होती. न्यायाधीश महाराज नियोजित वेळेत आसनावर येऊन बसले. निकालाची प्रत विस्तृत होती, ज्यात जजसाहेबांनी आपल्या निर्णयात, या केसच्या एकूणएक मुद्द्यांचा परामर्श घेतला होता. ते म्हणाले,

"बऱ्याच अर्थांनी ही एक विलक्षण केस आहे आणि म्हणूनच यावर निर्णय देणं मला जरा कठीणच वाटलं. हा मामला, हे एक असं उदाहरण आहे की निसर्गाच्या कार्यात केला गेलेला हस्तक्षेप, मानवाचं जीवन किती दुःखद बनवू शकतो. आधीच गुंतागुंतीचे मानवाचे आपसातले संबंध, अशा निर्णयांमुळे किती कठीण होऊन बसतात!

"जर एखाद्या व्यक्तीचे क्लोन, एक वेगळे स्वतंत्र अस्तित्व मानण्यात आलं तर सांप्रत कायद्याच्या अधिनियमांप्रमाणे या प्रश्नाचं उत्तर मिळत नाही की फिंगर प्रिंट्स आणि जीन-संयोजन समान असल्यावर त्या दोन व्यक्ती आहेत, हे कसं मानायचं?

"तसंच त्यांचं एकच अस्तित्व मानण्यातसुद्धा अनेक अडचणी आहेत. समजा, एखाद्या व्यक्तीचं, त्याला अनभिज्ञ ठेवून जर क्लोन बनवण्यात आलं आणि त्याद्वारे मूळ व्यक्तीच्या संपूर्ण संपत्तीवर हक्क सांगितला गेला तर ते काय बरोबर ठरेल? अशा प्रकारच्या अपराधांमध्ये दोघांपैकी कोणा एकाला शिक्षा करणं हे तार्किकदृष्ट्या बरोबर असेलही, पण ही बाब न्यायाच्या मूळ गाभ्याच्या विपरीतच ठरेल!

"या सर्व मुद्द्यांवर खूप विचार करून मी असा निर्णय देतो की, त्या दोघींना भिन्न-भिन्न व्यक्तींच्या रूपात मान्यता देणंच योग्य ठरेल. असं केल्यानंच या नात्याला निरपेक्ष मानता येईल.

"या आधारावर मनोरमा, विनय वर्माची पत्नी मानली जाणार नाही. तिला विनयबरोबर राहण्याची सक्ती करता येणार नाही. जर इथून पुढे विनय वर्मानं असा काही प्रयत्न केला तर त्यास शिक्षेस पात्र मानलं जाईल. याचबरोबर विनय वर्मानं 'मानव-क्लोनिंग-संबंधी' कायद्याचं उल्लंघन केलं असल्यामुळे त्याला सात वर्षांची शिक्षा, तसंच या कामात त्याला साथ देणाऱ्या श्रीमती शांतिप्रभा (मनोरमाची आई) यांना पाच वर्षांच्या साध्या कारावासाची शिक्षा सुनावली जात आहे.

"मनोरमा वर्मा, इतर नागरिकांप्रमाणेच आहेत व त्यांचं अस्तित्व मान्य करण्यात आलं असून त्या आपल्या इच्छेप्रमाणे विवाह करू शकतात."

हा निवाडा ऐकून विनय हतप्रभ व अतिशय निराश झाला. त्याचा मेंदू सुन्न झाला. त्याची सर्व स्वप्नं धुळीस मिळाली. इतकी वर्षं वाळवंटात वणवण करण्यात गेली आणि ज्या सुखाची आशा केली होती ते मात्र हुलकावणी देऊन गेलं. आत्यंतिक क्रोध आणि निराशेनं त्याला ग्रासून टाकलं व त्याच्या मेंदूवर परिणाम झाला होता. क्षणात हसणं तर मग रडणं-ओरडणं असं तो करू लागल्यामुळे त्याला मनोरुग्णालयात पाठवण्यात आलं. त्याचं उरलेलं आयुष्य तेथेच जाणार होतं. निसर्गाच्या विरोधात जाणं त्याला खूप महागात पडलं होतं.

मी या केसच्या विश्लेषणात दंग असतानाच रूबीनं येऊन सांगितलं की कोणीतरी भेटावयास आलं आहे. मी बैठकीत आल्यावर पाहिलं की तो पंचवीस-सव्वीस वर्षांचा एक तरुण होता. तो सुदृढ सुंदर युवक कुठल्यातरी काळजीत पडला होता. मला त्यानं अभिवादन केलं व लगेच सांगण्यास सुरुवात केली.

"माझं नाव रमण मेहरा आहे. माझी आई माझं लग्न ठरवत आहे, पण मला एकही मुलगी पसंत पडत नाहीये..."

"यात तुम्हाला माझी काय मदत अपेक्षित आहे?" मी आश्चर्यानं विचारलं. तो जरा लाजून म्हणाला, "रूप, गुण आणि बुद्धी यात माझ्या आईची बरोबरी या भूतलावर कोणीच करू शकत नाही. माझी आई अद्वितीय आहे. मला माझ्या आईसारखीच मुलगी, पत्नी म्हणून हवी आहे. तशी कोणी आजपर्यंत मिळालीच नाही."

माझ्या लगेच लक्षात आलं की तो उगाचच अपराध भावनेने ग्रस्त झाला आहे. खरंतर तो आपल्या आईशी भावनात्मकरीत्या खूपच जवळ आहे. म्हणजेच आईच्या व्यक्तिमत्त्वाच्या प्रभावामुळे त्याला कुठलीही मुलगी पसंत पडत नाहीये.

"असं होणं एक स्वाभाविक क्रिया असते. मानसशास्त्रज्ञांच्या म्हणण्याप्रमाणे प्रत्येक युवक आपली जीवनसंगिनी शोधताना तिच्यात आपल्या आईचं प्रतिरूप शोधत असतो आणि मुली त्यांच्या भावी पतीमध्ये वडिलांचं व्यक्तिमत्त्व शोधतात," मी त्याला समजावलं.

"मी माझ्या आईच्या क्लोनबरोबर विवाह करू शकतो का? न्यायालयानं असा निर्णय दिला आहे की 'क्लोन" हे एक वेगळे अस्तित्व असलेलं व्यक्तिमत्त्व आहे. याच आधारावर माझ्या आईचं क्लोन, माझी आई नसतेच मुळी! मग मी तिच्याशी विवाहबद्ध होऊ शकतो ना!" त्यानं बॉम्बच फोडला.

त्याचे हे विचार ऐकून मी स्तब्ध झालो. मानवाचं मन काहीही करावयास तयार असतं, याला काही सीमाच राहिली नाही. मी त्याला मग विचारलं, "तुझी आई यासाठी तयार आहे का? आणि मग वयात येणाऱ्या अंतराचं काय?" मी जरा समुजतीने घेतलं.

"माझ्या आईला माझी ही इच्छा माहीतच नाही. सोळा वर्षांपूर्वी आईचं काही कारणास्तव एक क्लोन बनवलं गेलं होतं. पण हे अंतर काही जास्त वाटत नाही! मी तुम्हाला एवढंच विचारायला आलो आहे की कायद्यानं हे बरोबर आहे का? तसंच नैतिक व सामाजिकदृष्ट्या हे उचित आहे का? माझ्या वैवाहिक जीवनावर याचा काही विपरीत प्रभाव तर पडणार नाही? आपण समाजशास्त्रज्ञ आहात व आपणच ते समजावून सांगू शकता," तो हळूच म्हणाला.

"हे बघ, या प्रश्नांची उत्तरं सोपी नाहीत. मी तुला नंतर भेटतो," असं मी म्हटल्यावर तो निघून गेला.

माझी मतीच गुंग झाली. आईसारखी बायको किंवा मग आईच पत्नी म्हणून... पण ती आई आहेच कुठे? ती तर क्लोन आहे ना? निःसंदेह समाज अशा नात्यांना कधीच स्वीकारणार नाही. अशात वादळ निर्माण होण्याची शक्यता जास्त आहे. त्या मुलाच्याच नव्हे तर, त्याच्या आई-वडिलांच्या मानसिकतेवर परिणाम होणारच की! नवीन दांपत्याचं आयुष्य एकतर फार फार सुखात गेलं असतं किंवा दुःख व अपराधीपणाच्या भावनेनं ग्रासलं गेलं असतं. मग आता या नवीन आधुनिक समाजासाठी, पूर्वापार चालत आलेल्या नात्यांच्या व्याख्येत बदल करावा काय, ज्यांच्या आधारे या नवीन बदललेल्या भावनात्मक गरजांची पूर्तता करता येईल? आजची ही इच्छा जी एकाच्या मनात निर्माण झाली आहे ती उद्या अनेकांच्या मनात उपजेल. समाज अशा प्रवृत्तींकडे फार काळ दुर्लक्ष करू शकणार नाही व उपेक्षासुद्धा नाही.

मी मानसिक द्वंद्वात अडकलो. वेगवेगळे विचार माझा मेंदू पोखरू लागले. मी खूप दमून गेलो. थकलो. माझी चलबिचल बघून रूबीनं माझ्या कक्षाचा प्रकाश कमी केला. तिनं सुमधुर संगीताची रेकॉर्ड लावली व ती अलगदपणे माझं डोकं चेपू लागली. रूबी एक हुशार रोबोट असल्याकारणाने कधीकधी मी तिच्याशी केसच्या संबंधात चर्चा करीत असे.

"रमण मेहराच्या केसविषयी तुझं काय मत आहे रूबी?"

"माणसांच्या भावना फारच गुंतागुंतीच्या असतात सर! बरं झालं की मी एक रोबोट आहे..."

आणि मला झोप येत होती...

◆

भविष्यातील एक शतक

प्लॅस्टिकच्या घनाकृती तुकड्यांनी बनवलेला हा अध्ययन कक्ष होता, ज्याचा आकार व आकृती आपल्या मनाप्रमाणे बदलता येत होती. आपल्या गरजेनुसार खोलीचं तापमान व प्रकाश, खिडक्यांच्या काचा नियंत्रित करू शकत होत्या. भिंतीवरील स्क्रीनमध्ये २१ जानेवारी, २५९५ ही तारीख सारखी चमकत होती. सत्या कॉम्प्युटरवर 'प्राचीन सभ्यता व संस्कृती'च्या संशोधनाच्या कुठल्याशा मुद्द्याचा अभ्यास करत होती. तिचं भलं मोठं डोकं आणि अशक्त शरीर, एकविसाव्या शतकातील मानवाच्या तुलनेत फारच विचित्र वाटत होतं. मेंदूचा अति वापर आणि बाकी अवयवांचा किमान वापर याचा परिणाम असा झाला होता की, प्रमाणबद्ध मानवी देहांच्या सगळ्याच आकारांत विचित्र बदल झाले होते.

आज विज्ञानाची झेप उत्तरोत्तर उंचावत होती आणि मानवाच्या जीवनशैलीत आमूलाग्र बदल झाले होते. राष्ट्र, धर्म, जातीपातीची बेगडी सीमा कधीच पुसली गेली होती. आता तो फक्त मानवच होता आणि अवघं विश्व त्याचं घर बनलं होतं. केंद्रीय सत्ता एका अत्यंत सामर्थ्यशाली 'कॉम्प्युटर नियंत्रकाच्या' हाती सोपवली गेली होती. एकूण समाजव्यवस्था उत्तम चालावी म्हणून, सांप्रत काळाप्रमाणे व आवश्यकतेनुसार सर्वांच्या सहमतीनं कायदे व नियम बनवले गेले आणि त्यांना 'नियंत्रकात' फीड केलं होतं. जरूर भासल्यास 'नियंत्रक' मानवाला मार्गदर्शन करीत असे. मानवसुद्धा स्वतःच्या हितासाठी त्याप्रमाणेच वागत असे.

कामात दंग असलेल्या सत्याला कॉम्प्युटरचा अलार्म ऐकू आला. तिनं स्क्रीनवर पाहिलं की तिचा घरातील मदतनीस 'रीबो' अवतरला आहे.

"नमस्कार, रात्रीच्या जेवणाची वेळ झाली आहे. कृपा करून भोजनकक्षात यावं. आपले पती येथेच आहेत."

"धन्यवाद रीबो, मी निघतेच आहे," असं म्हणून सत्या जागची उठली. रीबो हा मदतनीस घरातील सर्व कामांसाठी पूर्णपणे प्रशिक्षित असलेला एक रोबोट होता. तसं पाहिलं तर रोबोटच्या निर्मितीला विसाव्या शतकात प्रारंभ झाला होता, पण त्या वेळचे रोबोट बोजड, बेडौल आणि मशीन वाटावे असेच होते. आता 'नियंत्रकाच्या' निर्देशानुसार मानवाला वापरात असलेली प्रत्येक वस्तू, सुबक व सुंदर हवी होती. आणि म्हणूनच नवीन रोबोट सक्षम, सुंदर व सुबक बनवले जात होते. वेगवेगळी कामं नीटपणे व्हावीत म्हणून त्यांच्या आत खास प्रकारची सर्किट्स बसवली जात होती, ज्यायोगे सर्व विभिन्न कामं कुशलतेनं केली जात होती. म्हणजे ते रोबोट्स डॉक्टर, माळी, नर्स वगैरे वगैरे काहीही असत. विशेष असं की त्यांच्यात सीमित कृत्रिम बुद्धी असल्याकारणाने ते पूर्णपणे मानवाच्या नियंत्रणात होते.

सत्या भोजनकक्षात आली. नवीन तिची वाटच बघत होता. टेबलावर शिरा व कचोऱ्या पाहून सत्या खूश झाली. रीबो आता हे असले जुने पदार्थ बनवण्यात तरबेज झाला होता. प्राचीन भारतातील कालखंडात हे असले पदार्थ बनवण्याची पद्धत होती. सत्याच्या संशोधनकार्यात तिला असल्या व्यंजनांचा खजिनाच हाती लागला होता आणि तिनं ते सर्व पदार्थ रीबोला शिकवले होते.

पण आजचा मानव प्रोटीन्स, फॅट्स आणि व्हिटॅमिनच्या कॅप्सूल्स खाऊन आपल्या शरीराला ऊर्जा पुरवत होता. त्याचं आजचं जीवन इतकं धकाधकीचं व यांत्रिक झालं होतं की त्याला जेवणासाठी वेळच मिळत नव्हता, आणि त्याची तशी आंतरिक इच्छाही राहिली नव्हती. सत्या व नवीन यांच्या ओळखीचे बहुतेक जण त्यांना जुन्या व बुरसटलेल्या विचारांचं जोडपं, असं म्हणून चिडवत असत. सत्याला त्याचा राग येत नसे, उलट तिला हसू यायचं की माणसं आता जिभेचा स्वादच घालवून बसली आहेत. जेवणाचा जो स्वादिष्ट अनुभव आजच्या मानवाचे पूर्वज घेत होते, ती मजा आता राहिली नाही.

शिऱ्याची चव बघून नवीन गमतीनं म्हणाला,

"तुझ्या संशोधनाचा सुखद आणि स्वादिष्ट परिणामाचा हा एक उत्तम पुरावा आहे सत्या!"

"मला माहीत आहे की स्वादाच्या मोहातून मानव पूर्णपणे अजून तरी मुक्त झालेला नाही," सत्या हसत म्हणाली.

मग थोडं गंभीर होत नवीननं विचारलं,

"खरं खरं सांग हं सत्या, 'प्राचीन सभ्यता'चा अभ्यास करताना तुला कंटाळा

येत नाही का गं? उगाच गाडलेले मुडदे उकरून त्यांना बघत बसणं कोणाला आवडेल बरं!''

"नाही नवीन, माणसाला सदैव त्याच गोष्टींचं आकर्षण किंवा आवड असते जे अवघड आहे आणि अनोळखीसुद्धा! वर्तमानातील चिरपरिचित जगापेक्षाही विगत काळातील रहस्यपूर्ण खोलात डोकावून पाहणं जास्त रोमांचक वाटतं. एकविसाव्या शतकाच्या परमाणू जैविक युद्धात जी सभ्यता जवळजवळ नष्ट झाली आहे, तिचे अवशेष वेचून त्यांना एका सूत्रात बांधणं, मला एखाद्या सृजनाइतकंच प्रिय वाटतं,'' असं म्हणून सत्या आपल्यातच हरवल्यासारखी झाली.

"तुला ना सत्या, एकविसाव्या शतकातच जन्म घ्यायचा होता...'' नवीन जरा कडवटपणे म्हणाला.

सत्या गप्प झाली. नवीन तिला समजून घेऊ शकत नव्हता. तो आजच्या युगातील मानव होता, ज्याला फक्त पुढेच जायचं होतं. त्याला मागं वळून बघण्यात काही रस नव्हता व इच्छाही नव्हती.

रात्रीचे नऊ वाजले होते. सत्या व नवीन त्यांच्या अध्ययनकक्षात आपापल्या कामात दंग होते. सत्या आज संग्रहालयातून प्राचीन काळातील, विभिन्न देशातील काही सिनेमांच्या अलभ्य अशा कॅसेट्स घेऊन आली होती. त्या बघत असताना तिला जाणवलं की प्राचीन काळातील मानव संगीत, नृत्य व इतर कलांच्या माध्यमांतून किती आनंद व मनोरंजन प्राप्त करीत होता. पण आजच्या व्यस्त व व्यग्र जीवनात या सर्व गोष्टी निरर्थक मानल्या जात आहेत. आज तो मोठ्या विचित्र प्रकारचं आयुष्य जगत आहे. म्हणजे, मानवाचं साम्राज्य अन्य ग्रहांवर स्थापित कसं करता येईल, आकाशीय प्राण्यांच्या हल्ल्यातून पृथ्वीला वाचवण्याचे प्रयत्न व प्रगतीची चरमसीमा कशी गाठता येईल, या सर्व प्रयत्नांतच त्याचं आयुष्य खर्ची पडत आहे. आता मानवी जीवनात भावनांना, व्यक्तिगत इच्छा-आकांक्षांना तिळमात्र स्थान राहिलं नव्हतं.

तेवढ्यात त्या कक्षाच्या भिंतीवरील स्क्रीनने अलार्म दिला. लगेच स्क्रीनवर रीबो अवतरला. तो म्हणाला,

"कृपा करून आपल्या कॉम्प्युटरला पृथ्वीचा संचार नेटवर्कला जोडावं. महान 'नियंत्रक' आपल्याला संबोधित करू इच्छितात.''

नवीन उठला व त्यानं कॉम्प्युटरची ट्यूनिंग बदलली. आता तो पृथ्वीच्या समस्त कॉम्प्युटर्सला जोडला जाऊन संवाद साधू शकत होता. लगेच स्क्रीनवर उघडझाप करणाऱ्या दिव्यांमध्ये 'नियंत्रकाचा' मशिनी आवाज आला,

"आमच्या गणनेनुसार आता आपण दोघांनी आपलं कुटुंब वाढवावं असा आदेश देण्यात येत आहे. आपल्या इच्छेनुसार शिशूमध्ये अपेक्षित उच्च गुण व

लक्षणांचं एक विवरण तयार करा. त्यानंतर जीन बँकमध्ये 'भ्रूण' बनवून घ्या आणि मानवजातीला उत्तरोत्तर उत्तम बनवण्याच्या अभियानात आमचे भागीदार बना. धन्यवाद.'' आणि 'नियंत्रक' अदृश्य झाला.

नवीनचा उत्साह उतू चालला होता. तो लगेच सत्याजवळ आला व म्हणाला, ''ऐकलंस ना सत्या तू सगळं! आता लवकरच ठरव की आपल्याला कसं बाळ हवं आहे. माझ्या मते आपलं बाळ सर्वांगसुंदर व बुद्धिमान असावं.''

''सुंदर माणूस तर एकविसाव्या शतकात होता, प्रमाणबद्ध शरीराचा! आतासारखा नव्हे, भलंमोठं डोकं व हातापायाच्या काड्या,'' सत्या म्हणाली.

अशाप्रकारे परस्पर वादविवाद करत करत त्यांनी कॉम्प्युटरच्या मदतीनं आपल्या भावी शिशूची रूपरेषा तयार केली. तो सुंदर, कुशाग्र, धीराचा आणि खगोलशास्त्रज्ञ असावा, असाच त्यांचा मानस होता.

दुसऱ्या दिवशी ते आपल्या कारनी जीन बँकेकडे निघाले. रस्त्यावर वाहनांची तोबा गर्दी होती. सगळी वाहनं कॉम्प्युटरचलित असल्यामुळे ती रस्त्यावर जवळजवळ एक इंच उंचीवरून धावत होती. रस्ता व वाहन, दोघांचे स्पर्श होणारे भाग चुंबकाच्या समान ध्रुवांप्रमाणे कार्य करीत असत. म्हणजेच त्यांच्यात सतत विकर्षण असायचं. वाहनं अधांतरी धावत असल्यामुळे घर्षण खूपच कमी होते, ज्यायोगे वाहनांची गती खूप होती. वाहनांना चाकांची गरजही नव्हती.

आपल्या बाळासंबंधी बोलत असता त्यांना वेळेचं भानही नव्हतं. जेव्हा त्यांचं लक्ष गेलं, तेव्हा त्यांची कार जीन बँकेच्या इमारतीसमोर थांबलेली होती. त्या भक्कम इमारतीची उंची शेकडो फुटांची होती. 'कॉम्प्युटर-संचार-व्यवस्था'द्वारे ही बँक पृथ्वीच्या एकूण एक आवासीय क्षेत्रांशी जोडली गेली होती. मुख्य इमारतीत प्रवेश करण्यापूर्वी त्या दोघांना जंतुनाशक कक्षातून पुढे जावं लागलं. नंतर त्यांना संपूर्ण शरीर झाकलं जाईल असा पोशाख घालावा लागला होता.

आत अत्याधुनिक प्रयोगशाळांमध्ये मानव-गुणसूत्रांवर संशोधनात्मक प्रयोग केले जात होते. विभिन्न गुणांची लक्षणं प्रदर्शित करणाऱ्या जीन्सची ओळख आता सर्वांना झाली होती. म्हणूनच आता प्रत्येक जोडपं आपल्या आवडीप्रमाणे, येणाऱ्या बाळाचे गुण, व्यवहार आणि व्यवसाय ठरवून भ्रूण बनवू शकत होते. मेंदूचा कोणता भाग कुठल्या प्रवृत्तीला उत्प्रेरित करू शकतो, याचं ज्ञान सर्वांना झालं होते. पण तरीही नेहमीप्रमाणे असं बरंच काहीबाकी होतं जे मानवाच्या कल्पनेपलीकडचं होतं.

नवीन व सत्यानं प्रबंधकाच्या मार्गदर्शनात, जीन कॉम्प्युटरच्या माध्यमानं पूर्वनिर्धारित गुणांचे भ्रूण तयार करवून घेतले. सत्याचे डिंबाणु व नवीनचे शुक्राणु घेऊन कृत्रिम पद्धतीनं त्यांचं युग्मन केल्यानंतर त्याच्या जीन संरचनेत इच्छित

परिवर्तन व सुधार केले गेले, ज्यायोगे येणाऱ्या बाळात इच्छित गुण व व्यवहार दिसून येतील. नंतर लगेच 'ते' कृत्रिम गर्भाशयात विकसित होण्याच्या दृष्टीनं स्थापित केलं गेलं.

चोविसाव्या शतकापासून मानवशरीराद्वारे गर्भधारणेची अनिवार्यता संपुष्टात आली होती. हे कार्य आता देहाच्या बाहेर उत्तम प्रकारे संपन्न होऊ लागलं. सव्विसावं शतक येण्याआधीच स्त्रीच्या देहातील गर्भाशयाची काही उपयुक्तता न राहिल्यामुळे ते लहान व अशक्त होत गेलं आणि कालांतरानं गर्भाशय लुप्तसुद्धा झालं. याचं मुख्य कारण होतं गर्भाशयाची अनुपयुक्तता. आता संपूर्ण नऊ महिने बाळाचा भार वहन करण्यासाठी मानवशरीर सक्षम राहिलं नव्हतं. बाळाचा जन्म झाल्यावर लगेच रोबोट त्याची काळजी घेण्यास सज्ज होते. 'आई-बाबा' यासारखे शब्द हळूहळू निरर्थक होत गेले.

सत्या व नवीनच्या बाळाचा विकास कृत्रिम गर्भाशयात हळूहळू होतच होता. त्या दरम्यान सत्या आपल्या संशोधनात गुंतली होती. याच काळात तिनं बाळाच्या जन्माचं, पालनपोषणाचं ज्ञान, प्राचीन व समकालीन पातळीवर मिळवलं होतं. जेव्हा तिला हे समजलं की प्राचीन काळात शिशू, आईच्या देहात विकसित होत असे व अत्यंत त्रासदायक प्रसवपीडेनंतर त्याचा जन्म होत असे, आई बाळाला स्तनपान करत असे, तेव्हा सत्याला असा प्रश्न पडला की मानवात (म्हणजेच आईत) इतकी तीव्र इच्छाशक्ती व धैर्य कोठून आलं असेल? तिला हे माहीत होतं की मानवात असलेली प्रेम व समर्पणाची भावना त्याला मोठ्यात मोठा त्रास सहन करण्याची प्रेरणा देत असे. परंतु या सर्वांचा वास्तविक अनुभव तिला अजिबात नव्हता, म्हणून या बाबतीत ती सर्वथा अनभिज्ञच होती.

सत्या आज आपल्या बाळाला घेण्यासाठी संध्याकाळी सात वाजल्यापासून जीन बँकेत हजर होती. थोड्या वेळानं तिला प्रसवकक्षात नेण्यात आलं. नवीन तिच्याबरोबर होता. प्रसवकक्षात एका रोबोट डॉक्टरनं कृत्रिम गर्भाशयातील बाळाला यंत्रांच्या मदतीने हळूहळू बाहेर काढलं. सत्या आणि नवीन आपल्या इच्छांची साकार परिणती बघण्यास आतुरले होते. डॉक्टरने बाळाच्या अंगावरील पातळ वेष्टण वेगळं केलं आणि वाकून बाळाकडे बघितलं... आणि... एक आश्चर्यमिश्रित भय त्यांच्या डोळ्यांत दिसू लागलं. ही एक असाधारण विचित्र बाब होती... बाळ अधू होते... जीन बँकेच्या कर्मचाऱ्यांची एकच धावपळ झाली, आणि ते स्तब्ध होऊन बाळाला बघत राहिले.

''संभवत: हे एक नैसर्गिक नवोद्भव आहे,'' डॉक्टर पुटपुटले.

या घटनेच्या कसून तपासणीअंती असं समजलं, की जीन कॉम्प्युटरच्या हातून

एक मोठी चूक घडली होती, पण आता काहीच इलाज नव्हता. त्या चुकीचा परिणाम बाळाच्या अधुरूपाने समोर आला होता. आता या अशा अवांछित बाळाचं करायचं काय? पुढील निर्देशासाठी 'नियंत्रका'शी संपर्क करण्यात येत होता.

सत्याची मन:स्थिती विचलित झाली होती. तिला आता काय करावं हे सुचत नव्हतं. हताशपणे नवीन उद्गारला,

"हे नैसर्गिक नवोद्भव आहे की माणसांच्या हातून झालेली मोठी चूक...!"

या घटनेचा संपूर्ण पाठपुरावा केल्यावर समजलं की कॉम्प्युटर, व्हायरसने संक्रमित असल्याकारणानं जीन कॉम्प्युटरचं कार्य बिघडलं... पण आता काहीच इलाज नव्हता. बाळ अधूच राहणार होतं. आता या नको असलेल्या बाळाचं करायचं काय?

सत्याच्या मनात बाळाविषयी वाचलेली सर्व जुनी माहिती फिरू लागली. एका अज्ञात भावनेनं तिनं बाळाला मांडीवर घेतलं. बाळाच्या चिकट पण कोमल स्पर्शानं ती शहारली. सहज जिज्ञासा म्हणून तिने बाळाला पाजायला घेतलं... आणि बाळाच्या क्षुधातुर ओठांच्या व्यग्र स्पर्शानं ती रोमांचित झाली. अज्ञात आद्य भावनांचा कल्लोळ तिच्या मनात उठला. तिच्या दूध नसलेल्या स्तनांना ते बाळ आवेगानं चोखू लागलं आणि सत्या आपल्या या जगावेगळ्या अनुभूतीनं खूपच भारावली. ती स्वत:ला या आवेगापासून रोखण्यात असमर्थ ठरली...

"नवीन... अरे हीच आहे प्रेमाची अद्भुत भावना, जी प्राचीन मानवाची मुख्य प्रेरणा होती. अरे, हे बाळ माझ्या हृदयाचा, शरीराचा एक अभिन्न भाग आहे, ज्याच्याविना मी अपूर्ण आहे. मातृत्वाची ही भावना किती किती आनंदाचा अनंत अनुभव मला देत आहे..." भावनोद्वेगानं सत्याचा कंठ दाटून आला होता.

"हे काय मूर्खासारखं बोलते आहेस सत्या? आपण या बाळाला जीन बँकेला परत देऊन, त्यांच्याकडून दंड वसूल करणार आहोत," नवीन उत्तरला. 'नियंत्रका'शी संपर्क झाला होता. त्याचा आदेश स्क्रीनवर स्पष्ट ऐकू आला...

"तुझे विचार मी ऐकले आहेत सत्या! विसरू नकोस की आज विज्ञानाचा उद्देश मानवजातीला अधिकाधिक उत्क्रांत करण्याचाच आहे. त्यात अवनती नको आहे. आजच्या बुद्धिवान, स्वस्थ, सामर्थ्यशील मानवसमाजात या अधू बाळाचं महत्त्व व स्थान अजिबात नाही. हे बाळ अनुपयुक्त आहे. पृथ्वीवरून कुरूपता व विरूपता कायमची निघून गेली आहे, म्हणून या बाळाला कोठेही स्थान नाही..." असं म्हणून 'नियंत्रक' थांबला.

सत्या कानात प्राण आणून सर्व ऐकत होती. तिचं मातृहृदय हादरलं होतं.

"मानवाला भावना प्रगती करू देत नाहीत, म्हणूनच त्यांना मनातून हद्दपार कर व मानवजातीच्या महान वैज्ञानिक लक्ष्याला पूर्ण करण्यासाठी व्यक्तिगत

इच्छेला त्यागून सामूहिक चेतनेनुसार तू कार्य करावंस. तुला अशी आज्ञा आहे की, तू या बाळाला नष्ट करून टाक. जीन बँक पुन्हा तुमच्या इच्छेनुसार भ्रूण विकसित करेल.'' असा आदेश देऊन 'नियंत्रक' अदृश्य झाला.

सत्या हतप्रभ होऊन पाहत राहिली. व्यक्तिगत इच्छा, आकांक्षा व भावना खरंच मानवजातीच्या हिताच्या प्रतिकूल आहेत काय? खरंतर विज्ञान सदैव सत्याची कास धरून होतं, मग हा असा अनुचित निर्णय कसा घेतला गेला? आता काय करावं? 'नियंत्रका'चं ऐकावं की मनाचं? मन बाळापासून विलग होऊ इच्छित नाही.

''कसला विचार करते आहेस सत्या? चल पट्कन बाळाला नष्ट करून टाक,'' नवीन उद्वेगानं म्हणाला.

नवीनबरोबर चालत असताना तिच्या मनात आलं की विज्ञानाची चूक नक्कीच झाली आहे. त्यानं मानवजातीला उंचावर न नेता, हाडामांसाचा रोबोट करून टाकला आहे. रोबोटला हुशार केलं आहे, तरीही दोघं सारखेच भावनाशून्य आहेत. भय, निराशा व खिन्नतेच्या अनुभूतीनं सत्याला ग्रासून टाकलं.

''बाळाला यात टाकून दे सत्या,'' नवीन म्हणाला. ती दोघं लेसर टँकच्या जवळ आली होती, ज्यात अनावश्यक त्याज्य वस्तू नष्ट केल्या जात होत्या.

सत्यानं बाळावर एक नजर टाकली. तिच्या वक्षाजवळ ते झोपलं होतं. असीम तृप्तीची भावना बाळाच्या अबोध, निर्मळ चेहऱ्यावर झळकत होती. विज्ञानाच्या उद्देशाप्रमाणे आपला बळी दिला जाणार आहे, या अघोरी कृत्याशी अनभिज्ञ असलेलं ते बाळ आईच्या कुशीत सुखनैव झोपलं होतं.

अचानक बाळाला घेऊन सत्या वेगानं पुढे गेली आणि बाळासकट तिनं त्या लेसर टँकमध्ये उडी टाकली... काही वेळानं सर्वकाही पूर्ववत झालं... पण... पृथ्वीवरून मानवाच्या अस्तित्वाचं शेवटचं चिन्हही विरून गेलं. आता उरले होते फक्त हाडामांसाचे भावनाशून्य रोबोट...

◆

... आणि परी परतून गेली

शेंदरी रंगाच्या आकाशातून रात्र हळूहळू झिरपू लागली होती. नोव्हेंबरचा महिना होता आणि वातावरणात किंचित गारवा होता. पॅन्टच्या दोन्ही खिशात हात घालून समीर स्वत:च्याच विचारात रस्त्यानं चालला होता. अचानक कोणीतरी विचारलं, "अहो, माता निर्मला यांचा आश्रम कोठे आहे?'' हा मधुर आवाज ऐकून तो थांबला व त्यानं मागं वळून पाहिलं आणि निसर्गाचा एक अद्‌भुत आविष्कारच त्याच्या दृष्टीस पडला.

जवळजवळ साडेपाच फूट उंचीची ती एक तरुणी होती. तिचा वर्ण आगळंच गोरेपण लेवून होता. म्हणजे ते तांबूस गोरेपण नसून स्वर्णिम गोरेपण होतं. तिचे भुरकट चमकदार लांब केस पाठीवर रुळले होते व काही बटा कपाळावर विसावल्या होत्या. ते अफाट सौंदर्य बघून समीर हतबुद्धसा उभा होता. असं आकर्षण व तीव्र संमोहन त्याला या आधी कधीच झालं नव्हतं. तो त्या सौंदर्यवतीकडे एकटक बघतच राहिला. त्या अलौकिक सौंदर्याच्या व्यतिरिक्त अजून काहीतरी त्याला जाणवत होतं, जे शब्दातीत होतं. त्याला वाटून गेलं की कदाचित तो याच क्षणाची प्रतीक्षा करत होता. त्याच्या सुविधासंपन्न आणि सफल आयुष्यात एक अशी आगळी अतृप्ती भरून राहिली होती की... की जणू आयुष्यात काहीतरी मिळवायचं राहूनच गेलं होतं. आज त्या अतृप्तीला पूर्णविराम मिळाला होता जणू! ही कसली अगम्य अनुभूती आहे बरं!

"तुम्हाला माता निर्मलांचा आश्रम माहीत नाही का?'' समीरच्या एकटक बघण्यानं ती तरुणी बावचळली होती.

"हो. अहो जवळच आहे तो...'' संयत स्वरात समीर उत्तरला. त्या अफाट सौंदर्यानं त्याला शिष्टाचाराचे

नियम विसरायला लावले होते. त्याला प्रश्न पडला होता की या निर्जन रस्त्यावर ही अचानक आली कोठून?

"तुम्ही मला तेथवर न्याल का?" ती अत्यंत संकोचानं म्हणाली.

"हो, चला मी दाखवतो तुम्हाला आश्रम. तुम्ही कोठून आला आहात?"

"खूप खूप लांबून..."

"म्हणजे कोठून?" आणि समीरला जाणवलं की तिच्या जवळ सामानही नव्हतं.

"मी इतक्या दूरून आले आहे, ज्याची तुम्ही कल्पनाच करू शकत नाही."

हे ऐकून समीर गप्प झाला. त्याला वाटलं, कदाचित तिला सांगावंसं वाटत नसेल.

"तुम्ही एकट्याच आहात का? कुठे उतरलात तुम्ही?"

हा प्रश्न समीरनं तिला विचारला खरा, पण मग तो वरमला की ती आपल्याला काय म्हणेल?

"माझी माणसं तर खूपच लांब राहिली आहेत. इथे काही दिवस माताजींबरोबर राहीन." ती दृढतेनं म्हणाली.

माता निर्मलांच्या आश्रमाचं मुख्यद्वार लांबून दिसल्याबरोबर ती म्हणाली, "मी निघते आता. तुम्ही जाऊ शकता," तिचा दृढ स्वर ऐकून समीरला तेथूनच परतावं लागलं.

"पुढच्या उमेदवाराला दहा मिनिटांनी आत पाठव," समीरनं शिपायाला सांगितलं व तो खुर्चीवर रेलून आरामात बसला. खरंतर तो दमला होता. त्याची हुशार व कष्टाळू मदतनीस दुप्पट पगारावर एका बहुराष्ट्रीय कंपनीत निघून गेली होती. तो आपल्या प्रतिष्ठित 'आयगेट' सॉफ्टवेअर कंपनीसाठी तशीच मदतनीस शोधत होता. आत्तापर्यंत सात जणांचे इंटरव्ह्यू झाले होते, पण त्याच्या पठडीत बसणारी मदतनीस अजून मिळाली नव्हती. आता फक्त दोन उमेदवार बाकी होते.

त्यानं पुढच्या उमेदवारासाठी घंटी वाजवून पुढच्या उमेदवाराची ओळख फाइल उचलली. तो ती उघडणार एवढ्यात त्याच्या कानावर तोच परिचित मधुर स्वर पडला,

"मी आत येऊ का?" त्यानं तिच्याकडे पाहिलं... पाहतच राहिला. तोच गोड हसरा चेहरा आणि तेच दैवी सौंदर्य. एक मंद सुगंध दरवळला आणि समीर सुखावून गेला. सुखद अनपेक्षित आश्चर्यानं तो भारावून गेला. ती समोरच्या खुर्चीवर येऊन बसली.

"आज तुमची भेट होईल, असं वाटलंच नव्हतं," तो जरा सावरून बसला.

"माझं नाव परी आहे सर," ती हसऱ्या चेहऱ्यानं म्हणाली. समीरच्या मनात आलं की किती सार्थक नाव आहे 'परी'!

"तुम्हाला या कामाचा काही अनुभव आहे का?" तिची फाइल उघडताना समीरनं विचारलं.

"मी मदतनीस म्हणून कधी काम केलेलं नाही सर, पण तुम्ही माझ्यावर टाकलेल्या जबाबदारीला मी मनापासून निभावीन. तुम्हाला निराश नाही करणार."

परीचा आत्मविश्वास आणि चेहऱ्यावरील भाव त्याला प्रभावित करून गेले.

आणि खरोखरच परीनं आपलं म्हणणं थोड्याच दिवसांत सिद्ध करून दाखवलं. मदतनिसाच्या भूमिकेत ती पूर्णपणे समरस झाली होती. समीरच्या तेथील सर्व कामांचा आराखडा आपल्या आपण तिच्या मनात कसा येत होता, कोणास ठाऊक. कॉम्प्युटर व्हायरस मिरॅकलचा अॅन्टी-व्हायरस प्रोग्राम तिनं बघता बघता तयार केला म्हणजे कमालच झाली. तिचं प्रत्येक काम पऱ्यांसारखं आगळंवेगळंच असायचं.

तिच्याकडे बघताना, बोलताना समीर निःशब्द होत असे.

"काय बात आहे, मि. समीर? माझ्या बोलण्याकडे तुमचं लक्ष नाहीये. बहुदा तुम्ही दमले आहात," त्याच्या मुग्ध दृष्टीपुढे तिला काही सुचत नसे.

"हो, मी दमलो आहे." तो सारवासारव करायचा, "मी विश्रांती घेतो."

आणि एके दिवशी समीरनं परीला अचानक विचारलं, "तुमचं मूळ गाव कोणतं? तुमचे आई-वडील कुठे असतात?"

"मला वडील नाहीत," असं म्हणून परी ऑफिसच्या खिडकीपाशी गेली. थंडीचे दिवस लहान असल्यामुळे संध्याकाळी साडेसहा वाजताच अंधारून आलं होतं. समीर तिच्या जवळ जाऊन उभा राहिला. परीनं आकाशातल्या चांदण्याकडे बोट दाखवून म्हटलं,

"माझी आई तिथं असते आणि मी येथे माता निर्मलांच्या आश्रमात!"

हे ऐकून समीर व्यथित झाला. त्याला जाणवलं की ती दोघं एकाच धाग्याची दोन टोकं आहेत, त्यांची गाठ बांधली जाऊ शकते.

"माझ्याशी विवाह करणार का परी?" समीरनं हळूच विचारलं. परी संकोचली. तिच्या बोलक्या डोळ्यांत असे कितीतरी भाव उमटले, जणू तिला काही समजलंच नाही. परीच्या मौनानं स्वीकृती देऊन टाकली.

थोड्याच दिवसांत त्यांनी विवाह केला. विवाहरसाची अशी काही वृष्टी झाली की जन्मजन्मांतराची तृप्ती अनुभवली दोघांनी. परीचं प्रेम म्हणजे असा एक चक्रव्यूह होता की ज्यांत समीर फिरतच राहिला... म्हणजेच पूर्णपणे अडकला होता तो. म्हणतात ना की आत्मा व परमात्म्याचं मिलन झाल्यावर सारं जग रसहीन वाटू

लागतं, तसंच झालं होतं समीरचं. त्याला वाटलं की मोक्षाची अनुभूती आणखी वेगळी काय असणार! परीशिवाय त्याला दुसरं काहीही सुचत नव्हतं. वर्षभराचं साहचर्य, मन आणि देहाच्या समस्त मार्गांवरून क्रमण करीत करीत सृजनाच्या टप्प्यापर्यंत येऊन पोहोचलं. प्रेमाची स्वाभाविक परिणती गर्भधारणेपर्यंत आली. समीर आनंदात इतका बुडाला की त्याला परीच्या चेहऱ्यावरची चिंता तिळमात्र जाणवली नाही. तिची चिंता मात्र वाढतच राहिली.

रात्रीचे साडेआठ वाजले होते. एरवी समीरच्या भव्य प्रासादाचे द्वार बहुतांशी बंद असायचं, ते सताड उघडं होतं. बाहेर पोलिसांची जीप उभी होती. जीपचा ड्रायव्हर आरामात बिडी फुंकत बसला होता. आत बैठकखान्यात पोलीस इन्स्पेक्टर आपल्या दोन साहाय्यकांच्या मदतीनं तपास करत होते. त्यांचं नाव तेजवीर होतं. कॉलनीतील काही माणसंही तेथे जमली होती. समीरचा दु:खी निस्तेज चेहरा त्याची व्यथा मांडत होता, जसं त्यानं सर्वस्व गमावलं होतं.

"आपल्या सौभाग्यवती कधीपासून गायब आहेत?" एका अधिकाऱ्यानं विचारलं.

"मी सकाळी जेव्हा जागा झालो, तेव्हा ती बिछान्यात नव्हती. मला वाटलं कामात असेल ती; पण..."

"बाहेरचं एखादं दार उघडं होतं का?"

"नाही. आम्ही सगळी दारं लावूनच झोपतो रोज. सकाळी दारं बंद होती."

"घरात अजून कोण कोण असतं?"

"एक स्वयंपाकी व एक काम करणारी बाई. रात्री सगळं काम झालं की ते आउट हाउसमध्ये आपल्या घरी जातात. तसे ते कालही घरी गेले. त्यांना काहीच माहीत नाही. मी माझ्या सर्व नातेवाइकांकडे चौकशी केली, पण त्यांनाही काहीच माहीत नाही. परीच्या नातेवाइकांचं म्हणाल, तर ती या जगात अगदीच एकटी होती." समीरनं ऑफिसरला सांगितलं.

"तुमचा कोणावर वहीम?"

"माझं कोणाशीही व्यक्तिगत वैर नाही. व्यवसायातील प्रतिस्पर्ध्यांचे काय सांगू?" आणि समीर विचारात पडला.

"आपल्या पत्नीचा एक फोटो द्या."

समीरने टेबलावरील पुस्तकांच्या खाली ठेवलेला एक फोटो तेजवीरसिंहांना दिला. फोटो बघून क्षणभर तेही संमोहित झाले. 'काय अलौकिक सौंदर्य आहे...' मग त्यांनी स्वत:ला सावरण्याचा प्रयत्न केला. त्यांना काहीच सुगावा लागत नव्हता. घरातील सारं सामान यथावत होतं. कोठे काही हललेलं, विखुरलेलं नव्हतंच मुळी! भांडण, मारामारीचंसुद्धा एकही चिन्ह नव्हतं. नोकरांकडे चौकशी

झाली, पण संदिग्ध असं काहीच सापडलं नाही.

"ठीक आहे. आता आम्ही निघतो, पण एखादी खास बाब लक्षात आली तर आम्हाला अवश्य कळवा, आम्हाला त्याची मदतच होईल," नियमांप्रमाणे सर्व चौकशी करून पोलीस निघून गेले.

परीला जाऊन आज सात दिवस झाले. सर्व प्रकारचा तपास झाला पण काहीच हाती लागलं नाही. माता निर्मलांच्या आश्रमात तिच्याबद्दल कोणाला काहीच माहीत नव्हतं. तिच्या फायलीचे कागद इतके कोरे करकरीत होते, जणू त्यात कधीही काहीही लिहिलं गेलं नव्हतं. बंद घराच्या आत, ती काय हवेत विरघळून गेली? तिच्याबरोबर समीरचं ते बाळही निघून गेलं, ज्याच्या आगमनाचं सुंदर स्वप्न आज तो रंगवत होता.

रात्रीचे बारा वाजले होते. बाहेर ढगांच्या गडगडाटात पाऊस पडत होता. हवेच्या जोरानं दारंखिडक्या खडखडत होत्या. परीच्या विरहात समीरचे डोळे वाहत होते...

"इतकी आठवण काढू नकोस माझी समीर!" अचानक समीरला परी आपल्या निकट असल्याचा आभास झाला; पण खरंतर तो त्याच्या मनातील एक विचारच होता, जो निरंतर त्याच्या मनात, डोक्यात फिरत असे. त्यानं डोळे उघडले आणि...

तेच अप्रतिम सौंदर्य, मंद सुगंध आणि व्यथामिश्रित हास्य घेऊन परी त्याच्या समोर प्रगटली होती.

"तू आलीस परी," असं म्हणून त्यानं तिला आलिंगन दिलं... पण हे काय... परी त्याच्या कवेत आलीच नाही. ती त्याच्या शरीराच्या आरपार निघून गेली.

"म्हणजे तू या जगात नाहीस परी!" त्याच्या मनाला अतोनात त्रास झाला.

"नाही रे... मी जिवंतच आहे, पण तुझ्या या जगात नाही मी! या असीम ब्रह्मांडात आपल्या कल्पनेपलीकडे असलेले असंख्य ग्रह-नक्षत्र आहेत समीर. त्यातीलच 'जाइगा' या ग्रहावर मी राहते, जो पृथ्वीपासून २० प्रकाशवर्षे दूर आहे. तू बघतो आहेस ती माझी हॉलोग्राफिक इमेज आहे, जी माझ्या अंतरिक्ष यानातून तुझ्या खोलीत प्रक्षेपित केली गेली आहे. मी विचारतरंगांच्या माध्यमानं तुझ्याशी बोलते आहे."

"काय म्हणतेस?" तो चकित होऊन म्हणाला.

"मानवाची जिज्ञासा त्याला कधी स्वस्थ बसू देत नाही. आम्हीसुद्धा काही अशा ग्रहांच्या शोधात होतो, जिथे सभ्यता आणि संस्कृतीचा विकास झाला असेल. प्रकाशाच्या गतीनं चालणारं अंतरिक्षयान आमच्या ग्रहावर बनवण्यात आलं होतं, ज्यांना ब्रह्मांडीय विकिरणांपासून ऊर्जा मिळत होती. दिक्कालांची संरचना सगळीकडे

सारखी नसते. त्यात भिन्नता (विषमता) व वक्रता आहे. त्यांच्यामध्ये काही 'काल-बोगदे' आहेत. ज्यातून गंतव्य जागी पोहोचण्यास फार कमी वेळ लागतो. म्हणजेच ते अंतरिक्षांचे शॉर्टकट आहेत. अशाच एका 'काळ-बोगद्याला' मी शोधलं आणि योगायोगानं पृथ्वीवर येऊन पोहोचले.''

''म्हणजे तू खरोखरच परी होतीस, आकाशातून उडत उडत आली होतीस,'' समीर पुटपुटला. परीला हसूच आलं.

''माझ्याशी तू अशी का वागलीस परी? माझ्यावर प्रयोग करण्यासाठी मी काय तुला एक खेळणं वाटलो?'' समीर रागानं लालबुंद झाला होता.

''असं म्हणू नकोस समीर! अरे, तू मला असा अमूल्य उपहार दिला आहेस, जो आमच्या ग्रहाच्या वर्तमानाला व भविष्याला नवी दिशा देणार आहे. त्याची स्पंदनं माझ्या आत मी आत्ताही अनुभवत आहे! तुझा मुलगा अगदी तुझ्यावरच गेला आहे समीर!'' आणि परीचा कंठ दाटून आला.

''पण या मागचा तुझा उद्देश काय होता परी?'' समीर त्या धक्क्यातून सावरला नव्हता अजून.

''मी सर्व काही सांगते समीर. तुला माहीत आहे का, की पृथ्वीवर जीवसृष्टी आपल्या आपण नाही अवतरली किंवा वाढली. ती उल्कापिंडांच्या व धूमकेतूंच्या माध्यमाने बाहेरील अंतरिक्षातून पृथ्वीवर आली व रुजली. याला 'पॅन्स्पेर्मिया'* असं म्हणतात. पृथ्वीप्रमाणेच आमच्या 'जाइगा' ग्रहावरसुद्धा जीवन अंतरिक्षांतून आलं. जीवनाची विविध रूपं, अनंत संभावनांचा आणि संयोगांचा परिपाक आहे. पृथ्वीवर जीवनाचं आगमन अगदी सोप्या, सरळ एकपेशीय जीवांनी झालं. कालांतरानं मोठ्या जीवांचं रूप आलं, म्हणजेच विकास झाला. पृथ्वीप्रमाणे एकपेशीय जीवांचं एकपेशीय स्वरूप 'जाइगा'त सापडत नाही, मग आम्ही अंदाज बांधला की जाइगामध्ये जीवांचं पदार्पण अतिविकसित स्वरूपात झालं असावं. आमच्या ग्रहावर झाडाझुडपांच्या उच्च प्रजाती व फक्त स्त्रियाच आढळतात, अन्य एकही प्राणी येथे नाही.'' समीर हे ऐकून चकितच झाला. कोणास ठाऊक की हे सत्य होतं का स्वप्न!

''पृथ्वीवर पुरुषजातीला बघून मी कोड्यातच पडले. पृथ्वीवरील बायकांच्यात व आमच्यात मला बरंच साम्य आढळलं; आणि म्हणूनच आमच्या जीवनाचा स्रोत

---

* Panspermia (पॅन्स्पेर्मिया) : सिद्ध न झालेलं एक गृहीतक ज्यात अखिल ब्रह्मांडात निर्माण झालेले जीवजंतू हे अन्य मार्गाने, कारणाद्वारे आलेले आहेत. उदाहरणार्थ, पृथ्वीवरील जीवसृष्टी ही धूमकेतू, उल्कापिंडाद्वारे अवतरली व रुजली आणि प्रगत झाली ही संकल्पना.

एकच होता बहुतेक. आमच्या जीन संरचनेत गुणसूत्रांच्या २३ जोड्या होत्या, ज्यात तेवीसावी जोडी 'XY' गुणसूत्रांची होती. आता प्रश्न असा होता की गुणसूत्रांच्या आधारावर सारखे जीवनस्वरूप असतानासुद्धा हे अंतर (फरक) का असावं बरं? तेथे पुरुष का नाहीत? 'जाइगा'नं मला आदेश दिला की तुमचं संशोधन चालू ठेवा. मग मला एक चकित करणारं उत्तर मिळालं.''

''काय बरं...?''

''प्राण्यांमध्ये सापडणारे 'X' गुणसूत्र हे 'Y' गुणसूत्रांचे विखंडित स्वरूप आहे. जीवनविकासाच्या क्रमात हे एक प्राकृतिक उत्परिवर्तन होते. कालांतरानं स्त्री बीजापासूनच 'नर प्राणी' विकसित झाला.

म्हणजेच 'नारी ही नराची खाण आहे' हे खरं झालं. पण असं कसं झालं? समीर या विचारानं हतबुद्ध झाला. प्रकृतीच्या प्रयोगशाळेत प्रयोग अखंडपणे चालू असतात. उद्देश एवढाच असतो की संतती अस्तित्वात असली पाहिजे. या पृथ्वीवर संतती अबाधित राहण्यासाठी प्रकृतीचा हा प्रयोग सफल झाला. नर... नारीनं एकत्रित येऊन ही जीवनधारा अखंडित ठेवली.

''मग 'जाइगा'वर प्रजनन कशा प्रकारे होतं?''

''पृथ्वीवर ज्या प्रमाणे हाइड्रात होतं, अगदी तसंच. म्हणजे कलिकांमार्फत. काही विशेष प्रकारचा आहार घेतल्यानंतर आमच्या शरीराच्या एखाद्या भागात कोशिकांच्या गुच्छाच्या स्वरूपात एक 'कलिका' निर्माण होते. त्या कोशिका विभाजनानंतर भ्रूण बनवतात. ते भ्रूण, अंड्याच्या कवच्यासारख्या एका कवचात झाकलेलं असतं, व नंतर लगेचच ते भ्रूण आमच्या शरीरापासून विलग होतं आणि खोळीत आकाराला येतं. ठरलेल्या कालावधीनंतर ती खोळ तोडून विकसित जीव बाहेर पडतो,'' परी म्हणाली.

''पण माझा प्रश्न अजूनही अनुत्तरितच आहे. माझ्याशी तू असं का वागलीस?'' समीर बेचैन झाला होता.

''या पृथ्वीवर तुझ्या सान्निध्यात मला उमगलं की सत्य काय असतं. स्त्री व पुरुष एकत्रितपणे किती सुंदर जीवन जगतात. त्यांचा परस्पर अनुराग, आकर्षण आणि साहचर्य जीवनाला सौंदर्यरस प्रदान करतात. याच सर्वांचा अनुभव 'जाइगा'मध्ये अप्राप्य आहे. दोन पूरक अंश एकत्रित येऊन एक संपूर्ण मापदंड (युनिट) बनतं आणि... आणि संयुक्त सृजन म्हणजे एक अद्‌भुत अनुभूती आहे, जी शब्दातीत आहे. खरंतर प्रकृतीनं 'जाइगा'वासीयांना या अद्‌भुत अप्रतिम आनंदापासून वंचित ठेवून घोर अन्यायच केला आहे त्यांच्यावर! तुला पाहताच माझ्या मनात विचित्र भावनांचा कल्लोळ झाला, आणि मी 'जाइगा'वासी असल्यामुळे माझ्यासाठी ती एक अगदी नवीन अनुभूती होती. कदाचित ते प्रेम असावं! नंतर जे घडलं ते तुला

माहीतच आहे,'' असंख्य आठवणींच्या भारानं भारावलेल्या परीनं खाली मान घातली होती.

''आता पहिला नरशिशू, जाइगा ग्रहावर जन्मेल, आणि योजल्याप्रमाणे जर सारं काही सुरळीत घडलं तर...! हळूहळू आमच्या ग्रहावरसुद्धा लैंगिक प्रजननाचा शुभारंभ होईल. मग तेथील स्त्रिया आनंद, समर्पण, प्रेम या भावनांचा अनुभव घेतील, जे पृथ्वीवासीयांना सहज उपलब्ध झालं आहे. सृष्टीचं मूळ तत्त्वच प्रेम आहे. पृथ्वीच्या सीमेपार आता प्रेमाचा संदेश अंतरिक्षांत पोहोचेल, ज्याचं श्रेय फक्त तुलाच असेल.''

''मला सोडून जाऊ नकोस परी...'' समीर काकुळतीनं म्हणाला.

''माझा नाइलाज आहे समीर. माझा मेंदू प्रोग्रामच्या अधीन आहे. माझ्या वागण्याबोलण्यावर 'जाइगा'चं नियंत्रण आहे. ज्या बोगद्यानं मी पृथ्वीवर आले होते, त्याचा परतीचा मार्ग तेव्हाच कालाच्या उलटफेऱ्याच्या कारणानं बंद होणार होता. मग मला 'जाइगा'ला परतणं अशक्य झालं असतं आणि माझ्या संशोधनाचा लाभ माझ्या ग्रहवासीयांना झाला नसता. म्हणूनच मला लगेच परत येण्याचा आदेश देण्यात आला होता. निघताना मला तुझी शेवटची भेटसुद्धा घेता आली नाही.'' परीच्या डोळ्यांतील अश्रू चमकत होते.

''अलविदा समीर...''

हात उंचावून अलविदा म्हणणाऱ्या परीची आकृती हळूहळू दृष्टीआड होत गेली. समीर अत्यंत हतबुद्ध होऊन तिचं निघून जाणं बघत राहिला. आता परीचा पत्ता जरी मिळाला होता, तरीही पृथ्वीवरील कोणतेही पोलीस तिला परत आणण्यात असमर्थच होते...

◆

नवा घरगडी

सौ. जयरामन कपाळाला हात लावून बसल्या होत्या. त्या काळजीत पडल्या होत्या. रात्रीपर्यंत तर सगळं काही आलबेल होतं, पण सकाळी उठल्यावर त्यांच्या लक्षात आलं की त्यांचा नोकर, म्हणजेच घरगडी रामू घरातील काही सामानासकट गायब झाला होता.

मागच्या वर्षभरात त्यांनी तीन घरगडी बदलले होते. म्हणजे झालं असं होतं की त्यांतील पहिला घरगडी गिरीश त्यांच्या आदेशांकडे साफ दुर्लक्ष करू लागला होता. उलटून उत्तर देण्याची त्याला खोड होती. मालकिणीनं त्याला दोन-तीन महिन्यांतच कामावरून काढून टाकलं. मग श्याम नावाचा नोकर त्यांना मिळाला. काही दिवसांनी त्यांच्या लक्षात आलं की तो काम तर ठीकपणे करतो, पण त्याला दोन खोड्या होत्या. गुपचूप घरातील दूध पिऊन टाकणं व साखरेचे बोकाणे भरणं. मग त्यांची गच्छंती झाली आणि आज हा रामू...

बराच वेळ विचार केल्यानंतर त्यांच्या लक्षात एक मुद्दा आला आणि त्या स्वत:वरच खूश झाल्या.

"हे मला आधी का नाही सुचलं बरं?" असं त्या पुटपुटल्या आणि पतिमहाशयांच्या प्रयोगशाळेकडे निघाल्या.

त्यांचे पती प्रोफेसर जयरामन सुविख्यात रोबोट वैज्ञानिक होते. या विषयात ते नवनवीन प्रयोग करून छान छान रोबोट बनवत असत. त्यांच्या सौ. तेथे पोहोचल्या, तेव्हाही ते एका रोबोटच्या सर्किटला तपासत होते. त्या लगेच म्हणाल्या,

"अहो, मला घरकामासाठी एक रोबोट बनवून द्या."

"कशा प्रकारचा रोबोट?"

"जो माझं ऐकेल. माझ्या आज्ञांचं पालन करील.

जो चोरी करणार नाही वगैरे वगैरे...''

प्रोफेसर जयरामननी त्यांच्याकडे बघितलं. आपली बायको कितपत हट्टी आहे हे त्यांना पुरेपूर माहीत होतं. ते म्हणाले,

''हे बघ, रोबोटबरोबर तुझं अजिबात निभावणार नाही. अगदी उत्कृष्ट रोबोटची बुद्धी, एखाद्या लहान मुलाइतकीसुद्धा नसते आणि तुझ्या सवयी विचित्र आहेत. सतत निरर्थक व काहीही बडबडणं, हा तुझा स्थायिभाव आहे. आणि यात तुला त्रासच होईल, कारण निर्बुद्ध रोबोटला तुझ्या वटवटीतून योग्य व सार्थक काय निवडायचं, हेच कळणार नाही.''

प्रोफेसर जयरामनने आपल्या पत्नीला सर्वतोपरी समजावून सांगितलं, पण त्यांना काहीच पटलं नाही.

''मी काही ऐकून घेणार नाही. मला एक आज्ञाधारी रोबोट हवा म्हणजे हवा!'' मग जयरामन आपल्या जागेवरून उठले आणि एक रोबोट सौ.च्या हाती देत ते म्हणाले,

''हा घे, याच्याशी काम करवून घेत असताना तुला सतत सावध राहूनच बोलावं लागेल, कारण तो तुझ्या प्रत्येक शब्दाचा उपयोग करेल. त्यात तो कसूर ठेवणार नाही.''

घरगड्याच्या रूपातील रोबोट घेऊन सौ. जयरामन मोठ्या आनंदानं घरी परतल्या. रोबोट खरोखरीच आज्ञाधारक होता. विशेष म्हणजे तो माणूस नसल्यामुळे त्याची प्रवृत्ती 'खल' करण्याची नव्हती. रोबोटचं नाव त्यांनी 'रॉबी' ठेवलं होतं. सगळं काही आलबेल चाललं होतं, पण! त्या दिवशी सौ. जयरामन स्नान करीत असताना त्यांना दारावरील बेल ऐकू आली. त्यांनी जोरात म्हटलं, ''रॉबी, बघ बाहेर कोण आलं आहे?''

रॉबीनं सौ. चावला आल्याचं सांगितलं. हे ऐकल्याबरोबर सौ. जयरामन जरा घुश्यात आल्या. रोज ही बाई आपले उगाचच दोन-अडीच तास डोकं खाते, याचा त्यांना उबग आला होता. रागातच त्या म्हणाल्या,

''त्या भिकार बाईला बैठकीत बसव, मी आलेच.''

रॉबी, सौ. चावला यांना तसं म्हणाला, पण त्या म्हणाल्या, ''नाही, मी इथंच बरी आहे. त्यांना म्हणावं की बाजारात जायचं आहे जरा पट्कन आवरा.''

''पण मालकीणबाई म्हणाल्या आहेत की त्या भिकार बाईला बैठकीत बसव, मी आलेच.''

रॉबी नावाच्या त्या मशीननं वाक्य जसंच्या तसं म्हटलं...

आणि मग तेथे जे घडलं त्याबद्दल काय सांगावं! सौ. चावला व सौ. जयरामन यांच्यामध्ये जे वाक्युद्ध झालं त्याला तोड नाही. रागाच्या भरात शिव्याशापही

झाले. सौ. जयरामन हे भांडण थांबवण्यास, त्यांचा गैरसमज दूर करता करता मेटाकुटीस आल्या. शेवटी अगदी अजिजीनं त्या सौ. चावला यांना म्हणाल्या,

"अहो, शपथ घेऊन सांगते की मी रॉबीला, तुम्हाला उद्देशून असं म्हटलं होतं की 'त्या हुशार बाईला बैठकीत बसव, मी आलेच. अहो नळाच्या आवाजात त्यानं ते नीट ऐकलं नसणार... मी तरी काय करू?"

त्या दिवसानंतर सौ. जयरामन, रॉबीच्या बाबतीत बऱ्याच सावध झाल्या होत्या. एकदा तर रॉबीनं कहरच केला. सौ. जयरामन स्वयंपाक करीत होत्या. मधेच त्यांनी रॉबीला हाक मारली. त्याच्या हातात ओल्या कचऱ्याची बादली देताना त्या म्हणाल्या,

"हा कचरा मागच्या गल्लीत फेकून दे आणि हे बघ, कचरा टाकताना तेथे कोणी येतं-जातं आहे की नाही, हे बघून कचरा टाक," असं म्हणून त्या परत स्वयंपाकघरात गुंतल्या.

आणि काही वेळातच गल्लीतून आरडाओरडा ऐकू आल्यामुळे त्या तेथे धावल्या. बघतात तर काय, एक माणूस ओल्या कचऱ्यानं माखून गेला होता! त्या रॉबीवर भडकल्याच व म्हणाल्या,

"हे काय केलंस तू रॉबी?"

"आपण म्हणाला होतात, कोणी येत-जात आहे की नाही हे बघून कचरा टाक," रॉबी आज्ञाधारकाप्रमाणे म्हणाला.

"अरे देवा!" असं म्हणत त्या डोक्याला हात लावून मट्‌कन खालीच बसल्या, "रॉबीकडून काम कसं करवून घ्यायचं? मला तर आता अधिकच दक्ष राहावं लागेल! खरंच, रोबोट हा घरगड्याचा म्हणजेच जिवंत माणसाचा पर्याय होऊ शकत नाही का?" त्यांना आपल्या निर्णयावर शंका वाटू लागली.

रॉबीची पुढची चूक तर कल्पनेपलीकडची होती. झालं असं की, सौ. जयरामन यांना खूप ताप आला होता. त्यातच जानेवारीच्या थंडीचा कडाका. त्या उबदार रजईत पहुडल्या होत्या. रॉबी त्यांच्या आज्ञेप्रमाणेच घरातील कामं करीत होता. त्या म्हणाल्या,

"रॉबी, भांड्यांचा रॅक स्वच्छ कर, स्वयंपाकघरातील लादी स्वच्छ धुवून टाक... घाणेरडं पाणी फेकून दे... वगैरे वगैरे."

त्यांना ताप इतका होता की ही छोटी छोटी वाक्यं म्हणतानासुद्धा त्या कण्हत होत्या. त्यांच्या मनात विचार आला की रॉबीच्या मेंदूत मानवासारखी बुद्धी अगदी थोडीसुद्धा असती तर किती बरं झालं असतं. हा त्रास तरी वाचला असता. एवढ्यात रॉबी समोर येऊन उभा ठाकला. त्याच्या हातात घाण पाण्याचं भरलेले घमेलं होतं. त्यानं विचारलं,

"बाईसाहेब, हे पाणी कोठे टाकू?"

हे ऐकल्याबरोबर त्या कंटाळून भडकल्याच,

"टाक माझ्या डोक्यावर!"

त्यांनी असं म्हटल्याक्षणीच त्यांना आपली चूक उमगली होती. त्या काही म्हणण्याच्या आतच रॉबीनं ते घमेलं सौ. जयरामनच्या शिरावर अक्षरश: ओतलं. या क्षणी त्यांची सहनशक्ती अगदीच संपली, आणि त्यांना आता ही खात्रीच पटली की मनुष्याची जागा रोबोट कधीच घेऊ शकणार नाही.

दहा दिवसांत त्या बऱ्या झाल्या आणि त्यांनी सर्वप्रथम एक निर्णय घेतला. प्रोफेसर जयरामन यांना त्यांचा रोबोट परत करून टाकला...

'यापेक्षा माणूसच भला,' असं मनातल्या मनात म्हणून त्या नव्या नोकराच्या शोधासाठी सौ. चावलांकडे निघाल्या...

◆

अखंड सौभाग्यवती

दिल्लीच्या त्या रणरणत्या दुपारी मी आपल्या ऑफिसमध्ये कॉम्प्युटरवर कामात दंग होतो. सौरऊर्जेवर चालणाऱ्या ए.सी.मुळे ऑफिसमध्ये गारवा होता. माझी पी.ए. रोबो, 'रुबी' कोल्ड कॉफी बनवण्यात दंग होती. रुबी एक ह्यूमन एन्ड्रॉइड होती. कंपनीनं माझ्या इच्छेखातर तिला मागील जमान्यातील सुप्रसिद्ध नायिकेचं, 'कंगना'चं रूप बहाल केलं होतं.

"तुझ्या हातच्या कॉफीची सर कुठंच नाही स्वीटी... तुझ्या हाताचं चुंबन घ्यावंसं वाटतं आहे..." मी तिला मुद्दामच डिवचलं.

"अवश्य घ्या वकीलसाहेब..." असं म्हणत तिनं आपले दोन्ही हात पुढं केले. त्या हातांना स्पर्श करताच मला विजेचा जोरदार झटका बसला, आणि मी सावध झालो. किती जबरदस्त प्रोग्रामिंग केलं होतं कंपनीनं! म्हणजे स्पर्शसुद्धा नको! बहुतेक हे माझ्या बायकोचं काम असावं, तिला रुबीचा मत्सर वाटतो ना!

सध्या मी एका लक्षवेधी (हाय प्रोफाइल) केसचं काम करत होतो. काहीच वर्षांपूर्वी स्थापित झालेली प्रतिष्ठित 'युनिव्हर्सल बायोइन्फॉर्मेटिक कंपनी'च्या संदर्भात एक विचित्र बाब समोर आली होती. या कंपनीनं अत्यंत उत्कृष्ट कॉम्प्युटर्स व निष्णात जैव विशेषज्ञांना भल्या मोठ्या पगारावर घेतलं होतं. पण नंतर काही दिवसांतच त्यातील अधिकांश कर्मचारीवर्ग नैसर्गिक किंवा अपघातात मरण पावल्याचं निदर्शनास आलं. आणि म्हणूनच बरेच जण 'यू.बी.सी.' कंपनीला शापित मानू लागले, तर काहींच्या मते हा प्रतिस्पर्धी कंपन्यांचा कट आहे. चौकशीत मात्र संदिग्ध असं काहीच सापडलं नाही.

आणि तेव्हाच माझ्या ऑफिसच्या खिडकीत पंख फडफडवीत माझं एक कबुतर अवतरलं. आजच्या

या इलेक्ट्रॉनिक युगात एखादी बातमी किंवा सूचना लपवणं अशक्य असल्यामुळे मी निरोपांची देवाणघेवाण करण्यासाठी प्राचीन साधनांचा उपयोग करीत होतो. मी कबुतराला हळूच आत घेतलं व त्याच्या पायात अडकलेल्या पत्राला अलगद काढून घेतलं. त्यात लिहिलं होतं,

'कंपनीचं कार्य श्री.डी. पद्धतीनं चालतं, पण सध्या तेथे काही गडबडीचे संकेत आहेत. उद्या 'यू.बी.सी.' सिटीत भेटावे - महादेवन.'

कोल्ड कॉफी घेतल्यावर मी ताजातवाना झालो. नंतर या केसची टाचणं काढण्यात गढून गेलो. पत्रातील निरोपानं माझी अशील श्रीमती सावित्रीच्या शंकेला दुजोरा दिला होता. ओळखीच्या एका मध्यस्थानं त्यांची माझी भेट घडवून आणली होती. 'यू.बी.सी.त काम करणाऱ्या त्यांच्या पतीच्या मृत्यूबाबत त्या साशंक होत्या. त्यांचा मृत्यू हृदयविकाराच्या तीव्र झटक्यानं झाला, हे त्यांना अजिबात मान्य नव्हतं. त्यांच्या म्हणण्यानुसार मृत्यूच्या काही दिवस आधीपासून त्यांचे पती काळजीत पडले होते. त्यांना राहून राहून वाटत होतं की काहीतरी अशुभ घडणार आहे.

श्रीमती सावित्रींनी जे सांगितलं, त्याहीपेक्षा मला त्यांचं मोकळं कपाळ आणि त्यांचं श्वेत परिधान मनाला चटका लावून गेलं. त्यांचं मन राखण्यासाठी मी ही केस स्वीकारली होती. पण आज महादेवनच्या या पत्रानं मला एक धागा मिळवून दिला होता. महादेवन माझा सहयोगी आहे आणि सध्या तो यू.बी.सी.च्या ऑफिसमध्ये शिपायाचं काम करीत होता. त्याला नक्कीच काही पुरावा हाती लागला होता.

माझी हायस्पीड एअरकार 'यू.बी.सी. सिटी'च्या एअर पार्किंगमध्ये उतरली होती. मी लिफ्टनं खाली आलो. स्वागतकक्षात बसलेल्या रिसेप्शनिस्ट ऐश्वर्याकडे माझं लक्ष गेलं. तीसुद्धा रुबीसारखीच एन्ड्रॉइड होती. तेथे दोन्ही बाजूंना मोठमोठ्या काचेच्या शोकेसेस होत्या, ज्यात कंपनीचा माल डिस्प्ले केला गेला होता. शोकेसमध्ये बायोइलेक्ट्रॉनिक जंतू, फुलपाखरं, उंदीर वगैरे प्राणी ठेवण्यात आले होते. प्रत्येक प्राण्यांमध्ये 'न्यूरो चिप्स' बसवण्यात आल्या होत्या. रिमोटद्वारे त्या खेळण्यांना आपल्या मनाप्रमाणे खेळवलं जाऊ शकत होतं. मी एक रिमोट कन्ट्रोल दाबल्याबरोबर एक उंदीर उभा राहिला व गोल गोल फिरू लागला.

मी एका श्रीमंत ग्राहकाच्या रूपात कंपनीत आलो होतो, आणि मला माझ्या लाडक्या 'शिहुआहुआ' नामक कुत्र्याला रिमोटचलित करून घ्यायचं होतं. कंपनीच्या आणखी बऱ्याच वस्तू तिथं होत्या. जसे गर्भातील भ्रूणास काही शारीरिक त्रास होत असेल तर डी.एन.ए. अलर्ट पाठवला जाऊ शकत होता. बुद्धिवान व शहाणे बायोकम्प्युटर्सही तेथे होते, जे मनोवांछित गुणांची बाळं बनवण्याची क्षमता बाळगून होते.

फिरता फिरता अचानक मी सटपटलो! मला ज्या माणसानं कॉफी आणून दिली होती, त्यानं मोठ्या सफाईनं माझ्या खिशात काहीतरी टाकलं होतं. तो महादेवनच होता. मी सावध झालो आणि लगेच बाहेर पडलो. कारमध्ये बसल्यावर मी तो कागद काढला व वाचला, त्यातून जे समजलं ते स्तिमित करणारं होतं,

'जर यांना प्रत्यक्षात, पकडायचे असेल तर उद्या संध्याकाळी स्पेशल क्राइम सेलच्या मदतीनं यू.बी.सी.च्या गुप्त वर्कशॉपवर धाड टाका.' याच पत्रात एक स्पष्ट नकाशा दिला होता.

मी लगेच कामाला लागलो. मामला एका अत्यंत प्रतिष्ठित कंपनीचा होता म्हणून अधिक सतर्कतेनं पाऊल उचलणं गरजेचं होतं. क्राइम सेलनं या घटनेची नोंद गंभीरतेनं घेऊन आपली पुढची रणनीती आखली होती. मोहिमेचे नाव 'ऑपरेशन डेथ' असं ठेवलं होतं.

काही तासांतच काम फत्ते झालं. मोजक्या पत्रकारांच्या आणि ऑफिसर्सच्या गराड्यात अपराधी खाली माना घालून बसले होते.

"काय योजना होती तुमची?" एका पत्रकारानं विचारलं.

"आमच्या कंपनीची टेक्निकल टीम बायोइलेक्ट्रॉनिक 'जीव' निर्माण करण्यात निष्णात झाली होती. मग आम्ही त्याचे प्रयोग मानवांवर करू लागलो. या प्रयोगांच्या दरम्यान आमच्या मनात विचार आला की मानवाच्या मेंदूचं डिजिटायझेशन का करू नये! त्या दिशेने आमचं कार्य सुरू झालं. मेंदूतील न्यूरॉन आणि त्यांच्यातील कनेक्शनला स्मृतींसह स्कॅन करून अगदी तशीच डिजिटल प्रतिकृती कॉम्प्युटरमध्ये बनवण्यात आली. हे आमचं मोठं यश होतं. त्याच्यानंतर आम्ही एक असं सॉफ्टवेअर विकसित केलं, ज्याच्याद्वारे मेंदूचे डिजिटल स्वरूप अगदी खऱ्या जिवंत मेंदूप्रमाणे कार्य करू लागलं. हे कार्य इतकं हायटेक होतं की ते सुख, दुःखाच्या संवेदना व भावनांवर आपली प्रतिक्रिया देऊ लागलं. याही पुढे जाऊन ते आपल्या इच्छेनुसार नियंत्रणक्षमसुद्धा बनलं. यात स्मृती फीड किंवा डिलिट केली जाऊ शकत होती." कंपनीचे हेड मि. रजत अत्यंत अभिमानानं बोलले. हे ऐकून सर्व जण स्तंभित झाले.

"एका दृष्टीनं आम्ही मानवाला गुलाम बनवण्यात यशस्वी झालो होतो. मग कंपनीच्या फायद्यासाठी आम्ही त्याला उपयोगात आणण्याचा निश्चय केला. कोटी कोटी रुपये खर्चून विशेषज्ञांना आणण्याचं प्रयोजनच संपलं होतं, कारण आता तेच कार्य आम्ही फुकटात करवून घेऊ शकत होतो. जगाच्या दृष्टीनं ते सर्व मृत झाले होते, पण... पण ते आमच्या कॉम्प्युटरमध्ये राहून सतत संशोधन, विकास व नव्या नव्या उत्पादनांच्या कार्यात मग्न आहेत. आज आमची अधिकांश उत्पादनं याच

'डिजिटल डेड डूअर्स' म्हणजेच मृत डिजिटल कामगारांची किमया आहे.'' कंपनीचे सी.ई.ओ. मि. गुप्ता थंडपणे म्हणाले.

मग मीच विचारलं,

''तर ही पद्धत होती तुमची श्री.डी.ची! पण मग इथं त्यांच्या मृत्यूचा प्रश्न येतोच कुठे? तुम्ही त्यांच्या मेंदूची कॉपी केल्यानंतर त्यांना नोकरीवरून काढून टाकू शकत होता की!''

''पण इथं एक टेक्निकल पेच निर्माण झाला असता. मेंदूला ऑक्सिजन व रक्ताचा पुरवठा करत असताना त्याची डिजिटल कॉपी करणं अशक्यच होतं. म्हणून काही खास प्रकारच्या उपायांनी आम्हाला त्यांना नैसर्गिक वाटणारं मरण द्यावं लागलं. हवंतर मी तुम्हाला सोदाहरण ते दाखवू शकतो,'' अत्यंत शांतपणे आणि थंड डोक्यानं मि. रजत यांनी कॉम्प्युटर ऑन केला. स्क्रीनवर प्रोफेसर सत्यचा हसरा चेहरा दिसला.

''गुड मॉर्निंग, कसे आहात तुम्ही?'' मि. गुप्तांनी विचारलं.

''मी ठीक आहे. रात्री उशिरा झोपलो. बायोकॉम्प्युटरवर डिझाइन्स बघत बसलो होतो. मला इथं बरीच लोकं दिसत आहेत, कंपनीची एखादी मीटिंग आहे का? पण मला याची सूचना दिली गेली नव्हती!'' प्रोफेसर सत्य तक्रारीच्या सुरात म्हणाले.

मग मि. गुप्ता आमच्याकडे वळून म्हणाले, ''इथलं दृश्य स्कॅन झालं असून आमचे सॉफ्टवेअर त्यांच्या मेंदूतील संकेत पाठवत आहेत. प्रोफेसर सत्यना, ते स्वत: इथं उपस्थित असल्याचा भास होत आहे. त्यांना माहीतही नाही की ते मृत झाले आहेत, कारण आम्ही त्यांच्या मृत्यूची स्मृती पुसून टाकली आहे. तसंही शरीराचं अस्तित्व मेंदूच्या माध्यमाने होत असतं. चेतना, भावना, संवेदना आदी मेंदूची किमयाच म्हणावी लागेल,'' इतकं म्हणून मि. गुप्तांनी एक बटण दाबलं आणि लगेच प्रोफेसर सत्यने आपलं डोकं गच्च धरून ठेवलं... ''मला क्षमा असावी, माझं अचानक डोकं खूप दुखू लागलं आहे. घरी जाऊन औषध घेतो व विश्रांती घेतो.'' डोकेदुखीमुळे त्यांच्या डोळ्यांत पाणी आलं होतं, जे सगळ्यांना दिसलं.

काय विचित्र भ्रम आहे हा! याला मायाजालच म्हणायला हवं. हे असले कसले कारागीर आहेत, ज्यांनी मानवाच्या जीवन-मरणातील अंतरच विसरायला लावलं! त्या क्षणी मला श्रीविष्णूंनी नारदमुनींना मायाजालात अडवण्याच्या कथेचं स्मरण झालं.

कंपनीचं गुपित आज उघड झालं होतं. सर्व दोषींना अटक करण्यात आली व कंपनीला सील करण्यात आलं.

दोन दिवसांनी श्रीमती सावित्री माझ्यासमोर सौभाग्याची लेणी लेवून बसल्या होत्या. कपाळावर कुंकू, हातात चुडा, नवीन रंगीत साडी वगैरे वगैरे. मी त्यांना म्हटलं,

"तुम्हाला शंका आली व तुम्ही ती बोलून दाखवली म्हणून कित्येक निरपराध लोकांचे प्राण वाचले. नाहीतर कोणास ठाऊक, अजून किती दिवस हा जीवघेणा प्रकार चालत राहिला असता."

साश्रू नयनांनी श्रीमती सावित्री म्हणाल्या,

"मी आपली मन:पूर्वक आभारी आहे वकीलसाहेब! तुमच्यामुळे मला माझे पती परत मिळाले."

हे ऐकून मी दचकलोच! मी म्हणालो,

"हे काय म्हणता आहात तुम्ही? ते तर... मृत..."

"नाही हो...", त्या म्हणाल्या, "हा आपला आपला दृष्टिकोन आहे. एखाद्या दुर्घटनेत किंवा गंभीर आजारात जर मनुष्याची काया जरी निष्क्रिय झाली असली तरी चिकित्सा व कायद्याप्रमाणे तो माणूस तोपर्यंत जीवितच मानला जातो, जिथपर्यंत त्याचा मेंदू कार्यरत असतो. मग त्या परिभाषेनुसार माझे पती जिवंतच आहेत... नाही का? आणि दुसरं असं की ते जर स्वत:ला जिवंत मानतात तर मी त्यांना मृत का मानावं? भलेही त्यांचं शरीर आज नाही, तरीही ते माझे पती आहेत... आणि पत्नीच्या नात्यानं माझ्या शेवटच्या श्वासापर्यंत मला त्यांची साथ करणं अनिवार्यच आहे. आणि तसंही... या डिजिटल रूपात ते कायमचे अमर झालेले आहेत... आणि मी अखंड सौभाग्यवती..."

सौ. सावित्रींचा कंठ दाटून आला होता, त्यांचा चेहरा आगळ्या तेजानं चमकत होता. त्यांनी समस्त शंकांचं निरसन करून टाकलं होतं. त्यांच्या या जगावेगळ्या पतिभक्तीला पाहून मी त्यांच्या समोर नतमस्तक झालो.

सौ. सावित्रींनी आपल्या डिजिटल पतीला परत आणण्यासाठी ही केस लढण्याची मला नम्र विनंती केली आहे. त्या यमराजांबरोबर पण भांडू शकतात, हे मी मनोमन जाणून आहे. पण मी ठरलो एक लहानसा पामर! कृपा करून आपण सर्वांनी मला यश मिळावं म्हणून प्रार्थना करावी... प्लीज!

◆

विसाव्या शतकाच्या उत्तरार्धातील एक गारठलेली उदास संध्याकाळ. वयोवृद्ध प्रोफेसर कामीन आपल्या प्रयोगशाळेत बसून क्षीण झालेल्या गुंजनकांत यांच्याशी एका गंभीर विषयावर बोलत होते.

"एकदा पुन्हा आपण या विषयावर गंभीरपणे विचार करा गुंजनकांत. या प्रयोगासाठी तुम्ही मानसिकरीत्या खरोखरच तयार आहात का? आणि जर तसं नसेल तर..." प्रोफेसर कामीन म्हणाले.

"मी कॅन्सरसारख्या दुर्धर आजारानं ग्रस्त आहे प्रोफेसर! या आजारात मरण अटळच आहे. या रोगावरच्या इलाजाचा शोध पूर्णपणे कुठं लागला आहे अजून? अकालमृत्यू हेच माझं भविष्य आहे... आणि नियतीसुद्धा. तरीही मला प्राकृतिक सौंदर्यानं नटलेल्या या रमणीय पृथ्वीवर राहून जगण्याची आंतरिक इच्छा आहे. मला खूप-खूप जगावंसं वाटतं. पक्ष्यांची किलबिल, इंद्रधनुष्याचे सुंदर आकाश, हिरवीगार वनराई आणि पृथ्वीचे प्राकृतिक सौंदर्य आदींच्या विरहाची मी कल्पनाही करू शकत नाही," बोलता बोलता गुंजनकांतचा कंठ दाटून आला आणि ते अतिशय भावुक झाले.

"शंभर वर्षं झोपलेल्या राजपुत्राची गोष्ट तुम्ही ऐकलीच असेल ना गुंजनकांत...", असं म्हणून प्रोफेसर कामीन स्तब्ध झाले. मग किंचित हसून ते म्हणाले,

"काही विशेष शास्त्रीय उपायांनी आम्ही तुमचं शरीर, त्यातील मनोशारीरिक प्रक्रियांची गती अत्यंत मंद करणार आहोत आणि तुम्हाला निद्राधीन करणार आहोत. कालांतराने जेव्हा कधी कोणी कॅन्सरवर उपाय करणारा महानायक येईल... तुमच्या माथ्याला आपल्या शास्त्रीय छडीचा स्पर्श करेल... मग तुम्हीसुद्धा त्या राजकुमाराप्रमाणे रोगमुक्त होऊन एका प्रदीर्घ

वारसा

गाढ निद्रेतून जागे व्हाल...''

गुंजनकांतच्या चेहऱ्यावर आनंद दिसला आणि मोठ्या अधीरतेनं त्यांनी विचारलं, ''खरंच असं शक्य होईल?'' त्यांची जिज्ञासा उफाळून आली.

''का नाही? या भूतलावर अनेक असे जीवजंतू आहेत, ज्यांच्या शरीरात अशी व्यवस्था असते की प्रतिकूल वातावरणात, त्या परिस्थितीत तग धरण्यासाठी ते आपल्या शारीरिक प्रक्रियांची गती कमी करून शीतनिद्रा किंवा ग्रीष्मनिद्रेच्या अधीन होऊन जातात. कालांतरानं अनुकूल वातावरण तयार झालं की ते पुन्हा जागृत होतात,'' प्रोफेसर कामीन म्हणाले.

''प्रोफेसर, आता माझ्या सर्वकाही लक्षात आलं आहे. या जगात अनंतकाळ जगण्यासाठी मी काहीही करावयास तयार आहे आणि या प्रयोगात म्हणाल तर दीर्घ निद्रा घेऊन मग जागं व्हायचं आहे, म्हणजे उत्तमच की!'' गुंजनकांत दृढ आत्मविश्वासानं म्हणाले.

''उत्तम, आता चला माझ्याबरोबर प्रयोगशाळेत,'' प्रोफेसर साहेबांच्या पाठोपाठ गुंजनकांत निघाले.

वेगवेगळ्या प्रकारच्या आधुनिक उपकरणांनी सुसज्जित अशी ती प्रयोगशाळा होती. एका मोठ्या टेबलावर गुंजनकांतना झोपवण्यात आलं. त्यांच्या समोरच धातूची एक कॅप्सूलच्या आकाराची पेटी ठेवलेली होती. ग्रेफाइट, ॲल्युमिनिअम व अन्य काही धातूंनी ती खास पेटी बनवण्यात आली होती. शरीराच्या तापमानाचं नियंत्रण ठेवण्यासाठी, शरीराला झटके व धक्क्यांपासून संरक्षण मिळण्यासाठी या पेटीची खास रचना करण्यात आली होती. याची कल्पना व इतर शंकांचं यथोचित निरसन प्रोफेसरांनी गुंजनकांतना करून दिलं. त्यांनाही सर्व गोष्टी मनोमन पटल्या होत्या.

प्रोटीन, कार्बोहाइड्रेट्स, फॅट्स आणि व्हिटॅमिनयुक्त अशा एक मूठभर कॅप्सूल्स प्रोफेसर कामीननी गुंजनकांतच्या समोर ठेवल्या व ते म्हणाले,

''या निळ्या, हिरव्या कॅप्सूल्स पाण्याबरोबर घेऊन टाका. त्या तुम्हाला दीर्घ काळापर्यंत ऊर्जा पुरवतील. शेवटी तुम्हाला जाग येईल तेव्हा तुम्ही 'ग्रॅन्ड ओल्ड मॅन ऑफ द अर्थ' झालेले असाल.'' असं म्हणून प्रोफेसर जोरात मनापासून हसले, पण गुंजनकांत मात्र गालातल्या गालात हसले. उत्सुकता, रोमांच, भय आदींचे मिश्रण त्यांच्या या हसण्यात असावं. पण त्यांचा निर्धार पक्का होता. खरंतर त्या क्षणी ते एक नवा इतिहास घडवणार होते. ते भूतभविष्याचं एक असं प्रतीक बनणार होतं, जे कधी काळी वर्तमानसुद्धा होणार होतं.

संमोहन आणि पोटात गेलेल्या रसायनांचा परिणाम हळूहळू गुंजनकांतांच्या शरीरावर दिसू लागला, ते बधिर होत गेले. त्यांना त्यांच्या प्रिय पत्नीचं स्मरण

झालं. या अशा प्रयोगाला तिनं कधीच संमती दिली नसती आणि म्हणूनच दुपारी ती गाढ झोपेत असताना ते गुपचूप निघून आले होते. त्यांना आपल्या शांत, प्रेमळ पत्नीला बघण्याची अनिवार इच्छा झाली व ते तळमळू लागले. आणि त्याच क्षणी प्रोफेसर कामीन त्यांना म्हणाले,

"आता तुम्ही गाढ निद्रेच्या आधीन होत आहात!"

हेच शेवटचे शब्द त्यांच्या कानात घुमले. त्यांची चेतना कमी कमी होत गेली. मोहाच्या समस्त बंधनातून ते मुक्त झाले होते. त्यांच्या निचेष्ट शरीराला त्या विशेष पेटीत प्रोफेसर कामीन यांनी अलगद व काळजीपूर्वक ठेवून ती कॅप्सूल बंद करून टाकली.

आपला हा अभूतपूर्व प्रयोग पूर्ण झाल्याच्या आनंदात त्यांनी स्वत:भोवती एक गिरकी घेतली व ते म्हणाले,

"या अभूतपूर्व प्रयोगामुळे माझं नाव विज्ञानाच्या इतिहासात सुवर्णाक्षरांनी लिहिलं जाईल. या शतकातील सर्वोच्च वैज्ञानिकाचा पुरस्कार मलाच मिळेल." त्यांच्या आनंदाला उधाण आलं होतं, या प्रयोगाच्या यशानं ते धुंद झाले होते. ते स्वत:शीच बोलत होते. पण... पण त्यांचं सत्तर वर्षांचं कमजोर हृदय आनंदाच्या या उधाणाला सामोरं जाण्यास कमी पडलं. आवेग सहन न झाल्यामुळे त्यांचं हृदय बंद पडलं व ते खाली कोसळले आणि त्यांच्या समस्त स्वप्नांचा चुराडा झाला... जग या आगळ्यावेगळ्या प्रयोगाविषयी अनभिज्ञच राहिलं...

काळाचं चक्र निरंतर फिरतच राहिलं. कोणास ठाऊक की त्या चक्राच्या किती फेऱ्या झाल्या... आणि गुंजनकांतांच्या सुप्त मेंदूत हळूहळू चेतना परतू लागली. आणि एक प्रश्न मेंदूत शिरला,

"तुम्हाला आता बरं वाटतं आहे का?" कोणीतरी विचारलं.

"हो" या उत्तरानं नव्हे तर टेलिपॅथीच्या द्वारे त्यांनी डोळे उघडले व इकडे-तिकडे पाहिलं.

प्लॅस्टिक किंवा तत्सम कुठल्यातरी पदार्थानं ती प्रयोगशाळा बनलेली होती. तेथे चित्रविचित्र यंत्रं होती. सगळीकडे दृष्टी फिरवल्यावर जवळच त्यांना एक मानवसदृश्य आकृती दिसली, जिचं डोकं फार मोठं होतं आणि तिचे कृश हात-पाय सुरकुतलेले व डागाळलेले होते. गुंजनकांतांच्या अंगावर काटा आला. त्यांनी लगेच आपले डोळे बंद केले व त्यांचा मेंदू भूतकाळात शिरला. त्यांना आठवलं की ते कुठे होते... कुठं झोपले होते. झटक्यात ते उठले.

"मी कुठं आहे?" हा प्रश्न त्यांच्या मनात उपजला आणि समोरच्या अनोळखी माणसाला तो आपोआप समजला. त्यानं म्हटलं,

"तुम्ही पृथ्वीवर आहात, आणि जवळजवळ एका शतकानंतर तुम्हाला जाग आली आहे. कॅन्सरच्या उपचाराचा शोध लागून बरीच वर्षं झाली आहेत. भूगर्भीय उलथापालथींमुळे, कॅप्सूलमध्ये बंद असलेलं तुमचं शरीर एका अशा अज्ञात स्थळी पोहोचलं होतं की तेथे तुम्हाला कोणीच पाहू शकत नव्हतं. आणि म्हणूनच इतक्या दीर्घ कालानंतर तुम्हाला चैतन्यावस्थेत आणलं गेलं."

"मी आपला आभारी आहे प्रोफेसर कामीन!" गुंजनकांत मग प्रसन्नतेनं म्हणाले, "मला बाहेर फिरावंसं वाटत आहे!" त्यांना पुन्हा आपली पृथ्वी पाहण्याची मोठी उत्सुकता लागली होती.

त्या अनोळखी माणसाने मोठ्या आश्चर्याने गुंजनकांतांकडे पाहिलं व म्हटलं, "ठीक आहे, पण तुम्हाला हा पोशाख घालावा लागेल."

गुंजनकांतना काही समजलं नाही, तरीही त्यांनी तो विचित्र पोशाख आपल्या अंगावर चढवला.

चालता चालता वाटेत गुंजनकांतांनी त्या अनोळखी माणसाला विचारलं, "तुमचं शरीर असं कसं झालं?" त्या माणसाच्या ओठांवर एक विद्रूप हास्य उमटलं व तो म्हणाला,

"एकविसाव्या शतकाच्या आरंभीच जगातले सर्व व्यवहार स्वयंचलित मशीनच्या द्वारे होऊ लागले. मग माणसांच्या हातापायांचा वापर कमी कमी होत गेला. डोकं मात्र सर्वाधिक कार्य करू लागलं, आणि त्याचाच असा परिणाम झाला की डोकं फार मोठं झालं व हातपाय जीर्ण होत गेले."

गुंजनकांतांनी त्या क्षणी, लैमार्कच्या सिद्धान्ताचं सत्य रूप पाहिलं व अनुभवलंसुद्धा! मग त्यांनी विचारलं की तुमची त्वचा सुरकुतलेली व डागाळलेली का आहे? त्यांना उत्तर मिळालं,

"आमच्या बुद्धिहीन पूर्वजांनी पृथ्वीतलावर इतकं अधिक प्रदूषण पसरवून ठेवलं की सूर्याच्या अतिनील किरणांना रोखून धरणाऱ्या 'ओझोन'चं आवरण विखंडित झालं. नंतर कुठल्याही प्रयत्नांनी ते आवरण निर्माण करता आलं नाही. त्या अपायकारक किरणांमुळेच आमच्या त्वचेची ही गत झाली आहे. नंतर 'त्वचा कॅन्सर'सारखा रोग बळावत गेला आणि रुजलासुद्धा."

गुंजनकांतांच्या मनात अपराधाची भावना निर्माण झाली, पण अजून त्यांना काही भयंकर सत्यांना सामोरं जाणं बाकी होतं.

अचानक तो अनोळखी माणूस उद्‌गारला, "आपण पृथ्वीतलाच्या पृष्ठावर आलो आहोत."

लगेच गुंजनकांत भूमिगत वस्तीतून वर आले आणि पृथ्वीवर त्यांचं पाऊल पडलं. दुःखावेगाने ते उद्‌गारले, "अरे! हे काय झालं आहे!" त्यांची नजर लांबवर

गेली, त्यांना मैलोगणीक सारी पृथ्वी सपाट रिकामी दिसली. झाडेझुडपे, पशुपक्षी यांचा थांगपत्ताही नव्हता. सगळीकडे पसरले होते फक्त आण्विक कचऱ्याचे ढीग. रेडिओधर्मी धुराळा आणि... आणि सूर्याचे अतिनील किरण सरळ सरळ पृथ्वीवर बरसत होते. सगळीकडे एक भयानक पोकळी निर्माण झाली होती. सगळीकडे फक्त सामसूम...

विसाव्या शतकातील अतिबुद्धिवान मानवाने वनांची बेछूट कत्तल केली होती. परमाणू स्फोट आणि औद्योगिक प्रगतीच्या नावाखाली अपायकारक रसायनांचा प्रयोग करून पर्यावरणाला इतके अधिक प्रदूषित करून टाकले की 'जीवशृंखला' संपूर्णपणे नष्ट झाली. पृथ्वीचं तापमान वाढतच गेलं. अशा प्रकारे पृथ्वीला पूर्णपणे पिळून घेण्याचा परिणाम असा झाला की पृथ्वीवरील झाडेझुडपं, जीवसृष्टी कायमची करपून गेली. शेवटी पर्यावरणात प्रदूषण इतकं वाढलं की त्या वातावरणात कोणताही जीव जगणं अशक्य झालं.

आज मानव प्रयोगशाळेत ऑक्सिजन तयार करतो आणि कृत्रिम ऊर्जेच्या कॅप्सूल्स खाऊन आपल्या शारीरिक गरजा पूर्ण करतो आहे. पृथ्वीवरील दूषित वातावरणाचा संपर्क टाळण्यासाठी तो खास प्रकारच्या भूमिगत वस्त्यांमध्ये राहून जगण्याचा प्रयत्न करत होता. पण असल्या उपायांनी त्याचं अस्तित्व कसं टिकून राहील? अन्य प्राण्यांप्रमाणे एक दिवस मानवाचं अस्तित्वही संपुष्टात येईल. पृथ्वीला प्राणविरहित करण्यात मानवाचा फार मोठा वाटा आहे, यात तिळमात्र शंका नाही.

गुंजनकांत भीतीनं थरथरू लागले. त्यांच्या प्रिय पृथ्वीवर पशू होते. पक्षी होते. झरे होते व तलावसुद्धा होते. हिरवीगार वनराई होती. पक्ष्यांचे गुंजन होते. गार ताज्या हवेत मंद सुगंध दरवळत असायचा आणि... आणि या सर्वांनी जगण्याची अदम्य लालसा निर्माण केली होती.

आपल्या भावी पिढ्यांसाठी मानवानं हा कसा वारसा ठेवला आहे? एके काळी मानवजातीवर आपली माया-ममता उधळणारी प्रकृती आज भयानक, निर्मम मृत्यूचं रूप धारण करून आकांत करीत होती. या अशा पृथ्वीवर गुंजनकांतना जगायचं नव्हतं. या भवसागरात आपण एकाकी झालो आहोत, या जाणिवेनं ते सैरभैर झाले. अचानक त्यांचं मानसिक संतुलन बिघडलं. त्यांनी अंगावर चढवलेला विशेष पोशाख काढून फेकून दिला आणि ते जिवाच्या आकांतानं बाहेर पळू लागले. आणि... आणि बाहेर आकांत करत उभ्या असलेल्या मृत्यूनं लगेच त्यांना आपल्या कवेत घेतलं...

◆

आणि एक स्वप्न विरले

सिव्हिल लाइन्सच्या त्या रम्य परिसरातील एका आलिशान बंगल्याचं मुख्य दार उघडं होतं. लोकांची गर्दी उसळली होती. सकाळच्या प्रहरी होणारा चिमण्यांचा चिवचिवाट व लोकांची वाढती कुजबुज, यामुळे वातावरण वेगळंच भासत होतं. तेवढ्यात सायरन वाजवत पोलिसांची जीप तेथे दाखल झाली. लोकांनी जीप आत येण्यासाठी वाट करून दिली. इन्स्पेक्टर राघव आपल्या दोन कॉन्स्टेबलसहित बंगल्यात दाखल झाले.

आतल्या मोठ्या बैठकीत एक सुंदर महिला रडत होती. तिचं वय तिशीच्या आसपास असावं. जवळच साधारण चार वर्षांचा एक मुलगा आपल्या छोट्या छोट्या तळव्यांनी तिचे डोळे पुसत होता. तिच्या आसपास बसलेल्या महिलादेखील तिचं सांत्वन करीत होत्या.

"आपण मिसेस रंजन का?"

"होय..."

"पोलिसांत फोन कोणी केला होता?" राघवनं सहानुभूतीनं विचारलं.

"मीच केला..." त्या रडत रडत म्हणाल्या.

"मला ती जागा दाखवा जेथे हे घडलं..."

"त्यांच्या स्टडीरूममध्ये समोर उजव्या बाजूच्या दुसऱ्या खोलीत..." मध्यम आकाराच्या त्या खोलीत खूप पुस्तकं होती. डाव्या भिंतीला लागून एक भलंमोठं टेबल होतं. त्याच्या समोरील खुर्चीवर एक आकर्षक तरुण खुर्चीच्या पाठीला टेकून बसलेल्या स्थितीत होता. त्याचे डोळे बंद होते व त्याचं वय जवळजवळ पस्तीस वर्षांचं असावं. त्याचा चेहरा पिवळा पडला होता आणि त्याचे दोन्ही हात खुर्चीच्या बाजूनं खाली लटकले होते. त्याच्या मनगटांवर व खाली साचलेलं रक्त सांगत होतं की त्याचे प्राण

जाऊन बराच वेळ झाला होता. मृत रंजन यांचा चेहरा अत्यंत शांत होता. प्रतिरोधाचं एकही चिन्ह तेथे नव्हतं. काही विपरीत घडल्याचा एकही पुरावा तेथे नव्हता. प्रथमदर्शनी ही घटना आत्महत्येची वाटत असली तरी तेथे कोठेही सुसाईड नोटसुद्धा नव्हती. पोलिसांचा फोटोग्राफर घटनास्थळाचे विभिन्न कोनांतून वेगवेगळे फोटो घेत होता. इन्स्पेक्टर राघवनी कॉन्स्टेबलना आवश्यक त्या सूचना दिल्या व ते बाहेर बैठकीत आले.

"नेमकं काय झालं होतं मिसेस रंजन?"

"मला खरोखरच काही माहीत नाही इन्स्पेक्टर साहेब... विश्वास ठेवा माझ्यावर! जेवण झाल्यावर रात्री नऊ वाजता आपल्या स्टडीत जाण्याचा त्यांचा नित्यनियम होता. दोन-तीन तासांनी आपलं काम आवरून ते झोपावयास यायचे. कधीकधी त्यांना इतका उशीर होत असे की मी आणि छोटा मिकी गाढ झोपेत असायचो. काल रात्रीसुद्धा मी बारा वाजेपर्यंत त्यांची वाट पाहिली आणि मग झोपी गेले. सकाळी उठून बघते तर...!" त्यांना हुंदका आवरला नाही.

"तुम्हा दोघांत काही भांडण अथवा वाद झाला होता का?"

"अजिबात नाही हो..."

थोडा विचार करून राघव यांनी विचारलं,

"अलीकडे तुम्हाला असे काही वेगळे अनुभव आले होते का?"

"एवढ्यात तर नाही... पण हल्ली त्यांचं वागणं खूप..."

"घाबरू नका मिसेस रंजन, नि:संकोचपणे सांगून टाका, कदाचित त्यातून काही धागा मिळण्याची शक्यता आहे," राघव त्यांना प्रोत्साहन देत म्हणाले.

"मागील काही महिन्यांपासून त्यांचा स्वभाव खूप बदलला होता. त्यांचा राग, त्रागा, चिडचिड खूपच कमी झाली होती. जवळजवळ संपलीच होती म्हणण्याइतपत. ते अतिशय शांत, संतुलित व आनंदी झाले होते. हा बदल माझ्यासाठी खूपच मोठा होता. आमच्यात कुठलेच मतभेद होत नव्हते, ज्याचं मला खूप आश्चर्य वाटायचं. आपल्या विसरभोळेपणासाठी ते पूर्वी आपल्या अशिलांच्या व मित्रांच्या गोटात खूप प्रसिद्ध होते, पण हल्ली तो अवगुणही नामशेष झाला होता. आपल्या प्रत्येक खटल्याची इत्थंभूत माहिती त्यांच्या लक्षात राहू लागली होती. एका सामान्य व्यक्तीचे आदर्श पुरुषात रूपांतर झाले होते जणू! मी या बदलामुळे खूप मजेत होते, पण आता... त्यांनी जाण्यापूर्वी माझा व मिकीचा जराही विचार केला नाही..." मिसेस रंजनचा कंठ दाटून आला.

इन्स्पेक्टर राघव गहन विचारात गुंतले. त्यांच्या लक्षात आले की श्री. रंजन एक मृदुभाषी व मिळूनमिसळून राहणारं व्यक्तिमत्त्व होतं. ते समाजात समंजसपणे

वागत होते. त्यांच्या संपत्तीबद्दल कुठलाही विवाद किंवा शत्रुत्व नव्हतं. व्यवसायात कुठलाही टोकाचा प्रतिस्पर्धीही नव्हता. मागील एक वर्षापासून त्यांची वकिली जोरात होती. मग अशा समजूतदार माणसानं आत्महत्या का करावी?

तेवढ्यात टेलिफोनची रिंग वाजली. त्यांनी फोन घेतला व सगळं काही ऐकल्यावर त्यांच्या चेहऱ्यावर चिंतेची छाया पसरली. खबर अशी होती की शहराच्या वेगवेगळ्या भागांत अशाच प्रकारच्या आणखी तीन घटना घडल्या होत्या.

समोरील कागद वाचता वाचता इन्स्पेक्टर राघव कॉम्प्युटरमध्ये काहीतरी माहिती फीड करत होते. मरणाऱ्या चारही व्यक्तींमध्ये काही गोष्टी अगदी सारख्या आढळून आल्या होत्या. त्यांनी ढोबळमानानं एक रूपरेषा तयार केली होती. हातातील कॉफी संपवून त्यांनी स्क्रीनवर नजर टाकली.

१. त्या चौघांनी मनगटाची शीर तोडून आत्महत्या केली होती.
२. चौघांची मृत्युवेळ एकच होती.
३. त्या चौघांना मागील एक वर्षात त्यांच्या स्वत:च्या कार्यक्षेत्रात अफाट प्रसिद्धी मिळाली होती.
४. त्या सर्वांच्या स्वभावात मागील एक वर्षात आमूलाग्र बदल झाले होते, जे सकारात्मक होते. या मुद्द्याकडे दुर्लक्ष करून चालणार नाही.
५. त्या चौघांच्या आत्महत्येबद्दल एकही स्पष्ट कारण सापडलं नाही.
६. त्यांच्या कुटुंबीयांच्या म्हणण्याप्रमाणे ते एकमेकांना ओळखत नव्हते.

वरील सर्व मुद्द्यांवर विचार करकरून राघवचं डोकं दुखू लागलं. त्या चौघांमध्ये असं काहीतरी निश्चित सूत्र होतं, जे लक्षात येत नव्हतं.

बाबा, बाबाऽऽ म्हणत इन्स्पेक्टर राघवची नऊ वर्षांची मुलगी प्रिया धावत येऊन त्यांना बिलगली. तिच्या पाठोपाठ तिची आईसुद्धा तेथे आली व म्हणाली, "एवढे कष्ट घेतले या मुलीसाठी, रोज अभ्यास घेतला... आणि मार्क बघा किती कमी आहेत ते!" असं म्हणून आईनं प्रगतिपुस्तक राघव यांच्या समोर टाकलं व रागानं म्हटलं,

"उद्या डॉक्टरकडे नेऊन तिच्या डोक्याचा 'एक्स-रे' काढा... बहुतेक आतून रिकामंच असावं ते..."

हे वाक्य ऐकल्याबरोबर राघव म्हणाले, "काय म्हणालीस आत्ता तू?" त्यांच्या डोक्यात लख्ख प्रकाश पडला...!

"काही म्हणाले नाही मी! तुम्ही आणि तुमचा कॉम्प्युटर... बसा इथंच..." असं रागानं म्हणून त्यांच्या पत्नीनं मुलीचं बखोट धरून तिला ओढत ती बाहेर

घेऊन गेली.

राघवच्या चेहऱ्यावर समाधानाची छटा पसरली. आशेचा एक किरण त्यांना गवसला होता, जो त्यांना सत्याच्या सूर्यापर्यंत नेणार होता. त्यांनी फोनवरून आपल्या साहाय्यकाला काही सूचना दिल्या.

संध्याकाळचा काळोख दाटत चालला होता. कॉलबेलच्या तीक्ष्ण आवाजाच्या प्रत्युत्तरात एका व्यक्तीनं दरवाजा उघडला. जवळजवळ साठ वर्षे वयाच्या त्या व्यक्तीच्या डोळ्यांत बुद्धिमत्तेची चमक स्पष्ट दिसत होती. बाहेर इन्स्पेक्टर राघव व एक कॉन्स्टेबल उभे होते. त्यांना बघताच त्या व्यक्तीच्या चेहऱ्यावर प्रसन्नता झळकली.

"आपण प्रोफेसर वेणुकुमार ना?" राघव त्या व्यक्तिमत्त्वानं भारावले होते.

"हो, आत या."

बाहेरून घरपण दर्शवणारी ती बंगली आतून बहुविध इलेक्ट्रॉनिक उपकरणांनी सज्ज होती. जणू एक प्रयोगशाळाच! प्रोफेसर वेणुकुमार म्हणाले,

"मी आपल्याविषयी पेपरमध्ये नेहमीच वाचत असतो. तुम्ही खरोखरच फार हुशार आहात. पण राघव, तुम्ही हे सांगा की 'शवांचं स्कॅनिंग' करण्याचा विचार तुमच्या मनात कसा काय आला?"

"...माझ्या पत्नीच्या त्या वाक्याने की 'मुलीच्या डोक्याचा एक्स-रे काढा,' मला जणू जादूची किल्लीच हाती लागली. त्या चारही मृत व्यक्तींचे व्यवहार, प्रवृत्ती आणि कौशल्यामध्ये जे आमूलाग्र परिवर्तन आलं होतं, त्याचा मुख्य आधार त्यांचा मेंदूच होता आणि म्हणूनच मी त्यांच्या मेंदूचं स्कॅनिंग करवलं. स्कॅनिंगच्या रिपोर्टनं मला चकित करून टाकलं. पुढच्या तपासाचा विचार करीत असतानाच तुमचा फोन आला आणि मी येथे आलो."

मग वेणुकुमार म्हणाले,

"मी या बाबतीत स्वत:हून जर तुम्हाला काही नाही सांगितलं तर सत्य तुम्हाला कधीच कळणार नाही, पण या घटनाक्रमानं माझं मन उद्विग्न झालं आणि एक अपराधी भावना माझं मन कुरतडू लागली...

"आम्ही पाचही जण एका पार्टीत भेटलो होतो. ते चौघे आपल्या वर्तमान आर्थिक स्थितीला कंटाळले होते. मी त्यांना आश्वस्त केलं होतं की मी त्यांची मदत करीन, पण मी एक अटसुद्धा घातली होती की त्यांनी माझ्या एकमात्र स्वप्नाच्या पूर्ततेसाठी माझ्या प्रयोगात सहभागी व्हावं. त्या वेळेस मी मानव व मशीन यांच्या संगमाबद्दल म्हणजेच 'साईबोर्ग'वर संशोधनाचं कार्य करत होतो. सध्या आपलं कार्य करण्यासाठी आपल्याला कॉम्प्युटर ऑपरेट करावा लागतो.

माझं स्वप्न असं होतं की कॉम्प्युटर सरळसरळ मानवाच्या मेंदूला जोडला जावा, ज्यायोगे मनात विचार येताच कॉम्प्युटरमध्ये फीड केलेले आकडे सरळ मेंदूत पोहोचावे...'' बोलता बोलता वेणुकुमार जरा थांबले. इन्स्पेक्टर त्यांचं बोलणं लक्षपूर्वक ऐकत होते.

''त्यानंतर मी त्या प्रत्येकाच्या मेंदूत एक अत्यंत गुंतागुंतीची सूक्ष्म 'न्यूरोचिप' प्रत्यारोपित केली. त्या चिपमधून निघणारे रेडिओतरंग अँन्टेनाच्या माध्यमातून माझ्या कॉम्प्युटरवर येत असत. ती चिप, त्यांचे मेंदू आणि माझ्या कॉम्प्युटरमध्ये सरळ संवाद स्थापित करीत असे. आता मी आपल्या कॉम्प्युटरद्वारे त्यांना निर्देश देऊ शकत होतो आणि ते स्वत: कॉम्प्युटरमध्ये उपलब्ध आकड्यांचा प्रयोग कधीही करू शकत होते. त्यांच्या मनातील प्रतिक्रियांना, म्हणजेच राग, निराशा वगैरेंना निर्देश देणं व नियंत्रणात ठेवणं मला शक्य झालं होतं.''

''म्हणजे हे मुख्य कारण होतं त्यांच्या अफाट स्मरणशक्तीचं आणि नवल वाटावं अशा संतुलित व्यवहार आचरणाचं...'' इन्स्पेक्टर राघव म्हणाले.

''हो ना! आणि याच गुणांमुळे त्यांना वेगानं यशस्वितेच्या पायऱ्या चढता आल्या. पण नंतर माझ्या लक्षात असं आलं की ते चौघे आपल्या बुद्धीपेक्षा आपल्या कॉम्प्युटरवरच अधिकाधिक अवलंबून राहत होते. कुठलीही कठीण समस्या उद्भवल्यास ते स्वत: त्यावर विश्लेषणात्मक विचार करून त्याचं निराकरण करत नव्हते, तर... ते सतत कॉम्प्युटरमध्ये फीड केलेल्या आकड्यांच्या आधारावर निर्णय घेऊ लागले. असं झाल्यावर मी काळजीतच पडलो. खरंतर मेंदू आणि कॉम्प्युटरचा संबंध एकतर्फी झाला होता. आता प्रोफेसरांच्या चेहऱ्यावर चिंता दाटली होती.

''मग तुम्ही काय केलं?'' अधीर होऊन राघव उद्गारले.

''मला माझ्या प्रयोगाची चरमसीमा गाठण्याची घाई झाली होती... आणि म्हणूनच माझ्या हातून आयुष्यातील सर्वांत मोठी चूक घडली. मी कॉम्प्युटरवरून त्यांना आज्ञा केली की त्यांनी आपल्या मनगटातील रेडिअल शिरा कापून टाकाव्यात. खरंतर मला शंभर टक्के हा विश्वास होता की ते हे ऐकणार नाहीत, कारण मानवामध्ये आपल्या जिवाच्या रक्षणाची प्रवृत्ती सर्वाधिक प्रबळ असते... आणि येथेच माझं चुकलं. ते चारही जण...'' प्रोफेसर हतबुद्ध झाले.

''तुम्ही तंत्राला (टेक्निक) मानवाचा साहाय्यक न करता त्याला स्वामित्व बहाल करून टाकलं. सूचनांचा अखंड प्रवाह जर मेंदूवर अविरत आक्रमण करीत राहिला तर मौलिक विचार निर्माण होणार तरी कसे? कल्पना, तर्क आणि चिंतन सूचनांच्या अथांग सागरात बुडणारच ना! सध्या आम्ही मेंदूचा फक्त दहावा भाग उपयोगात आणत आहोत, अशा प्रयोगांनी तर तेही थांबणारच! आणि येथूनच विज्ञानाचा आलेख घसरणीला लागणार. तुम्ही तुमच्या प्रयोगाखातर असं केलं

पण... पण वैऱ्याला संपवण्यासाठी हा प्रयोग कोणीही सर्रास करू शकतो. हा दुरुपयोगच झाला ना!''

हे ऐकून प्रोफेसर वेणुकुमारचा चेहरा पश्चात्तापानं व निराशेनं काळवंडला. ते म्हणाले, ''माझ्या आयुष्याच्या ह्या स्वप्नांचा कसा चुराडा झाला...''

''त्या चौघांना आत्महत्या करण्यास तुम्ही चिथावणी दिल्याबद्दल मी तुम्हाला अटक करीत आहे...'' दु:खानं इन्स्पेक्टर राघव म्हणाले आणि प्रोफेसर वेणुकुमारांना बरोबर घेऊन आपल्या जीपकडे निघाले.

◆

खिडकीतून येणाऱ्या कोवळ्या उन्हात आपल्या अभ्यासिकेत बसून विनय एका नवीन कथेच्या आराखड्यात मग्न होता. तेवढ्यात त्याला पोस्टमनचा आवाज ऐकू आला व त्याची एकाग्रता भंग पावली. पाठोपाठ त्याची बायको मधु, अमेरिकेहून आलेलं पत्र घेऊन खोलीत दाखल झाली. विनय विचारात पडला कारण, त्याच्या ओळखीचं किंवा नात्यातलं कोणीच अमेरिकेत नव्हतं. लिफाफ्यावर त्याचं नाव व पत्ता अगदी स्पष्ट व बरोबर लिहिलेला होता. शंकेला वावच नव्हता. त्यानं काळजीपूर्वक पाकिटातून पत्र बाहेर काढलं. मोत्यासारख्या सुंदर अक्षरात ते पत्र त्यालाच लिहिलं गेलं होतं.

डेट्रायट (यू.एस.ए.)
२४ मार्च, २०१५

प्रिय विनय

नमस्कार,

कधीपासून मला तुला भेटावंसं वाटत होतं, पण तुझा पत्ता माहीत नसल्यामुळे भेट झाली नाही. तुझी आठवण मात्र सदैव येत असते. काही दिवसांपूर्वी माझ्या एका भारतीय परिचितानं मला एक मासिक पाठवलं होतं ज्यात तुझी एक कथा, तुझ्या फोटो व पत्त्यासकट छापून आली आहे. मी ती तेव्हाच वाचली होती पण तुला त्याची पोहोच देणं शक्य झालं नाही. मी येथे मॅथ्यू विद्यापीठात वनस्पतिशास्त्राचा प्रोफेसर आहे. भारतात दिल्लीमध्ये एका सेमिनारमध्ये भाग घेण्यासाठी मी येत्या एक तारखेला दिल्लीत येत आहे. एका आठवड्यानंतर संध्याकाळी साडेपाच वाजता

अनुत्तरित

माझी फ्लाइट पालम विमानतळावर पोहोचेल. जमल्यास तू मला एअरपोर्टवर घ्यायला ये. भेटीअंती आपण बोलूच. घरातील सर्वांना नमस्कार सांग.

तुझा मित्र

प्रकाश

पत्र वाचल्यावर विनय स्तंभितच झाला.

"असं कसं शक्य आहे?'' तो स्वत:शीच म्हणाला.

"कोण आहे हा प्रकाश?'' मधुनं पत्र वाचल्यावर विचारलं.

"मला वाटतंय की कोणीतरी माझी थट्टा करीत आहे, कारण ज्या प्रकाशला मी ओळखतो तो हा होऊच शकत नाही!'' विनय म्हणाला.

"का बरं?'' मधुनं विचारलं.

"हे बघ, तुला माहीतच आहे की आठवीपर्यंतचं माझं शिक्षण माझ्या खेड्यात झालं. त्या वेळेस बाबा शेतीच्या कामात आजोबांची मदत करीत होते. प्रकाश आमच्या शेजारच्या काकांचा मुलगा होता व माझा मित्रसुद्धा. गावातल्या शेतात, बागेत आम्ही उंडारत असू. खेळत असू. आम्ही खूप मस्ती करायचो. एकदातर कैऱ्या चोरून खाल्ल्यामुळे आम्ही एकत्र मारसुद्धा खाल्ला होता,'' विनय जुन्या आठवणीत हरवला.

"तो काय तुमच्या शाळेत होता?''

"नाही. त्याच्या वडिलांना शाळा, अभ्यास वगैरेंशी काही घेणंदेणं नव्हतं. ते त्याला आपल्यासारखा एक साधा-सरळ शेतकरी बनवू इच्छित होते. अगं, त्याला स्वत:चं नावदेखील लिहिता येत नव्हतं. माझ्या वडिलांनी काळाची पावलं ओळखली होती, म्हणून त्यांनी शिक्षणासाठी मला दिल्लीत ठेवलं. माझं सर्व शिक्षण तेथेच झालं. सुट्टीत जेव्हा मी गावी जात असे, तेव्हा प्रकाशची भेट होत असे. आमची मैत्री पक्की होती. सुट्टी संपली की मी परत दिल्लीला जात असे. पुढे तो शेतीच्या कामात अडकला व मी आपल्या नोकरीच्या कामात. आयुष्य असंच पुढे सरकत राहिलं. पण हेही खरं आहे की प्रकाशसारखा निष्कपट मित्र मला परत कधीच मिळाला नाही. मी तीन वर्षांपूर्वी गावी गेलो होतो, तेव्हा प्रकाशचं निधन झाल्याचं कळलं...'' विनय उदास झाला.

"पण एकाएकी असं कसं झालं?'' मधु सटपटली.

"शेताला पाणी देत असताना त्याला सर्पदंश झाला होता. गावठी इलाज केले त्यांनी, पण तो वाचू शकला नाही. आमच्या गावाच्या परंपरेप्रमाणे त्याचा दाहसंस्कार न करता त्याच्या निर्जीव देहाला पाण्यात, म्हणजेच नदीत वाहवून टाकलं गेलं. मला निरोप मिळेपर्यंत खूप उशीर झाला होता, म्हणून मला त्याचं अंत्यदर्शन घेता

आलं नाही. मी काका-काकूंना भेटून आलो. बाबांच्या पत्रांमधून मला त्या बिचाऱ्या म्हाताऱ्या आईवडिलांच्या दुर्दशेची हकिकत समजत होती. प्रकाश एकुलता एक असल्यामुळे त्याच्या वियोगात उरलेलं आयुष्य जगणं त्यांना फार फार कठीण जात होतं. काय म्हणावं...'' विनयचं बोलणं ऐकून मधुसुद्धा कष्टी झाली. मग जरा विचार करून म्हणाली,

"असंही होऊ शकतं ना, की त्याला मृत समजून वाहवून टाकलं आणि पुढे तो वाचला असेल!''

"कदाचित तसंही झालं असेल, पण सव्वीस-सत्तावीस वर्षांचा एक निरक्षर माणूस वनस्पतिशास्त्रामध्ये प्रवीण होऊन प्रोफेसर बनेल, हे कसं शक्य असेल?'' विनयला प्रश्न पडला.

"तुमचं म्हणणं बरोबर आहे, पण खरं-खोटं जाणण्यासाठी आपल्याला एक एप्रिलपर्यंत वाट बघावी लागणार आहे,'' मधु म्हणाली.

"हो काऽऽ! म्हणजे त्या दिवशी एक एप्रिल आहे तर...'' आणि विनयला हसू आवरेना. "म्हणजे कोणीतरी ठरवून आपल्याला 'एप्रिल फूल' करण्याच्या तयारीत आहे तर...'' विनय म्हणाला. मग दोघंही हसू लागली.

"तो जो कोणी असेल ना... आपल्याला एअरपोर्टवर बघून 'एप्रिल फूल' म्हणण्याची संधीच मी त्याला देणार नाही.''

त्या दोघांचा संवाद येथेच संपला व विनय परत आपल्या कथेकडे वळला.

एक एप्रिलला रविवार होता. विनय व मधु घरीच होते व टीव्हीवर प्रक्षेपित होत असलेल्या एका सिनेमात गुंग झाले होते. तेवढ्यात दारावरची बेल वाजली. 'मी बघते' असं म्हणून मधु गेली व विनय परत सिनेमात हरवला.

"हॅलो विनय!'' ओळखीचा आवाज कानावर आल्याबरोबर विनयनं मागं वळून पाहिलं. मधुबरोबर एक नीटनेटका उंच तीस वर्षांचा तरुण हातात एअर इंडियाचा स्टिकर लावलेली सूटकेस व बॅग घेऊन उभा होता. त्याला बघून विनय स्तिमित झाला.

"तू मला घ्यायला एअरपोर्टवर नाही आलास ना?'' त्यानं इंग्रजीतून विचारलं. विनयला जर कोणी असं म्हटलं असतं की 'ताजमहाल अचानक गायब झाला आहे' तरी त्याला तेवढं आश्चर्य वाटलं नसतं, जेवढं आश्चर्य त्याला प्रकाशला बघितल्यावर झालं. वयाच्या पंचविशीपर्यंत खेड्यात राहिलेला निरक्षर, सरळ साधा गावठी प्रकाश कुठे... आणि सुटाबुटात आकर्षक दिसणारा, अस्खलित इंग्रजी बोलणारा प्रकाश कुठे! तो जेमतेम म्हणाला,

"तू प्रकाश आहेस?'' असं म्हणून तो प्रकाशच्या गळ्यातच पडला. पूर्वपरिचित आत्मीय स्पर्शाच्या सुगंधात विनय न्हाऊन निघाला. त्याला मनोमन पटलं की हा प्रकाशच आहे. प्रकाशनं पाठवलेल्या पत्रावर अविश्वास दाखवून आपणच एप्रिल

फूल झालो आहोत, असंही त्याला वाटून गेलं.

“तुझा... नाही तुमचा असा कायाकल्प कसा झाला?” त्याच्या प्रभावी व्यक्तिमत्त्वाने भारावलेला विनय त्याला ‘तुझा’ म्हणू शकला नाही.

“अरे, मी तुझ्यासाठी तुझा बालमित्र प्रकाशच आहे, तू मला एकेरी नावानंच हाक मार... तेच मला आवडेल.”

विनयला प्रकर्षानं जाणवलं की प्रकाशच्या मनात जुन्या मैत्रीची जाणीव अजूनही टिकून आहे. तीन वर्षांनी त्यांची भेट होत होती. विनयच्या अंतर्मनात कितीतरी गोड, छान-छान आठवणी दाटून आल्या होत्या. इकडे मधु चहापाणी बघण्यासाठी आत निघून गेली होती.

“आधी मला हे सांग की गावाकडून तू अचानक अमेरिकेत कसा गेलास?” विनयच्या मनात या प्रश्नानं थैमान घातलं होतं. तो अधीर झाला होता.

“जरा धीरानं घे मित्रा! मी नंतर सर्व काही तुला सांगणारच आहे. चहा तरी घेऊ की नको?” प्रकाश हसत हसत म्हणाला. आपल्या घाईची विनयलाच लाज वाटली.

रात्रीच्या जेवणानंतर विनयनं दोन कप कॉफी तयार केली व तो प्रकाशच्या खोलीत आला. मधु झोपली होती. कॉफीचा मग प्रकाशच्या हातात देताना विनय म्हणाला, “माझी उत्सुकता आता जास्त ताणू नकोस मित्रा!” विनय, प्रकाशच्या समोर खुर्चीवर बसला. मग प्रकाशनं आपल्या समोरील फाइल मिटली व बाजूला ठेवून दिली. रात्रीची नि:स्तब्धता वातावरणात भरून राहिली होती. आता रातकिड्यांचा आवाज व जोरात वाहणाऱ्या वाऱ्यानं वातावरण रहस्यमय करून टाकलं होतं.

“मी सर्वकाही सांगतो, पण त्यावर तुझा विश्वास बसणार नाही कदाचित! तरीसुद्धा ते सत्यच असणार आहे.”

उत्कंठेने विनयचे प्राण कंठात आले होते. तो जिवाचे कान करून ऐकू लागला.

“जवळजवळ तीन वर्षे झाली असतील, तेव्हा मी लॉसमध्ये होतो...” आणि प्रकाश विचारात हरवून गेला.

“लॉस... हे काय आहे?”

“लॉस म्हणजेच ‘लॅन्ड ऑफ सायन्स.’ काही खूप हुशार शास्त्रज्ञांची ही संकल्पना होती. एका अत्यंत गुप्त स्थळी वसलेली ही एक प्रयोगभूमी आहे. पृथ्वीवरील मोजक्याच लोकांना याची माहिती आहे. ही प्रयोगभूमी पूर्णपणे स्वतंत्र, स्वायत्त व स्वयंसिद्ध आहे. तेथे नवनवीन शास्त्रीय प्रयोग केले जातात आणि तेथे संशोधनाचं कार्य चालतं. तेथे अशाप्रकारची उत्साही, बुद्धिवान शास्त्रज्ञ मंडळी राहतात, ज्यांचं आयुष्य विज्ञानाला समर्पित आहे,” प्रकाशनं सांगितलं.

“लॉसला जगापासून लपवून ठेवण्याचा उद्देश काय आहे?” विनय म्हणाला.

“त्याचं असं आहे की पृथ्वीवर जेव्हा कधी एखादा क्रांतिकारी वैज्ञानिक प्रयोग

केला जातो, त्याच्या अनुषंगाने खूपसे सामाजिक, आर्थिक व मानवीय विवाद निर्माण होतात किंवा नैतिकमूल्यांचा बागुलबुवा उभा राहतो. याचा दुष्परिणाम संशोधनाच्या गतीवर होतो. मग अपेक्षित यशसुद्धा खूप उशिरा मिळतं. एवढंच नव्हे तर कधीकधी प्रयोगावर कायद्यानं बंदीसुद्धा घालण्यात येते.''

''अगदी बरोबर आहे तुझं म्हणणं. पृथ्वीवरील प्रगत देशांमध्येसुद्धा याच समस्या आहेत.'' विनय म्हणाला.

प्रकाश पुढे म्हणाला, ''इ.स. २००२ मध्ये अमेरिकेने मानव-क्लोनिंगच्या संबंधात, संशोधनावर बंदी आणली होती, ती आत्ता दोन वर्षांपूर्वी उठवण्यात आली आहे. म्हणूनच पृथ्वीवरील शास्त्रज्ञ, संशोधक या क्षेत्रात मागे राहिले. याच्या तुलनेत लॉसमध्ये खूप आधीपासूनच त्या जीनिअस शास्त्रज्ञांचं क्लोन तयार होत होतं व ते क्लोन अत्यंत महत्त्वाच्या प्रयोगामध्ये सतत लागलेले असते. याचा परिणाम असा होतो की भलेही एखादा शास्त्रज्ञ अकाली मरण पावला तरी त्याच्या कार्यामध्ये खंड पडत नसे, त्यांचे क्लोन ते कार्य अखंडपणे पुढे करत असतात. पृथ्वीवरील असलेल्या कोणत्याही कायद्याचा, नैतिक व सामाजिक मूल्यांचा अवरोध तेथे नव्हता. तेथे होते फक्त विशुद्ध विज्ञान, जे त्याच्या चांगल्या अथवा वाईट प्रभावांच्या चर्चेपलीकडे होते. याच कारणामुळे तेथील विज्ञानाची झेप, पृथ्वीच्या पन्नास वर्षांपलीकडील आहे. आणि म्हणूनच ते अज्ञात ठिकाणी वसवलेलं आहे.''

''पण तू तेथे कसा काय पोहोचलास?'' विनयच्या मनात शंका होती.

''मला आठवतं आहे की मी जेव्हा त्या मूर्च्छेतून किंवा गाढ झोपेतून जागा झालो, तेव्हा मी एका स्ट्रेचरवर आडव्या अवस्थेत होतो. ती एक भली मोठी प्रयोगशाळा होती. तेथे चारी बाजूला विविध प्रकारची उपकरणं होती. तेथील भिंती काचेसारख्या पदार्थानं बनवलेल्या होत्या, ज्यातून हलकासा उजेड आत झिरपत होता. माझ्या शरीराच्या विभिन्न भागांत जोडलेल्या नळ्या, काही मशीनना जोडण्यात आल्या होत्या. पांढऱ्याशुभ्र ॲप्रनमधील काही लोक आपल्या कामात गर्क होते. मला मेंदू अगदी रिकामा भासत होता. कोणास ठाऊक का, पण मला असं वाटत होतं की त्यांच्यासाठी मी एक प्रयोगाची वस्तू आहे. मी डोळे उघडताच, त्यातील एका माणसानं जवळ येऊन माझ्या तोंडातील नळी जरा बाजूला सारली आणि चमच्यानं काहीतरी पातळ गोड पदार्थ मला पाजला, जो अतिशय चविष्ट होता.''

माझ्या डोळ्यांतील प्रश्न त्याला उमगला होता. तो म्हणाला,

''वाहत्या पाण्यात तू आम्हाला सापडलास. तुझ्या शरीरात एक घातक विष भिनलं होतं. त्यांना कदाचित तू मृत झाला आहेस असं वाटलं असावं, पण तुझ्यात अजूनही जीव बाकी होता, म्हणून तुला आम्ही घेऊन आलो...'' मग मला लगेच झोप येऊ लागली. मला पुढचं काही कळण्याच्या आत झोप लागली. बहुधा हा त्या

रसायनाचा परिणाम असावा...''

विनय त्याला मधेच थांबवीत म्हणाला, ''तुझ्यासारख्या निरक्षर माणसाचा त्यांना काय उपयोग होता?''

''त्या वेळेस तेथे एक क्रांतिकारी प्रयोग हाती घेण्यात आला होता. माझ्या निरक्षरतेचा मुद्दाच त्यांच्या प्रयोगासाठी मुख्य बाब होती, असं मला लॉसवर सांगण्यात आलं होतं...'' प्रकाश संकोचानं म्हणाला.

''कसला प्रयोग होता तो?''

''आजसुद्धा पृथ्वीवर एक एक लहान मुलाला साक्षरतेपासून उच्चशिक्षित माणूस बनवण्यासाठी कितीतरी संसाधनांची आवश्यकता आहे. जसं शाळा, शिक्षक, इतर वस्तू आणि मुख्य म्हणजे आयुष्याची बहुमूल्य वर्षं! लॉसच्या शास्त्रज्ञांना हा उद्देश काही तासांतच साध्य करण्याची किमया साधायची होती. त्यांच्या मते ज्ञानदानाचं हे कार्य शाळेत न होता, प्रयोगशाळेत झालं पाहिजे,'' प्रकाशनं सांगितलं.

''हे एक आश्चर्यच आहे! शाळा, शिक्षक व पुस्तकांशिवाय ज्ञानदान कसं होऊ शकेल बरं?'' विनय भांबावून म्हणाला.

''हे शक्य आहे मित्रा! आपण आपल्या पौराणिक कथांमध्ये वाचलं आहे ना, की भक्ताच्या घोर तपश्चर्येनंतर भगवान त्याला प्रसन्न झाले व त्यांनी भक्ताला महाज्ञानी होण्याचा वर दिला. हा वर मिळाल्याबरोबर आपोआप तो भक्त खरोखरच महाज्ञानी झाला. देवाची ती शक्ती, खरंतर एक युक्तीच होती. लॉसच्या शास्त्रज्ञांनी या प्रसंगांच्या माध्यमातून प्रेरणा घेतली होती,'' प्रकाश म्हणाला. हे ऐकून विनयला हसूच आलं. तो म्हणाला, ''मित्रा, ही पुराणातील वांगी पुराणातच बरी! या सगळ्याला काही सबळ पुरावा नाही, हेच सत्य आहे.''

''हे सगळं काल्पनिक नसण्याची शक्यता आहे. देवसुद्धा जीनिअस वैज्ञानिक असतील. देवाचे आविष्कार, साधारण जनांना चमत्कार वाटत असतील!'' प्रकाश म्हणाला.

''मग लॉसच्या प्रयोगशाळेत त्या 'युक्ती'चा शोध लागला का?'' विनयनं विचारलं.

''होय. दीड किलोग्रॅम वजनाचा आमचा हा मेंदू एक अत्यंत गुंतागुंतीचं अवघड मशीन आहे. जैवरासायनिक प्रक्रियांद्वारे बघितलेल्या व ऐकलेल्या समस्त घटनांची नोंद, स्मृतीच्या रूपात हा मेंदू ठेवत असतो. स्मृतींची प्रक्रिया मेंदूच्या चेता (Nerve) कोशिकांच्या, म्हणजेच न्यूरॉनमध्ये असलेल्या आम्ल व प्रोटीन्सशी निगडित असते. दैनंदिन जीवनात मिळणाऱ्या वेगवेगळ्या संकेतांनी संवेदित झाल्यावर न्यूरॉनमध्ये वेगवेगळ्या प्रकारची न्यूक्लिक आम्ले आणि प्रोटीन्सच्या शृंखला बनतात. प्रोटीन्सच्या याच शृंखलांच्या क्रमानुसार आमच्या स्मृती जतन

होत असतात. मी काय म्हणतो आहे ते कळतय ना तुला?'' प्रकाशनं विचारलं.

''हो रे!'' विनय, प्रकाशची हकिकत ऐकताना भारावून गेला होता.

''लॉसच्या वैज्ञानिकांनी हे शोधून काढलं होतं की कोणता संकेत, कुठल्या विशिष्ट संरचनेमुळे प्रोटीन शृंखलेच्या निर्मितीसाठी कारणीभूत असतो. म्हणजेच ते वैज्ञानिक समस्त संकेतांना डिकोड करण्यात सफल झाले होते. याचीच पुढची पायरी म्हणजे त्यांनी मेंदूत बसविता येईल, अशी अति सूक्ष्म न्यूरोचिपसुद्धा निर्माण केली होती. ही चिप बाहेरून मिळणाऱ्या संकेतांना डिकोड करून, इच्छित संरचनेची प्रोटीन शृंखलांच्या निर्मितीसाठी न्यूरॉनला नियंत्रित करीत असे. अशा प्रकारच्या न्यूरॉनमध्ये कोणत्याही विषयांच्या शैक्षिक संकेतांना अनुरूप अशा प्रोटीन शृंखला निर्माण होत असत, ज्यामध्ये त्या विशेष ज्ञानाची स्मृती असायची आणि मग, कुठल्याही चेतन प्रयासाविना 'त्या व्यक्तीला' हे जाणवत असे की तो अमुक एका विषयामध्ये पूर्ण पारंगत झाला आहे,'' प्रकाशनं सांगितलं.

''पण अशी जैव रासायनिक प्रक्रिया तर सामान्यपणे अभ्यास करणाऱ्या माणसाच्या बाबतीतही घडत असते!'' विनय म्हणाला.

''होते ना! पण तिची गती अगदीच कमी असते. आपल्याला सारखं वाचावं लागतं. पुन:पुन्हा अभ्यास करावा लागतो, ज्यायोगे न्यूरॉनला सतत संकेत व उद्दीपन प्राप्त होत असतं. आणि मगच (कालांतरानं) प्रोटीन शृंखला बनतात व स्मृती स्थायी बनते. एवढंच नव्हे, तर उत्तम गुरू, योग्य परिस्थिती आणि दृढ इच्छाशक्तीच्या अभावानं ही प्रक्रिया मंदावते. आणि हेच कार्य न्यूरोचिप, कोण्या व्यक्तीच्या प्रयत्नांशिवायही करून दाखवते, अगदी लगेच! म्हणजे असं बघ की एखादा चित्रकार एक तसबीर बनवण्यासाठी वारंवार सराव करतो. तसंच त्याला रंग, कॅनव्हास, वेळ आदी संसाधनांची जरुरी असते. पण हेच कार्य एखादा कॅमेरा काही क्षणांत करून टाकतो,'' प्रकाशनं सोपं उदाहरण दिलं होतं.

''म्हणजे आता असं शक्य झालं आहे की रात्री झोपताना अगदी ए.बी.सी.डी. न जाणणारा माणूस सकाळी उठल्याबरोबर इंग्रजी व्याकरण आणि इंग्रजी साहित्याचा प्रकांड पंडित झालेला असतो! खरं ना?'' विनय रोमांचितच झाला.

''अगदी बरोबर! त्याचं ज्वलंत उदाहरण म्हणजे मी स्वत: बसलो आहे ना तुझ्यासमोर!'' प्रकाशने, विनयच्या अवाक् चेहऱ्याकडे हसून पाहत म्हटलं.

''त्यांनी तुझीच निवड का बरं केली, या प्रयोगासाठी? लॉसवर या प्रयोगासाठी दुसरं कोणी मिळालं नाही का त्यांना?''

''मी तुला सांगितलं ना, की तेथे एकाहून एक विद्वानांचाच भरणा आहे म्हणून! हा प्रयोग तर त्यांना अगदीच निरक्षर माणसावर करावयाचा होता. तसं केल्यानं यशापयशाची सत्यता कळली असती ना! दुसरं असं की या प्रयोगाच्या

पार्श्व प्रभावांमुळे त्या व्यक्तीच्या पूर्वसंचित ज्ञानाचा, मेंदूतील कोशिकांमधून नायनाट झाला असता. ती व्यक्ती वेडी झाली असती अथवा दुसरी कुठली विकृती त्याच्यात आली असती. असं झालं असतं तर लॉसचं फार मोठं नुकसान झालं असतं. मी तर योगायोगानेच त्यांना या प्रयोगासाठी मिळालो ना! आपल्या प्रयोगाच्या यशस्वितेच्या परिणामाला जाणून घेण्यासाठी त्यांनी मला अमेरिकेच्या त्या विद्यापीठात नियुक्त केलं, ज्याच्याशी लॉस संलग्न आहे.'' अति आनंदानं प्रकाशचं मन उचंबळून आलं होतं. समस्त घटनांचा मागोवा घेतला होता त्यानं. विनयलासुद्धा सगळं नीट समजलं होतं.

''तुला लॉसवर परत जाता येईल का?'' विनयनं विचारलं.

''नाही, कारण त्याच्या भौगोलिक स्थितीचा मला अंदाज नाही. पण जरूर पडल्यास ते माझ्याशी संपर्क करणार आहेत. मी तुला जी माहिती दिली आहे ती आपल्यापुरतीच सीमित ठेवणं गरजेचं आहे,'' प्रकाश म्हणाला.

''लॉस हे भारतातच कोठेतरी असावं... पण कुठं?'' विनय विचारात पडला. पण प्रकाश मात्र उत्साहानं भरभरून सांगत राहिला,

''या प्रयोगाचं यश पृथ्वीवर फार मोठ्या परिवर्तनानं दिसणार आहे. सगळ्या शिक्षणसंस्था कायमच्या बाद होतील. पुस्तकातील ज्ञान मेंदूत साठवलं जाईल. वेळ व अन्य सर्व संसाधनांची बचत होईल.''

''मग शिक्षकांची आत्मीयता, स्नेह आणि विद्यार्थ्यांच्या आयुष्यावर त्यांचा पडणारा प्रभाव याला आम्ही पारखे होऊन जाऊ! बहुतेक समाजाची घट्ट वीणच संपून जाईल...'' विनयनं प्रयोगाच्या दुखऱ्या पैलूवर बोट ठेवलं.

''कसं काय?'' प्रकाशनं हादरून विचारलं.

''आपण संमिश्र समाजात जगतो, जेथे सर्व जण आपापल्या आवडीप्रमाणे व कुवतीप्रमाणे वेगवेगळे उद्योग करीत असतात. जास्त शिकलेले लोक आपल्या विद्येच्या जोरावर, मोठ्या मोठ्या पदांवर विराजमान असतात, तर कमी शिकलेले अथवा निरक्षरसुद्धा छोटी-मोठी कामं करून गुजराण करतात. तरीसुद्धा प्रत्येकाच्या कार्याचं महत्त्व आहे, मोलही आहे. सर्व जणांच्या आधारावर सामाजिक व्यवस्था अवलंबून असते. आणि हेही खरं आहे की प्रत्येकाला आपापल्या क्षेत्रात पुढे जावंसं वाटत राहतं. प्रगती करावीशी वाटते.''

''मग त्यांना अशी संधी मिळूच नये का?'' मधेच प्रकाशनं विचारलं.

''मिळावी ना! का नाही? पण आजपर्यंत प्रत्येक व्यक्ती आपल्या प्रकृती, रुची आणि मानसिक कुवतीच्या आधारे शिक्षण घेते, ज्यायोगे त्यातील विविधता कायम राहते. पण लॉसच्या या प्रयोगात व्यक्तिगत प्रयत्नांना काहीच महत्त्व राहत नाही, म्हणून प्रत्येक जण अधिकाधिक ज्ञान मिळवून मोठंच काम करण्याची जिद्द ठेवील,

लहान लहान कामांची नव्हे. जसं, तू आता वनस्पतिशास्त्राचा प्रोफेसर झाला आहेस, माळी नव्हे!'' विनय म्हणाला.

''हा तुझा व्यक्तिगत दृष्टिकोन आहे,'' विनयच्या मुद्द्यांचा प्रकाशवर काहीच परिणाम झाला नाही.

''तुला आठवतं का, तुझे बाबा नेहमी म्हणत असत की, तू राणी मीही राणी, मग कोण शेंदणार पाणी?'' विनय हसत हसत पुढे म्हणाला, ''ही तशीच स्थिती म्हणावी लागेल.''

''एक सांगू का?'' प्रकाश गावाकडील चर्चेनं थोडासा विचलित झाला होता.

''नि:संकोचपणे सांग मित्रा!'' विनयनं त्याला धीर देत म्हटलं.

''खरंच मला माझ्या गावाबद्दल, आई-वडिलांविषयी काहीच माहिती नाही. माझं घर, आई-वडील कोठे आहेत, हेही माहीत नाही. तुझा व माझा काय संबंध आहे? तुझ्या बोलण्यावरून मी त्याचा अंदाज घेऊ शकेन,'' असं प्रकाश अगदी हळू आवाजात म्हणाला... आणि विनय एकाएकी स्तब्ध झाला.

''अरे, तुझी स्मृती हरवली आहे काय? मग तुला... मी कसा आठवलो?''

''माहीत नाही रे! पण तुझा चेहरा, तुझी आठवण, तुझं व माझं नाव माझ्या स्मृतीत होतं मात्र! तुझ्याबद्दलची स्नेहभावना माझ्या अंतर्मनात सदैव राहिली हे खरं!'' प्रकाश असमंजसपणे म्हणाला.

''आणि म्हणूनच तू तुझ्या घरच्यांना भेटू शकला नाहीस,'' विनयच्या मनात उपजलेल्या शंकेचं निरसन आता झालं होतं.

''तुला एक गंमत दाखवतो मी,'' असं म्हणून विनयनं फोटोंचा जुना अल्बम काढून आणला, ज्यात काही जुने फोटो होते.

''हे बघ, आपल्या शेतात आपण दोघं उभे आहोत. मला नोकरी लागल्यावर मी पहिल्यांदा गावी आलो होतो, तेव्हाचा हा फोटो आहे. आणि हे बघ, तुझे आई-वडील घराच्या अंगणात बसले आहेत.''

अल्बम बघता बघता विनयनं, प्रकाशला आपला गाव, घर, परिवाराबद्दल सांगताना बरेच फोटो दाखवले. प्रकाश सारं काही लक्षपूर्वक पाहत होता.

''मला ही खात्री आहे की तू मला सगळं सत्यच सांगितलं आहेस. बहुतेक लॉसमध्ये जो प्रयोग माझ्यावर करण्यात झाला, त्यामुळे माझ्या मेंदूतील कोशिकांमधील माझी पूर्वस्मृती कायमची पुसली गेली असावी. माझ्या डोळ्यांपुढे यातील काहीच उभं राहत नाहीये. हे सर्व मला अपरिचित वाटतं आहे,'' प्रकाश म्हणाला.

''पण आता तुला सर्व सत्य समजलं आहे ना! चल माझ्याबरोबर गावाला. काका-काकूंना जगण्याचा आधार मिळेल. तुला माहीत नाही की तू गेल्यापासून ते किती दु:खीकष्टी आयुष्य जगत आहेत. त्यांची अवस्था दयनीय झाली आहे.

सांसारिक आनंदापासून ते पूर्णपणे तुटले आहेत. सुख, प्रलोभन वगैरे त्यांच्यासाठी अर्थहीन झालं आहे. ते नीरसपणे आयुष्य पुढे ढकलत आहेत रे! नाइलाजाचं जीवन जगत आहेत. तुला जर एखादा भाऊ किंवा बहीण असती तर त्यांच्या आधारे ते जगू शकले असते. पण हे एकटेपण...'' विनयच्या डोळ्यांत अश्रू उभे राहिले.

''तू फारच भावुक व हळवा झाला आहेस विनय. मला वाटतं की आता आपण झोपावं, रात्रही खूप झाली आहे. मला सकाळी लवकर जायचं आहे,'' प्रकाशच्या डोळ्यांवर झापड आली होती. त्याला झोप आवरेना.

''तुझं म्हणणं बरोबरच आहे,'' विनयनं गुडनाइट म्हटलं, दिवा घालवला आणि तो आपल्या शयनकक्षात आला. मधु जागीच होती. बहुतेक तिनं सर्वकाही ऐकलं असावं.

''गुंगावून टाकणारा प्रयोग आहे हा!'' विनय आडवा होत पुटपुटला.

''मानवाची बुद्धी, हा जगातील सर्वांत मोठा चमत्कार आहे,'' मधुनं विनयचं समर्थन केलं. ती दोघं थोडंसं आपसात बोलली व झोपी गेली. रात्र पहाटेच्या दिशेनं धावत होती.

दुसऱ्या दिवशी सकाळी आठ वाजता प्रकाश आपली बॅग घेऊन कामावर निघून गेला होता. रात्रीचे साडेनऊ वाजले तरी तो परतला नव्हता. विनय व मधु जेवणासाठी त्याची वाट बघत थांबले होते. तेवढ्यात दारावरची बेल वाजली. त्यांना वाटलं प्रकाश आला म्हणून. दरवाजा उघडल्यावर एक अनोळखी माणूस त्यांना दिसला.

''आपण विनयसाहेब आहात?''

''होय.''

''प्रकाशसाहेबांनी आपणास हे पत्र दिलं आहे.''

पत्र घेऊन विनय आत आला. पत्र उघडलं. त्यात लिहिलं होतं-

प्रिय मित्र विनय,

पत्र पाहून तुला आश्चर्य वाटलं असणार. सेमिनार दुपारीच संपला होता. काल रात्री आपलं बोलणं अर्धवटच राहिलं, म्हणून या पत्रात त्याची उकल करत आहे. मी माझ्या मनाला बरेच प्रश्न विचारले, त्यातून निघालेला निष्कर्ष हे सांगतो आहे की आता गावी आई-वडिलांकडे जाण्यात काहीच अर्थ नाही. माझ्या मेंदूत, त्या कथित विगत जीवनाची एकही आठवण बाकी राहिली नाही. विगत जीवनाचं जराही आकर्षण, संवेदना अथवा सहानुभूतीची जाणीवसुद्धा नामशेष झाली आहे. तू म्हणतोस त्याप्रमाणे भलेही ते माझे आई-वडील आहेत, तरी माझ्यासाठी ते तेवढेच

अनोळखी व परके झाले आहेत, जसे जगातील इतर सर्व झाले आहेत. आई-वडिलांबद्दल जर माझ्या मनात स्नेह, आदर किंवा इतर भावना, उत्सुकता निर्माणच होत नसेल तर त्यांना भेटण्यात काय अर्थ आहे? आणि तसंही येथे अमेरिकेत माझं कुटुंब, मित्र व माझं करिअर आहे, व ते मला प्रियसुद्धा आहे. मी स्वत: त्यात सुखी आहे, म्हणून तुझ्याबरोबर गावी जाण्यात काहीच हशील नाही. मला वाटतं की तू माझा दृष्टिकोन समजून घेशील.

हे पत्र तुझ्यापर्यंत पोहोचेल, तेव्हा मी अमेरिकेच्या फ्लाइटमध्ये असेन. माझं येथील काम संपलं होतं व योगायोगानं मला एका प्रवाशाची कॅन्सल झालेली सीट मिळाली, म्हणून मला तेथे उगाच थांबणं योग्य वाटलं नाही. सूटकेसमध्ये तुला आणि वहिनीला काही उपहार आणले आहेत, त्यांचा स्वीकार केल्यास मला बरं वाटेल. पुन्हा कधीतरी भेटू.

तुझा मित्र

प्रकाश

विनय पत्र वाचून स्तब्धच झाला. प्रकाशच्या प्रत्येक शब्दागणीक त्याच्यावर वीज कोसळत होती. त्याचा मेंदू बधिर झाला होता. आश्चर्य व अविश्वासानं त्याला हतप्रभ करून टाकलं. या आकस्मिक घटनाक्रमानं त्याची मती कुंठित झाली होती.

"तो असा कसा वागू शकतो मधु? मी गावी जाऊन सर्व काही सांगणार आहे," अत्यंत आवेशाने व अतीव दु:खानं विनय म्हणाला.

"पण हे तर अधिकच चुकीचं व वाईट असेल. प्रकाशचे आई-वडील ज्या कटू सत्याच्या आधारे जगत आहेत, त्यांना तसंच राहू द्यावं. सत्य सांगून त्यांच्या धीराची परीक्षा नका पाहू तुम्ही!" मधुचं म्हणणं विनयला मनोमन पटलं.

एक उसासा सोडून विनयनं संध्याकाळचा पेपर हातात घेतला. पहिल्याच पानावर प्रकाशचं छायाचित्र प्रसिद्ध झालं होतं. त्याच्या यशोगाथेनं पेपरचे रकानेच्या रकाने भरले होते. सेमिनारमध्ये त्याच्या अद्भुत विद्वत्तेचा ठसा उमटला होता.

ते वाचत असताना विनयच्या डोळ्यांसमोर, प्रकाशच्या मृत्यूनंतर आक्रोश करणारे त्याचे आई-वडील उभे राहिले. किती विदारक होतं ते सर्व...

विनयला हेच उमगत नव्हतं की लॉसवर केला गेलेला प्रयोग यशदायी ठरला की अपयशी! बराच वेळ तो विचारांत गुंग होता, तरीही त्याला समजलं नाही की खरं उत्तर काय आहे...!

◆

दिल्लीच्या एका गजबजलेल्या रस्त्यावरून काळ्या रंगाची सॅन्ट्रो गाडी वेगानं धावत होती. तीस वर्षे वयाचा देखणा तरुण अनिल दिवाण गाडी चालवत होता. त्याच्या शेजारी बसला होता त्याचा चुलतभाऊ रमेश. दोघंही गप्पात रंगले होते. अनिलने एका मोठ्या कॉम्प्लेक्सच्या पार्किंगमध्ये झटक्यात गाडी थांबवली.

"रमेश, उद्या रजनीचा वाढदिवस आहे, तिच्यासाठी काहीतरी घ्यायचं आहे. येतोस माझ्याबरोबर?" गाडीचा दरवाजा उघडताना अनिल म्हणाला.

"नको दादा, बाहेर फारच गरम वातावरण आहे. मी थांबतो, तू जाऊन ये."

"ठीक आहे, मी लगेच येतो."

काही वेळ रमेश नुसताच बसून राहिला. मग टाइमपास म्हणून त्यानं समोरच्या डॅशबोर्डवर ठेवलेली फाइल हातात घेतली व तो ती चाळू लागला.

कोर्टात तुडुंब गर्दी झाली होती. वकिलांचे तर्कवितर्क चालले होते. डायसच्या मागं बसून न्यायाधीश महाराज, वकिलांचे युक्तिवाद लक्षपूर्वक ऐकत होते. आरोपीच्या पिंजऱ्यात उभ्या असलेल्या अनिल दिवाणच्या चेहऱ्यावर ताण दिसत होता.

"न्यायाधीश महाराज, आरोपीवर खुनाचा जघन्य आरोप आहे. कितीतरी लोकांच्या देखत आरोपीनं आपल्या एका कर्मचाऱ्याला, 'दिनेश गहराना'ला गोळ्या घातल्या व मारून टाकलं. प्रत्यक्षदर्शी साक्षीदारांची साक्ष, कोर्टासमोर या आधीच ठेवण्यात आली आहे आणि हा आहे 'पोस्टमार्टम रिपोर्ट' ज्यात नमूद केले आहे की गोळ्या लागून झालेल्या रक्तस्रावामुळे मृत्यू झाला आहे. त्याचबरोबर

जे घडलेच नाही...

घटनास्थळी मिळालेले रिव्हॉल्व्हर आणि शरीरातून काढलेल्या गोळ्या ठेवल्या आहेत. फॉरेन्सिक रिपोर्टप्रमाणे या गोळ्या, याच रिव्हॉल्व्हरनं झाडण्यात आल्या आहेत. आरोपीच्या हाताचे ठसे रिव्हॉल्व्हरवर सापडले आहेत. त्याचा पॅराफिन रिपोर्टसुद्धा पॉझिटिव्ह आला आहे,'' असं सांगून सरकारी वकील श्री. सोळंकी यांनी पुराव्यांचा सीलबंद रिपोर्ट डायसवर ठेवला. न्यायाधीश महाराजांनी पुराव्याचं निरीक्षण केलं.

''आमचा पुढचा साक्षीदार आहे... पोलीस इन्स्पेक्टर श्री. सुशील शिंदे, त्यांना कोर्टासमोर हजर करण्याची परवानगी असावी.''

''परवानगी आहे.''

झोपाळू वाटणारे जाडजूड इन्स्पेक्टर शिंदे डुलत डुलत हजर झाले.

''इन्स्पेक्टर शिंदे, वीस जून रोजी तुम्ही घटनास्थळावर कसे पोहोचलात?''

''त्या दिवशी दुपारी, जवळजवळ साडेतीन वाजता मला 'आयवे सॉफ्ट'मधून फोन आला. तेथे एक खून झाला होता. खुन्यानं स्वत:ला एका खोलीत कोंडून घेतलं होतं. मी कॉन्स्टेबलला बरोबर घेतलं व लगेच निघालो,'' शिंदे म्हणाले.

''तेथे पोहोचल्यावर तुम्ही काय पाहिलं?'' सोळंकींनी विचारलं.

''घटनास्थळावर मला समजलं की, कंपनीच्या कामगार युनियनचे नेता श्री. दिनेश गहराना याचा खून झाला आहे, आणि कंपनीचे मालकच खुनी आहेत. प्रत्यक्षदर्शी साक्षीदारांनी मला ही माहिती दिली. साक्षीदारांनी असंही सांगितलं की दिनेश व अनिल यांच्यात वारंवार खटके उडत असत. त्यातच मालकांनी दिनेशला 'बघून घेईन' अशी धमकीसुद्धा दिली होती.

''साक्षीदारांच्या साक्षीवरून आम्ही खुन्यास अटक केली. आरोपीनं अजिबात प्रतिरोध केला नाही. तेथून निघताना आरोपी, दिनेशच्या मृतदेहावर थुंकला आणि 'रजनी, मी बदला घेतला आहे तुझ्यासाठी... मला आता फाशी झाली तरी हरकत नाही.' असे म्हणाला.''

''तुम्हाला तुमची कैफियत मांडायची आहे का?'' न्यायाधीशांनी अनिलला विचारलं.

''हो तर! मला हेच म्हणायचं आहे की त्या नराधमाची हत्या केल्याबद्दल मला अजिबात पश्चात्ताप झालेला नाही,'' रागाने दातओठ खात अनिल म्हणाला.

''तुमचं कथन तुमच्या विरोधात जाऊ शकतं, म्हणून विचार करून बोला,'' न्यायाधीशांनी अनिलला ताकीद दिली.

''मला माहीत आहे हे.''

''तुमचा पेशा काय आहे दिवाण?'' सरकारी वकील सोळंकींनी विचारलं.

''मी एक कॉम्प्युटर इंजिनिअर असून 'आयवे सॉफ्ट' नावाच्या सॉफ्टवेअर

कंपनीचा मालक आहे.''

"दिनेशचं व तुमचं शत्रुत्व कशामुळे होतं?''

"माझ्या आनंदाची यानं राखरांगोळी करून टाकली! मी अजाण असतानाच आई-वडिलांचं छत्र हरपलं होतं. एक दूरचे काका होते ज्यांनी माझा सांभाळ केला. घरची गरिबी होती, पण देवानं बुद्धी दिल्यामुळे मी अभ्यासात कायम सर्वांच्या पुढं असायचो. मी कॉम्प्युटरमध्ये 'मास्टर्स'ची डिग्री मिळवली आणि स्वत:ची सॉफ्टवेअर कंपनी स्थापित केली.

"कालांतरानं रजनी माझ्या आयुष्यात आली व सर्व काही बदलून गेलं. आम्ही लवकरच विवाहबद्ध होणार होतो. पण...'' आणि अनिलचा कंठ दाटून आला. कोर्टात शांतता पसरली.

"रजनी एक उत्तम चित्रकार होती. लग्नाच्या काही दिवसांपूर्वी तिनं मला सांगितलं की, मला देण्यासाठी तिला एक खास चित्र रेखाटायचं आहे, आणि त्यासाठी तिला एखाद्या पहाडी परिसरात जाऊन राहायचं होतं. मी तिची व्यवस्था 'मसुरी'मध्ये केली होती. मला स्वत:ला इथे दोन मीटिंग असल्यामुळे मी जाऊ शकत नव्हतो. मी दिनेशला, तिला स्टेशनपर्यंत सोडून येण्यास सांगितलं होतं. तो गेलाही होता. मीटिंग आटोपल्यावर मी तिच्याशी मोबाइलवर संपर्क केला... आणि माझ्यावर आभाळच कोसळलं. तिच्या सांगण्यावरून मी निर्मलापुरम्च्या जवळ असलेल्या जंगलात पोहोचलो आणि हादरलो. रजनी मरणाच्या दारात पोहोचली होती. तिने अडखळत सांगितलं की दिनेशनं तिच्यावर बळजबरी केली व नंतर दगडानं तिचं डोकं ठेचून टाकलं, हे तिनं सांगितलं व मान टाकली. मी संतापानं बेभान झालो होतो. मी सरळ माझं ऑफिस गाठलं व दिनेशला शूट करून टाकलं.''

"एवढा मोठा गुन्हा केल्यावर दिनेश तुमच्या ऑफिसमध्ये कसा काय आला?'' सरकारी वकिलांनी विचारलं.

"कारण त्यानं एकूण एक पुरावे नष्ट करून टाकले होते. मला मात्र त्यानं हेच सांगितलं की त्यानं रजनीला ट्रेनमध्ये बसवून दिलं होतं.''

"तुमची आणि दिनेशची बऱ्याचदा खडाजंगी झाली असता तुम्ही त्यालाच रजनीबरोबर का पाठवलं?''

"आमच्यात मतभेद नक्कीच होते, तरीही त्याची अफाट बुद्धी, संस्थेबद्दलची निष्ठा आणि त्याची व्यवहारकुशलता, याचा मी आदर करीत होतो. एका महत्त्वपूर्ण योजनेत तो माझ्याबरोबर होता. पण आता...''

"ज्या घटनास्थळाबद्दल तुम्ही सांगत आहात, त्या जागी मृतदेह तर सोडाच पण असल्या बीभत्स निर्घृण घटनेचा मागमूसही नाही. रक्ताचा एकही डागसुद्धा

नाही! शेवटी ते प्रेत गेलं कुठं?''

"मला माहीत नाही...'' अनिल दिवाण त्रासून म्हणाला.

"आरोपीनं ही हत्या मानसिक असंतुलनामुळे केली असावी, युवर ऑनर... म्हणून जरा सबुरीनं घ्यावं अशी माझी नम्र विनंती आहे...'' निराश झालेल्या अनिल दिवाणकडे बघत, त्याचे वकील श्री. शर्मा यांनी न्यायाधीश महाराजांना विनवलं. कोर्ट पुढच्या सुनावणीपर्यंत तहकूब करण्यात आलं.

विस्कटलेले केस, वाढलेली दाढी, मळके कपडे अशा अवस्थेत अनिल दिवाण लॉकअप रूममध्ये मान खाली घालून बसला होता. पहाऱ्यावरील शिपायानं त्याला वर्दी दिली की कोणीतरी त्याला भेटावयास आलं आहे. मग त्याला पायरव जाणवला. त्या व्यक्तीला बघितल्याबरोबर अनिल दिवाण थक्कच झाला. तो कसाबसा म्हणाला,

"रजनी... तू!''

"हे सगळं काय आहे अनिल? तू दिनेशला मारून टाकलंस... आणि अशा अपराधास्तव जो त्यानं केलाच नाही...? असं का केलंस तू?''

आलेली ती व्यक्ती रजनीच होती. ती फार दुःखी झाली होती.

"अगं, पण हे सर्व तूच तर मला सांगितलं होतं ना! तुझा रक्तानं माखलेला चेहरा, तुझा मंद होत गेलेला श्वास आणि शेवटी तुझे निस्तेज झालेले डोळे मी कसे विसरू शकेन? एखाद्या सिनेमात असावा तसा तो सारा घटनाक्रम अजूनही माझ्या डोळ्यांसमोर येत राहतो,'' अनिल थरथरत म्हणाला.

"हे काय म्हणतो आहेस अनिल तू? दिनेश तर मला गाडीत बसवून परत गेला होता. मसुरीतून मी तुझ्याशी संपर्क केलाच नव्हता, कारण मी अचानक तुझ्यासमोर येऊन तुला चकित करणार होते. पण तू तर मलाच...'' रजनी रडू लागली.

"हे कसं शक्य आहे?'' अनिल दिवाण शून्यात बघत पुटपुटत होता.

"अगदी मुद्दाम ठरवून तुला व्यवस्थितपणे यात गोवण्यात आलं आहे अनिल... आणि तेही आपल्या लग्नाच्या फक्त वीस दिवस आधी! बहुतेक कोणीतरी असं आहे, ज्याला आपलं लग्न मान्य नाही.''

"तुझा कोणी आधीचा चाहता तर नाही ना?'' तो किंचित हसला, पण रजनी विचारात हरवली...

आकाशात रात्रीचा अंधार दाटू लागला होता. आपल्या फ्लॅटमध्ये बसून रजनी एकटीच, ती व्हिडिओ फिल्म बघत होती, जी अनिलनं तिला वाढदिवसाला भेट

दिली होती. तेवढ्यात दारावरची बेल वाजली. तिनं दरवाजा उघडला...

"अरे तू..." दरवाजा उघडून रजनी त्याला वाट देत म्हणाली. आलेली व्यक्ती गुपचूप समोरील सोफ्यावर बसली.

"अनिलच्या केसमध्ये काही प्रगती?" समोरील खुर्चीवर बसत रजनीनं विचारलं. ती अधीर झाली होती.

"खरंतर तू समोर आल्यावर केसमधला रसच संपून गेला. आता कदाचित त्याला जन्मठेप होईल किंवा..." या उत्तरात निराशा होती. रजनीनं आपला चेहरा दोन्ही हातांनी झाकून घेतला व ती मुसमुसू लागली.

"स्वत:ला सावर रजनी! सत्यापासून किती दिवस दूर राहणार आहेस तू? जे घडायचं असेल ते घडणारच," आगंतुक तिला समजावत म्हणाला.

"कुठलीही स्त्री आपलं पहिलं प्रेम कधीच विसरू शकत नाही. अनिल पॅरोलवर सुटला की आम्ही लग्न करणार आहोत, तशी परवानगी आम्हाला मिळाली आहे. जरी त्याला फाशीची शिक्षा झाली तरीही मी त्याची विधवा बनून जगणं पसंत करीन... पण माझ्या आयुष्याचे काही दिवस तरी त्याची पत्नी म्हणून मला जगावयास मिळतील..." रजनीचा कंठ दाटून आला.

"मी आजपर्यंत कधी तुला सांगितलं नाही रजनी, की तू मला आवडतेस, पण जर तू असं काही पाऊल उचललंस तर नाइलाजानं मला, तुला ठार मारावं लागेल... आणि जगाला असं वाटेल की अनिलच्या दु:खानं तू आत्महत्या केलीस... माझी योजना मी व्यर्थ जाऊ देणार नाही."

त्या व्यक्तीच्या थंड पण कठोर वक्तव्यानं रजनी क्षणभर स्तब्ध झाली. क्षणभर ती द्विधावस्थेत पडली, पण... पण दुसऱ्याच क्षणी तिच्या चेहऱ्यावर स्मित झळकलं.

"मला वाटतं आहे की माझी धनसंपत्ती मला तुझ्याबरोबर शेअर करावीच लागणार आहे. तू तर जीनिअस आहेस. पण हे सगळं तुला कसं काय साधलं?" रजनी आपल्या जागेवरून उठली व त्या माणसाच्या शेजारी बसली... त्याच्या खांद्यावर तिनं आपलं मस्तक ठेवलं...

न्यायाधीश महाराजांचं आगमन होताच कक्षात खळबळ माजली. आज अनिल दिवाणच्या केसचा अंतिम निर्णय होणार होता. आरोपीच्या पिंजऱ्यात अनिल दिवाण शून्य चेहऱ्यानं उभा होता.

"... सगळे पुरावे, प्रत्यक्षदर्शी साक्षीदारांच्या साक्षींच्या आधारे हे कोर्ट अनिल दीवाण यांना..." न्यायाधीश महाराज असं म्हणत असतानाच तेथील कामकाजात अचानक एक अडथळा आला...

"मला काही सांगायचं आहे, न्यायाधीश महाराज. माझ्याकडे या केसच्या संबंधात काही नवीन पुरावे आहेत, ज्यांना कोर्टासमोर आणण्याची परवानगी मला मिळावी," हातात काही फायली घेऊन रजनीनं कोर्टात धाव घेतली होती. तिला थोडासा दम लागला होता.

"तुमची साक्ष या आधीच कोर्टात झाली आहे..." सरकारी वकिलांनी प्रतिवाद केला.

"काल रात्री माझ्या हाती जे पुरावे लागले आहेत, त्यांनी या केसचं स्वरूपच बदलून जाईल. कृपा करून मला, दिवाणांना काही प्रश्न विचारण्याची परवानगी मिळावी जजसाहेब!" रजनीनं विनंती केली.

"आपण आपलं म्हणणं येथे मांडू शकता!"

"धन्यवाद..." रजनी पुढं आली.

"मि. अनिल दिवाण, तुमच्या कंपनीत नवथर असा काही क्रांतिकारक शोध लागला आहे का, ज्यायोगे अभ्यास करण्याच्या शतकानुशतकं चालत आलेल्या पद्धतीत क्रांतिकारक बदल संभवतात?"

अनिलच्या चेहऱ्यावर आश्चर्य उमटलं. तो म्हणाला,

"हो... पण तुम्हाला कसं कळलं? ही बाब फक्त मी व दिनेश यांच्यातच सीमित होती!"

"नाही. मि. दिवाण, एक जण अजून आहे, ज्यास हे रहस्य माहीत होतं."

"कोणाला?" अधीर होत दिवाण म्हणाला.

"ते लवकरच तुम्हाला कळेल, पण त्याआधी तुम्ही त्या आविष्काराबद्दल काही सांगावं," रजनीनं म्हटलं. त्यावर क्षणभर थांबून अनिल म्हणाला,

"आजच्या काळात एखादं कौशल्य किंवा ज्ञान आत्मसात करण्यासाठी आपल्याला बराच काळ घालवावा लागतो. त्याचा सारखा सराव किंवा अभ्यास करावा लागतो, आणि मगच आपण त्यात निष्णात होऊ शकतो. माझी अशी इच्छा होती की ज्याप्रकारे इंटरनेटमधून आपण एखादी गोष्ट आपल्या कॉम्प्युटरमध्ये लगेच डाउनलोड करू शकतो, त्याचप्रमाणे जर गणित, सायन्स, इतिहास वगैरे विषय शिकण्यासाठी लागणारा वर्षानुवर्षांचा काळ, काही तासांतच मेंदूत ते शिक्षण उतरवू शकला तर काय बहार येईल!" कोर्टात एकदम शांतता पसरली व सगळेजण अवाक् झाले होते. अनिल पुढे म्हणाला,

"आम्ही एक माइक्रोचिप बनवली आहे, जी फक्त एका इंजेक्शनद्वारे मेंदूत बसवता येते. म्हणजे बाहेरून मिळणाऱ्या संकेतांनी, मेंदूतील न्यूरॉन कोशिका उत्तेजित होतात, ज्यायोगे विभिन्न प्रकारची रचना असलेले न्यूक्लिक आम्ल आणि प्रोटीन शृंखला बनतात. या शृंखलांचा विशिष्ट क्रमच आमची स्मृती असते. आम्ही

बनवलेली मेमरी माइक्रोचिप, कॉम्प्युटरद्वारा दिल्या गेलेल्या विशेष संकेतांना रेकॉर्ड करत असे आणि न्यूरॉनला सतत प्रबळतेने उत्तेजित ठेवत असे. त्यायोगे या संकेतांच्या बाबतीत त्यांची प्रतिक्रिया भलतीच तीव्र असायची, आणि काही क्षणांतच स्मृती मेंदूत शिरत असे. ज्ञानार्जनाची ही विशिष्ट शैली म्हणजेच टेक्निक आम्ही शोधून काढलं, ज्यामुळे आता शिक्षणासाठी शिक्षक, पुस्तकं, शाळा वगैरेंची आवश्यकताच राहिली नसती. काही क्षणातच ज्ञानदान होणार होतं. विशेष म्हणजे यात ज्ञानार्जनासाठी आणि ज्ञानी होण्यासाठी कोणीही बुद्धिवान असण्याची गरज संपली होती. आंतरराष्ट्रीय विज्ञान काँग्रेसमध्ये मी व दिनेश याचं प्रदर्शन करणार होतो, पण त्या आधीच...'' वाक्य अर्धवट सोडून अनिल दिवाण गप्प झाला होता.

''खरंतर बुद्धी आणि ज्ञान या एकाच नाण्याच्या दोन बाजू आहेत. तुम्ही मेमरी चिपला संलग्न असलेली एक महत्त्वपूर्ण गोष्ट विसरलात!'' रजनी म्हणाली.

''म्हणजे काय...?'' अनिल दिवाण सटपटला.

''म्हणजे असं की मेमरी चिप जर शैक्षिक स्मृती आमच्या मेंदूत पोहोचवू शकते तर ती एखादी अशी गोष्ट किंवा घटना स्मृतिरूपात मेंदूत टाकूही शकते... जी कधी घडलीच नाही!'' रजनीनं पुढे म्हटलं. हे ऐकून अनिल दिवाण स्तब्ध झाला. हा मुद्दा त्याच्या लक्षातच आला नव्हता.

''तुमच्याशी संबंधित एक मास्टर माइंड माणसाला या आविष्काराची संपूर्ण माहिती होती. मी मसुरीला गेल्यावर त्याला संधी मिळाली. तो तुमच्याबरोबर प्रयोगशाळेत गेला आणि त्यानं तुमच्या मेंदूत ती चिप इंजेक्ट केली. तुम्हाला फसवण्यासाठी त्यानं मोठ्या हिकमतीनं एक प्लॅन आखला. म्हणजे त्यानं या संपूर्ण घटनाक्रमाचा एक सुनियोजित आराखडा तयार केला. त्या घटनाक्रमाची स्मृती, कॉम्प्युटर संकेतांमार्फत तुमच्या मेंदूत घातली. त्यानं तुमच्या त्या सर्व स्मृती नष्ट करून टाकल्या, ज्यायोगे तो ओळखला जाऊ शकेल. मग याचा परिणाम त्याच्या मनाप्रमाणेच झाला. तुम्ही रागाच्या भरात दिनेशचा खून केला. माझं आणि तुमचं लग्न होणार हे ऐकून तो बेचैन झाला, कारण लग्नानंतर तुमच्या संपत्तीची मालकीण मीसुद्धा होणार होते. पण जर तुम्हाला फाशी झाली तर ही सगळी संपत्ती त्यालाच मिळणार होती ना! तो एकमात्र तुमचा जवळचा नातेवाईक आहे.'' रजनीनं गौप्यस्फोटच करून टाकला.

''कोण, रमेश...'' अनिलचा विश्वासच बसेना.

''त्या दिवशी जेव्हा माझ्या वाढदिवसाची भेटवस्तू घेण्यासाठी तुम्ही दुकानात गेला होतात, त्या वेळी गाडीत असलेली फाइल त्यानं वाचली. त्याला मेमरी चिपची माहिती त्यात मिळाली. तेव्हाच त्याच्या मनात हा विकृत आराखडा तयार झाला.''

"ही खोटं बोलत आहे दादा... पुरावा काय आहे का याचा हिच्याकडे?" कोर्टात हजर असलेला रमेश तावातावानं ओरडला.

"पुरावा म्हणून हा व्हिडिओ कॅमेरा आहे ना! आपलं सगळं कारस्थान यानंच सांगितलं असता ते यात रेकॉर्ड झालं आहे. मि. अनिल दिवाणांच्या मेंदूचं स्कॅनिंग केल्यास त्यात मेमरी चिपसुद्धा सापडेल," असं म्हणत रजनीनं व्हिडिओ कॅमेरा डायसवर ठेवला.

"काल संध्याकाळी जेव्हा हा माझ्या घरी आला होता, टेबलावर असलेल्या व्हिडिओ कॅमेऱ्याचं तोंड, योगायोगानं याच्या दिशेला होतं. त्याचा रिमोट सोफ्याच्या कुशनच्या पाठीमागे होता. पहिल्या क्षणी मी जराशी घाबरले होते, पण तुम्हाला निर्दोष सिद्ध करण्याची ही शेवटची संधी चालून आली होती. मला जर वेळेत हे लक्षात आलं नसतं तर... तर माझी तुमची ताटातूट झाली असती," रजनीचा कंठ दाटला होता.

नंतरच्या घटना वेगानं घडल्या. कोर्टानं व्हिडिओ फिल्म पाहिली. संपूर्ण केसची दिशाच बदलून गेली. अनिल तर पूर्णपणे हबकला होता. खाली मान घालून तो स्वत:शीच विचार करू लागला की प्रकृती, माणूस व मशीन यांच्यातील परस्परसंबंध किती गुंतागुंतीचे आहेत! जर यांचं संतुलन बिघडलं तर कितीतरी भयंकर घटना घडू शकतात!

शेवटी त्याला असंही वाटून गेलं की... भलेही कोर्ट मला निर्दोष म्हणून सोडून देईल, पण निरपराध असलेल्या दिनेशच्या हत्येमुळे मला आता आयुष्यभर पश्चात्ताप भोगावा लागणार आहे व माझं मन सदैव बेचैन राहणार आहे.

◆

प्रयोगशाळेत भौतिकशास्त्राचे प्रोफेसर समीर आपल्या साहाय्यकांबरोबर वाद घालत होते. त्यांतून निष्कर्ष काहीच निघत नव्हता. ते 'हॉलोग्राफिक सिद्धान्ता'चे समर्थक होते. त्यांच्या मते सृष्टीचे त्रिआयामी (घनमितीय) असणं, खरंतर एक दृष्टिभ्रम आहे. जसे हॉलोग्राम मुळात द्विआयामी (सपाट) असूनसुद्धा त्यातील दृश्य त्रिआयामी दिसते, अगदी तसंच या सृष्टीबद्दलही म्हणता येईल. पण त्यांच्या साहाय्यकांचं असं म्हणणं होतं की ब्रह्मांडात कुठंतरी अशाही जागा असाव्यात जिथं लांबी, रुंदी, उंचीच्या व्यतिरिक्त आणखी आयाम असण्याची शक्यता नाकारता येत नाही.

"आता हा वाद संपवण्यासाठी काहीही म्हटलं तरी चालेल..." त्यांचा साहाय्यक हसून म्हणाला, "पृथ्वीच्या समांतर एक आणखी जगसुद्धा असू शकते जे चौथ्या बाजू (आयाम)मुळे, म्हणजेच काळा (समय) मुळे आम्हाला दिसत नसावे... चला, साडेसात वाजायला आले आहेत, आपण निघू या," असं म्हणून साहाय्यक उठून उभा राहिला, तेव्हा आपल्याच विचारात हरवलेले प्रोफेसर समीरसुद्धा जागचे उठले व बाहेर आले.

निर्जन रस्त्यावरून प्रोफेसर समीर आपल्या कारने घरी निघाले. त्यांच्या चेहऱ्यावरून ते थकल्याचं जाणवत होतं. त्यांच्या घरापासून त्यांची प्रयोगशाळा जवळजवळ दहा किमी अंतरावर होती. जानेवारीचा पहिला आठवडा असल्यामुळे हवेत गारवा होता. रस्त्यावर मनुष्य तर सोडाच पण चिटपाखरूही नव्हतं. आकाशात काळे ढग बरसण्यासाठी आतुर झाले होते. हवेतील गारव्याने हाडंही गोठली होती.

अचानक समीर यांचं लक्ष आपल्या संशोधनावरून हटलं व आज सकाळीच घडलेल्या

निर्णय

हकिकतीकडे वळलं, ज्याच्यामुळे त्यांच्या मनावर ताण आला होता. बुद्धी, अंतरात्मा आणि संस्कारांच्या तागडीत तोलल्यावरसुद्धा कधीकधी निर्णय घेणं फारच कठीण होऊन बसतं. सकाळचा प्रसंग त्यांच्या डोळ्यांसमोर जसाच्या तसा उभा ठाकला. सूर्याचे सकाळचे कोवळे किरण त्यांना जागं करत होते. समोर बघितलं तर लहान बाळाच्या गालासारखं गुलाबी आकाश दृष्टीस पडलं. आजची सकाळ काही वेगळीच होती, उल्हास व आकांक्षांनी भारलेली होती. काल रात्रीच त्यांची पत्नी देविकानं एक गुपित त्यांच्या कानात सांगितलं होतं. ते पिता होणार, या बातमीनं त्यांना एक आगळीवेगळी अनुभूती प्रदान केली होती. शेजारीच झोपेत असलेल्या देविकाकडे त्यांचं लक्ष गेलं. आज ती त्यांना अधिकच सुंदर भासली. त्यांनी पूर्वी ऐकलं होतं की आई झाल्यावर स्त्री पूर्णत्वास येते, आणि आज हा अनुभव ते प्रत्यक्षात घेत होते.

देवघरातून आई-बाबा एकत्रितपणे म्हणत असलेले 'रामचरित मानस'चे दोहे त्यांच्या कानांवर आले. त्यांचा तो नित्यनियमच होता. देविकाचं पांघरूण सारखं करून समीर स्नानगृहात गेले.

साडेनऊ वाजता समीर व आई-बाबा न्याहारीसाठी टेबलावर आले. देविका स्वयंपाकघरात होती. न्याहारीच्या वेळी ते एका दृष्टिक्षेपात पेपर न्याहाळीत असत, आणि अचानक त्यांच्या लक्षात आलं की आज वातावरण काहीसं वेगळं आहे. रोज जोरानं बोलणारे व हसणारे बाबा जरा गप्पगप्पसे जाणवले. आई-बाबांच्या चेहऱ्यावर चिंता जाणवत होती. खरंतर आज ते अधिक प्रसन्न हवे होते पण...

"काय बात आहे बाबा, तुम्हा दोघांना आजी-आजोबा होणं आवडत नाही का?"

"तसं नाही रे! आजी-आजोबा होण्याची कल्पनाच रोमांचित करणारी असते. नातवाला मांडीवर खेळवण्याचं सुख आगळंच असते रे," आई पट्‌कन म्हणाली.

"नातू... ती नात नसू शकते का?" समीर हसत हसत बोलले.

"आम्हाला याच विषयावर तुझ्याशी काही बोलायचं आहे समीर..." बाबा जरा संकोचानं म्हणाले.

"कुठल्या विषयावर?" आश्चर्यानं समीरनी विचारलं.

"हेच की... तू लवकरच सूनबाईची अल्ट्रासाउन्ड चाचणी करून घे. जर येणारं बाळ मुलगा असेल तर उत्तमच... पण मुलगी असल्यास..." आई पुढे काही बोलू शकली नाही.

हे ऐकल्यावर समीरचा राग अनावर झाला. चिडून तो म्हणाला,

"हे असले घाणेरडे विचार आहेत तुमचे?"

समीरची आई शांतपणे म्हणाली,

"आधी तू शांत हो. आमच्या सल्ल्यावर विचार करून तू निर्णय घे. तुला तर माहीतच आहे की आज प्रत्येक घरात एकच मूल जन्माला घालण्याची परवानगी आहे, मग तो मुलगा असो की मुलगी! आणि एक कटू सत्य हेसुद्धा आहे की आपल्या पुरुषप्रधान देशात स्त्रीचं स्थान दुय्यम आहे. ती पुरुषाच्या अधीन आहे. स्वेच्छेनं निर्णय घेण्याचा अधिकार तिला नाही... मग अशा परिस्थितीत मुलगा होणं श्रेयस्कर नाही का?"

"आणि मुलानं पिंडदान केल्याशिवाय मातापित्यांना मोक्ष नाही!" वडील मधेच बोलले.

"मृत्यूनंतर काय होतं हे कोणी पाहिलं आहे? आणि जर हे सत्य असेल तर तुम्हाला काळजीचं कारण नाही... तुम्हाला मोक्ष मिळेल. माझी चिंता नका करू!" समीरनी तिखट उत्तर दिलं.

बाबा तरी गप्प बसणारे कुठे होते! ते लगेच म्हणाले,

"मुलगा असला की घरातील धन घरातच राहतं; पण मुलगी असली की तिचं लग्न झाल्यावर ते धन मुलीच्या घरी जातं..."

आता आईनं ब्रह्मास्त्रच काढलं. ती म्हणाली,

"मुलावर, आई-बाबा आपला अधिकार गाजवू शकतात, पण विवाहित मुलीवर नाही. तू म्हातारा व अशक्त झाल्यावर आपल्या मुलीच्या सासरी जाऊन आत्मसन्मानानं राहू शकशील का? आम्ही नाही का तुझ्याबरोबर हक्कानं राहू शकतो! आई-वडिलांनी मुलीकडे राहणं समाजाला आजही मान्य नाही."

"पण आई...", आज प्रथमच समीरच्या लक्षात आलं की देविकाचे आई-वडील आपल्या वृद्धावस्थेत मुलीकडे न राहता, एकटेच राहत आहेत.

"समीर, तू कटू वास्तवाशी दोन हात करण्याऐवजी फक्त आदर्शवादाची कास धरत आहेस," असं म्हणून त्यांनी संवादच तोडून टाकला.

प्रोफेसर समीर संभ्रमित झाले होते. जगरहाटी त्यांना कळत नव्हती, कारण ते एक अत्यंत साधे पण हुशार वैज्ञानिक होते. आपण वडील होणार आहोत याचा त्यांना खूप खूप आनंद झाला होता. त्यांच्या मनात त्यांच्या गोंडस बाळाच्या बाळलीला उसळत होत्या. ते बाळ मग मुलगा असो वा मुलगी, त्याचं अस्तित्व असणं, हाच आनंद त्यांच्या मनात मावत नव्हता. समाजात पसरलेला हा भेदभाव त्यांना मान्यच नव्हता. त्यांचं संवेदनशील मन त्यांना परीक्षणाच्या सल्ल्याचा अव्हेर करण्यास सांगत होतं, तर दुसरीकडे आई-वडिलांचा सल्ला काही अंशी पटतही होता.

देविकासुद्धा तेथेच होती. सासू-सासऱ्यांचं म्हणणं तिनं ऐकलं होतं. तीही त्या दोघांप्रमाणे अनिश्चयाच्या स्थितीत होती. खरंतर त्यांचं म्हणणं तिला तर्कपूर्ण

वाटत होतं. तणावाच्या वातावरणातच समीरची न्याहारी आटोपली आणि ते आपल्या कारमध्ये बसून प्रयोगशाळेकडे निघून गेले.

आता ते परतीच्या वाटेवर होते. बाहेर काळोख दाटला होता आणि अचानक तड-तड-तड करीत पावसाचे मोठेमोठे थेंब कारच्या टपावर बरसू लागले. लगेच प्रोफेसर समीर वर्तमानात आले. पाऊस जोरात पडत होता. काही वेळातच शहरातील वीज गायब झाली. सगळीकडे अंधार गुडुप. सरसर वाहणारे गार वारे आणि पावसाने मिळून जलप्रलय निर्माण झाला. रस्ते जलमय होण्यापूर्वी त्यांना त्यांचं घर गाठायचं होतं. त्यांनी सावधपणे कारची गती वाढवली पण मग त्यांना जाणवलं की त्यांची कार वाटोळ्या फिरणाऱ्या वाऱ्याच्या कचाट्यात सापडली आहे. त्यांना बाहेरचं काहीच दिसेनासं झालं. त्यांना कारची गती खूपच वाढल्याचंही जाणवलं. पुढं त्यांना असंही जाणवलं की त्यांची कार एका अज्ञात भुयारात आपसूक खेचली जात आहे. यानंतर मात्र प्रोफेसर समीर बेशुद्ध झाले होते.

बऱ्याच वेळानं ते शुद्धीवर आले. स्टिअरिंगवरून आपलं डोकं त्यांनी वर घेतलं आणि आजूबाजूला पाहिलं. पावसाचा जोर कायम होता आणि रस्त्यावर पाणी साचल्यानं त्यांची कार बंद पडली होती. आजूबाजूला जुनाट घरं दिसत होती. त्यातील एका घराच्या खिडकीतून मंद प्रकाश बाहेर झिरपत होता. हा अनोळखी प्रदेश बघून ते चकितच झाले. बहुतेक त्यांची कारवरची पकड ढिली झाली असावी आणि चुकून ते येथे आले असावे, असं त्यांना वाटलं. त्यातल्या त्यात जमेची बाजू एवढीच की काही दुर्घटना न होता ते सुरक्षित राहिले होते. ते कारमधून बाहेर आले व लांब ढांगा टाकत समोरील घराच्या व्हरांड्यात पोहोचले. त्यांनी हळूच घराचं दार वाजवलं. प्रत्युत्तरादाखल त्यांना एक पुरुषी आवाज ऐकू आला. लगेचच दार उघडलं गेलं आणि एक प्रौढ पुरुष समोर आला...

"पाऊस जोरात आहे, काही काळ मी तुमच्या येथे थांबू शकतो का?" प्रोफेसर समीरनं विचारलं. आतील व्यक्तीनं त्यांना घरात घेतलं. समोरच एक जुना जीर्ण झालेला सोफा होता. कोपऱ्यातील टेबलावर लॅम्प जळत होता. प्राकृतिक चित्रांच्या दोन-तीन चौकटी भिंतीवर लटकल्या होत्या, ज्यावर कोळिष्टके साठली होती. खोली अस्ताव्यस्तच होती. मग ते गृहस्थ आत गेले व एक टॉवेल आणि चहाचा कप घेऊन बाहेर आले. समीर यांनी आपलं डोकं पुसलं व त्यांचे आभार मानून चहाचा कप हातात घेतला.

चहाचा एक घोट घेतल्यावर त्यांनी घरमालकाला विचारलं, "आपण इथे एकटेच राहता का?" घराची दशा सांगत होती की बऱ्याच दिवसांत येथे गृहिणीचा हात फिरलेला नाही.

"येथे आम्ही सगळे एकटेच तर आहोत!" कसंनुसं हसत ते म्हणाले.

"म्हणजे मला असं म्हणायचं होतं की आपलं कुटुंब... पत्नी... मुलं वगैरे..."

"असं होय! तुमच्यासारखी भूतकाळात रमणारी माणसं, विगत काळाची चर्चा करीत भ्रमात राहणं अधिक पसंत करतात..., या ग्रहावर स्त्रियाच काय... त्यांची सावलीसुद्धा नाही राहिली..." त्यांनी दीर्घ नि:श्वास सोडत म्हटलं.

"काय सांगता आहात तुम्ही?" हतप्रभ झालेल्या प्रोफेसर समीरच्या ध्यानात आलं की किती विचित्र, विक्षिप्त माणसाची गाठ पडली आहे आपली!

"त्या जिवंत असताना त्यांना कधीही पुरुषांइतका मान मिळालाच नाही. आम्ही पुरुषांनी सदैव त्यांना दुय्यमच समजलं, कारण आमचा समाज तर पुरुषप्रधान मानला जात होता ना? आम्ही सदैव शक्तीचे प्रशंसक व पुजारी होतो. कोमल भावनांचा सदैव अभावच राहिला होता. स्त्री ही एक भोग्य वस्तू आणि प्रजनन मशीन मानत होतो ना आम्ही... याहून अधिक महत्त्व कधी दिलं आम्ही त्यांना? सत्ता, वैभव व वर्चस्वाची लढाई जिंकण्यासाठी पाषाणहृदय पुरुषांच्या वज्रबाहूंची आवश्यकता होती. कोमल, सहृदय आणि संवेदनशील नारीच्या नाजूक मनगटांची जरुरी नव्हती. आणि आता... जेव्हा सर्वकाही हातातून निसटून गेलं, तेव्हा लक्षात आलं की 'स्त्रिया' आमच्या आयुष्याचा केंद्रबिंदू होत्या. आमच्या जीवनात रस, सृजन, सौंदर्य आणि प्रसन्नता फक्त त्यांच्यामुळेच होती," त्यांनी दीर्घ नि:श्वास सोडत म्हटलं.

"पण नेमकं झालं तरी काय?" घरमालकाशी गप्पा मारण्यात प्रोफेसर समीरना रस वाटू लागला होता.

"गढूळ, दूषित सामाजिक रूढींमुळे, परिवारात कन्येचा जन्म कस्पटासमान मानला जाऊ लागला, आणि पुत्रजन्म म्हणजे शक्ती व वृद्धीचं लक्षण मानलं जाऊ लागलं. आणि मग वेगवेगळ्या उपायांनी कन्येच्या जन्माला हतोत्साहित केलं जाऊ लागलं. प्रतिबंधात्मक उपायांच्या जोरावर कन्येच्या जन्मण्याला ओहोटी लागली. आणि मग अशी स्थिती आली की पुरुषांच्या तुलनेत स्त्रियांची संख्या लक्षणीय कमी झाली."

प्रोफेसर समीर त्या गृहस्थांचं म्हणणं लक्षपूर्वक ऐकत होते. ते गृहस्थ पुढे म्हणाले,

"प्रकृती सदैव संतुलनाच्या प्रयत्नात असते. नर-नारी समान प्रमाणात होते, पण आम्ही प्रकृतीच्या विरोधात अक्षम्य अपराध करीतच राहिलो. मग निसर्गानंसुद्धा आम्हाला धडा शिकवण्याचं ठरवलं. जोपर्यंत येणारा कठीण काळ आम्हाला समजला, त्याची चिन्हं दिसू लागली, तोपर्यंत फार फार उशीर झाला होता," त्या गृहस्थाच्या चेहऱ्यावर ग्लानीचे भाव उमटले होते.

"काय घडलं ते स्पष्ट का सांगत नाही तुम्ही?" प्रोफेसर समीर भडकलेच.

"तुम्हाला तर माहीतच असेल की पुरुषांच्या जनन कोशिकेत X आणि Y शुक्राणू तयार होतात आणि स्त्रीच्या जनन कोशिकेत फक्त X गुणसूत्र तयार होते. जेव्हा पुरुषाचा Y शुक्राणू स्त्रीच्या अण्डाणूत एकरूप होतो तेव्हा 'नरशिशू' जन्माला येतो आणि याच्या उलट संयोग झाला, तर 'कन्यारत्न' जन्माला येते. कालांतरानं सर्रास अशी पद्धत आली की मुलींची गर्भात किंवा जन्मल्यावर हत्या करायची. ही अत्यंत दुःखद किंवा अपरिहार्य स्थिती होती."

"पण पुढे काय झालं?" प्रोफेसर समीर उद्विग्न झाले होते. त्यांच्या मनात असंख्य प्रश्नांचं वादळ उसळलं होतं.

"आणि मग एका माथेफिरू वैज्ञानिकाने असं रसायन बनवलं की ज्यायोगे पुरुषांमधील X शुक्राणू मरतील व Y शुक्राणूंना कोणताही धक्का पोहोचणार नाही. मग मुलगाच होणार याची निश्चिती झाली. पुरुषांनी मोठ्या आनंदानं त्या रसायनाचा लाभ घेण्यास सुरुवात केली. कदाचित तुमच्या पूर्वपुरुषांनीही असंच केलं असावं..." असं म्हणून तो थांबला.

"कदाचित असेलही..." प्रोफेसर समीर चिडले होते. त्यांचा विश्वासच बसत नव्हता या गोष्टीवर. मग ते गृहस्थ पुढे सांगू लागले,

"मग तेच घडले ज्याची शंका होती. पुरुषांच्या तुलनेत बायका कमी झाल्या म्हणजे निम्म्याच राहिल्या. मग बायकांवरून पुरुषांची आपसात भांडणं, मारामारी, जीव घेणे सुरू झाले. अशा दंगलीत घाबरलेल्या पुरुषांनी ते रसायन घेण्याचं पूर्णपणे थांबवलं. तरीही एक मोठा घोटाळा झालाच..."

"कसला घोटाळा?" समीर उद्गारले!

"त्या रसायनांचा प्रभाव त्या पिढीपुरता न राहता, पुढील पिढीतही कायम राहिला. पुढच्या पिढीलासुद्धा मुली झाल्या नाहीत. दिवसेंदिवस प्रत्येक नगरातून स्त्रियांची संख्या रोडावत राहिली. आमच्या वैज्ञानिकांनी या भयंकर स्थितीतून वर येण्यासाठी सर्वतोपरी प्रयत्न केले, पण त्यांना यश आले नाही. प्रकृतीचा कोप झालाच होता आमच्यावर. आपल्या विनाशाला आम्ही स्वतःच कारणीभूत ठरलो..." त्या गृहस्थांच्या चेहऱ्यावर अतीव दुःखाची छाया पसरली.

प्रोफेसर समीरना त्या माणसाबद्दल कणव वाटू लागली. त्याचा तर्कयुक्त संवाद त्याच्या समजूतदारपणाचे प्रतीक होते. समीरना वाईट याचं वाटलं की हा माणूस नाहक त्या विकृतीची शिकार झाला होता.

"आणि अशा प्रकारे आपल्या पूर्वजांनी केलेल्या चुकांची शिक्षा भोगत आम्ही पुरुष एकटे राहिलो आहोत. आता स्त्रियाच नसल्याकारणानं आमच्या जीवनाचं सूत्र तुटून गेलं आहे. या ग्रहावर आता एकही बाळ जन्माला येणार नाही. आम्ही गेल्यानंतर या ग्रहावरून 'जिवंतपणाचं' अंतिम चिन्हही राहणार नाही. एके काळी

मानवाच्या अस्तित्वानं गजबजलेला हा ग्रह निर्मनुष्य होऊन जाईल...'' शेवटचं वाक्य त्यानं हळूच पुटपुटत म्हटलं.

प्रोफेसर समीर यांचं अवसान गळालं होतं. त्या माणसाच्या हकिकतीनं ते बेजार झाले होते. त्यांचं लक्ष मग खिडकीच्या बाहेर गेलं. पाऊस थांबला होता.

''मी निघतो आता. घरी सगळे काळजीत असतील. चहासाठी मी तुमचा आभारी आहे,'' असं म्हणून समीर, त्या गृहस्थांना बुचकळ्यात टाकून तेथून बाहेर पडले. कारमध्ये बसले. त्यांनी कार स्टार्ट करताच चारी बाजूला लख्ख उजेड पडला. ढगही विरून गेले. स्टिअरिंग फिरवीत असताना त्यांनी विंडस्क्रीन मधून बाहेर पाहिलं आणि क्षणभर ते स्तंभित झाले. बाहेर स्वच्छ आकाशात तीन चमचमणारे चंद्र दिसले. ते पाहतच राहिले. डोळ्यांची उघडझापसुद्धा केली... हा दृष्टिभ्रम नक्कीच नव्हता. दुसऱ्याच क्षणी ते अत्यंत वेगाने एका अंधाऱ्या बोगद्यात प्रविष्ट झाले व त्यांचं भानही हरपलं. ते चेतनारहित झाले.

कालांतरानं ते पुन्हा शुद्धीवर आले. त्यांच्या लक्षात आलं की ते आपल्याच शहराच्या रोजच्या रस्त्यावर आहेत. कारची गती सामान्य होती. त्यांनी कार थांबवली व सीटवर आरामात रेलून बसून राहिले.

जे त्यांनी पाहिलं ते सर्व काय होतं? ते तीन चंद्र आणि आकाश एकच! ते एका अशा ग्रहावर पोहोचले होते का, की जेथील संस्कृती आणि सभ्यता ही आपल्या पृथ्वीतलासारखी होती! कदाचित माझा साहाय्यक म्हणतो त्याप्रमाणे ती सृष्टीची चौथी बाजू (आयाम) होती का? काळाच्या कुठल्याशा विकृतीनं त्यांना तेथे नेलं होतं का? ते अनायासेच काळाच्या त्या बोगद्यात शिरून एका अद्‌भुत जगात पोहोचले होते, जेथील जवळजवळ सर्व काही आपल्या पृथ्वीप्रमाणेच होते. काही बाबतीत वेगळेपणसुद्धा होतं. आणि म्हणूनच त्या परग्रहावरील तो माणूस बऱ्याच वेळा दचकलादेखील होता.

पण अचानक त्यांना असंही वाटून गेलं की हा कदाचित त्यांचा स्मृतिभ्रम तर नव्हता ना? आपल्या आई-वडिलांचे जुने विचार व आपल्या साहाय्यकाचा चौथ्या मितीचा दृष्टिकोन यांची सांगड घालून आपल्या अचेतन मेंदूने रचलेली ही एक कथा तर नव्हती ना? मग त्यांचं लक्ष मनगटावरील घड्याळाकडे गेलं. रात्रीचे साडेदहा वाजले होते. प्रयोगशाळेतून ते संध्याकाळी साडेसात वाजता निघाले होते. म्हणजे मागील तीन तास ते मुसळधार पावसातून, असल्या मानसिक स्थितीतून कार नीट चालवू शकले? कुठलाही अपघात न होता? हे कसं शक्य आहे? अति विचारानं ते थकून गेले.

आणि अचानक ते शहारले. हा नक्कीच स्मृतिभ्रम नव्हता. तो ग्रह, तेथे त्यांना भेटलेले ते गृहस्थ, हे एक वास्तविक होते. मग त्यांना आठवलं की सकाळीच

पेपरमध्ये त्यांनी एक बातमी वाचली होती की सध्या स्त्रियांचं प्रमाण पुरुषांच्या तुलनेत कमी झालेलं आहे, जी एक चिंतेची बाब आहे. सकाळी त्यांनी या मुद्द्यावर जास्त लक्ष दिलं नव्हतं, पण हे सर्व त्या ग्रहावर नक्कीच घडलं होतं. आता तोच इतिहास पृथ्वीवर घडू पाहत आहे बहुतेक!

आणि लगेच त्यांचा चेहरा आनंदाने फुलला. क्षणांत त्यांनी ते सर्व विचार मनातून झटकून टाकले. या घटनेची वास्तविकता काहीही असली तरी त्या ग्रहावरील इतिहासाची पुनरावृत्ती पृथ्वीवर न होण्यासाठी मी अवश्य सहकार्य करीन. आपल्या या निर्णयावर त्यांनी ठाम राहण्याचा निश्चय केला आणि आपली कार स्टार्ट केली. येणाऱ्या बाळाच्या रम्य कल्पनांमध्ये ते रमले व घराकडे निघाले.

◆

"सांगा बरं डॉ. समीर, की मानवशरीर किती मूळ तत्त्वांनी बनलेलं आहे?" कॉम्प्युटर स्क्रीनकडे लक्षपूर्वक बघत प्रोफेसर राघवन यांनी प्रश्न केला.

समीर म्हणाले, "दर्शनशास्त्राप्रमाणे तीच पाच तत्त्वे- अग्नी, जल, वायू, पृथ्वी व आकाश! या तत्त्वांनीच समग्र सृष्टी निर्माण झाली आहे. पण तुमचं मत काय आहे?"

प्रोफेसर राघवन म्हणाले,

"नाही डॉक्टर, मानवांत आणखी दोन तत्त्वं आहेत. त्यांना प्रेम व बुद्धी असं म्हणतात. एकूण सात तत्त्वांपासून बनलेला हा 'मानव' सर्व सृष्टीत विशिष्ट प्राणी आहे. प्रकृतीनं आम्हाला जेव्हा या जगात पाठवलं, तेव्हा प्रकृतीला अशी आशा होती की मानव गुहेत राहील, कंदमुळे खाईल व वल्कलं घालील. पण आम्ही तर आमच्या बुद्धीच्या जोरावर आकाश-पाताळ घुसळून टाकलं, म्हणजे आम्ही अंतरिक्ष यान, पाणबुड्या, कॉम्प्युटर आणि बरंच काही निर्माण केलं. एखाद्या आदिमानवानं जर आज पृथ्वीवर नजर टाकली तर त्याला आश्चर्याचा धक्काच बसेल ना?" एका आगळ्या अभिमानानं प्रोफेसर राघवन हसले. त्यांच्या मुखावर तेज पसरलं होतं.

"आणि प्रेमाचं काय? त्याबद्दल तुम्ही काहीच नाही बोललात!" खट्याळपणे डॉ. समीर म्हणाले. हे ऐकून प्रोफेसर राघव मनमुराद हसले. आगळ्या मधुर भावनांची कोमलता, मृदुता त्यांच्या चेहऱ्यावर विलसत होती. डॉ. समीर, प्रोफेसरांच्या चेहऱ्याकडे मंत्रमुग्ध होऊन पाहत होते.

"आता जर आमच्या नवीन प्रयोगात आम्ही यशस्वी झालो, तर एक अद्भुत चमत्कारच दिसेल सर्वांना." स्वत:वर ताबा ठेवत राघवन उद्गारले.

"हा जो नवीन प्रयोग होता त्यात मागील काही

अंतिम सत्य

शतकांपासून माणसाला, मन व मेंदू यांना घुसळून टाकणाऱ्या प्रश्नांची उत्तरं सापडणार होती. म्हणजे तसा प्रयत्न केला गेला होता. प्रश्न तेच होते. जे शाश्वत होते की मूळ तत्त्वांचा असा संपूर्ण संयोग कशाप्रकारे कसा साधला गेला की ज्यात जीवन (प्राण) व चेतना निर्माण झाली! किंवा शरीराची रचनाच अशा प्रयोजनानं केली गेली, की शरीर स्वत:च त्या चेतनेला स्वत:मध्येच धारण करण्याची क्षमता बाळगून होतं! किंवा चेतना ही त्या तथाकथित आत्म्याचं लक्षण तर नव्हे ना? किंवा हे शरीरच सर्व काही आहे!

दीर्घ संशोधनानं आमच्यासमोर काही गोष्टी स्पष्ट केल्या आहेत. आमच्या मेंदूत हाइपोथॅलॅमस नावाची एक ग्रंथी आहे. योगशास्त्राच्या अभ्यासाप्रमाणे त्या ग्रंथीच्या वरील बाजूस 'सहस्त्रचक्र' आहे, जे अत्यंत उच्च दर्जाची ऊर्जा देतं. या ऊर्जाकेंद्राचा विलय झाल्याबरोबर शरीरातील जीवन नष्ट होऊन जातं,'' प्रोफेसर राघवन यांनी स्क्रीनवर मेंदूत असलेल्या ऊर्जाकेंद्राला स्कॅन करून दाखवलं.

''मग कदाचित आपण असं म्हणू शकतो की, बहुतेक या ऊर्जाकेंद्रामध्येच 'आत्मा' राहत असेल, आत्मा कदाचित ऊर्जाकेंद्राच्या खाली झाकलेला असेल किंवा तो स्वत:च ऊर्जा निर्माण करीत असेल. ऊर्जा कधीच नष्ट होत नाही, म्हणून ब्रह्मांडातील एकूण ऊर्जा स्थिर आहे. आता आम्हाला हे शोधायचं आहे की शरीरातून लुप्त झाल्यानंतर हे ऊर्जाकेंद्र जातं कुठं? म्हणजे हे ऊर्जाकेंद्र कुठंही गेलं तरी ते राहणार याच ब्रह्मांडातील कुठल्यातरी बाजूत म्हणजे आयामात,'' डॉ. समीर म्हणाले.

''आणि तेथेच या ऊर्जाकेंद्रात एक अतिसंवेदनशील नॅनो सेन्सॉर बसवला जाऊ शकतो. शरीरातील कोशिकांना ऊर्जा देणारे एडिनोसिन ट्रायफॉस्फेट अणूंचा उपयोग आम्ही बायोमॉलिक्युलर मीटरच्या रूपात करू शकतो, आणि याच प्रयोगात आम्ही एक मि.मी.च्या दशलक्षाव्या भागातसुद्धा छोटा (सूक्ष्म) नॅनो सेन्सरला ऊर्जेच्या क्षेत्रात स्थापित करू. मग भलेही तो (आत्मा) अत्यंत सूक्ष्म असला तरी त्याला वस्तुमान असणारच ना? मग आण्विक स्तरावर कार्यरत असणारा हा नॅनो सेन्सर त्याच्याबरोबर संयुक्त होईल आणि ऊर्जेचा हा पुंज इथून लुप्त होईल, पण तो कुठंही गेला तरी त्याच्याशी संलग्न असलेला नॅनो सेन्सर संकेत पाठवतच राहील आणि त्या संकेतांना अंतरिक्षात असलेल्या उपग्रहांच्या नेटवर्कमार्फत प्राप्त करून डीकोड करून वाचले जाऊ शकते,'' अशा प्रकारे त्या दोघांत संवाद झाला व ते दोघंही स्वत:च्या कामात गुंतले.

अत्याधुनिक, अत्यंत उन्नत उपकरणांनी सुसज्ज असलेल्या त्या हॉस्पिटलच्या एका कॉटवर, स्पेशल कक्षात प्रोफेसर राघवन पडून होते. ते फारच रोडावले होते.

त्यांच्या शरीराला जोडलेली उपकरणे, कक्षातील कॉम्प्युटरला जोडलेली होती. स्क्रीनवर येणारे आकडे आणि ग्राफ त्यांच्या शरीरात होणाऱ्या सूक्ष्मतम बदलांना दाखवत होता. डोक्यावर हेल्मेटसारखं बसवलेलं एक उपकरण, कॉम्प्युटरवर त्यांच्या मेंदूचा स्कॅन दाखवत होता. स्क्रीनसमोर बसलेले डॉ. समीर अगदी लक्षपूर्वक हे सगळं पाहत होते. महत्प्रयासानंतर शेवटी नॅनो सेन्सरला ऊर्जाकेंद्रात स्थापित करण्यात यश मिळालं होतं, ज्यातून अखंडपणे संदेश मिळत होते.

आपल्या संशोधनाच्या कार्याला पूर्ण करण्याअगोदरच प्रोफेसर राघवन कॅन्सरग्रस्त झाले होते आणि आता हा आजार शेवटच्या टप्प्यात पोहोचला होता. त्यांनी स्वेच्छेनं या प्रयोगासाठी स्वत:ला अर्पण केलं होतं. जवळच बसलेल्या त्यांच्या पत्नीनं आपल्या पतीचा अशक्त हात आपल्या हातात घेतला होता. त्या टक लावून आपल्या पतीकडे बघत बसल्या होत्या. त्या खूप धास्तावल्या होत्या. त्यांना माहीत होतं की, प्रोफेसर राघवन यांची प्रकृती दिवसेंदिवस ढासळत होती. हा आघात सहन करण्यासाठी मनाची तयारी करण्याच्या प्रयत्नात त्या होत्या. कारण... कारण तीन महिन्यांनी त्या आई होणार होत्या. अमूल्य ठेव देणारा निघून गेल्यावर त्यांना ती ठेव मिळणार होती...

''सुनीता, कसं आहे आपलं बाळ? एकदा हात लावून बघू का?'' अगदी क्षीण आवाजात ते म्हणाले.

''बाळालासुद्धा तुमच्यासारखी झोप येत नाही बघा!'' सुनीतानं आपल्या पोटावर प्रोफेसर राघवनचा तळवा ठेवला. गर्भातील सव्वासहा महिन्यांचं बाळ आपली कूस बदलत होतं.

''आपल्या पित्याच्या या स्पर्शाची जाणीव ठेव बाळा, जो स्पर्श तुला नंतर कधीच मिळणार नाही...'' तिनं हळूच असं म्हटलं. बाळाचं हलणं पित्याला जाणवलं आणि त्यांच्या क्षीण चेहऱ्यावर आनंद विखुरला. ते म्हणाले,

''कशी वेळ साधून येत आहे आपलं हे बाळ... माझे डोळे कुठलं रम्य स्वप्नही पाहू शकत नाहीत...'' आणि अचानक राघवन यांना जोराची धाप लागली. सुनीतानं डॉक्टरना बोलावण्यासाठी घंटीचं बटण दाबलं. ती खूप घाबरली होती.

स्क्रीनवर एकटक बघत बसलेले डॉ. समीर अचानक चपापले. ऊर्जाकेंद्र अचानक आकुंचन पावत होतं व दुसऱ्याक्षणी मोठं होत होतं. कदाचित ही शेवटची घटना असावी... कोणास ठाऊक की सेन्सर आपलं कार्य करणार आहे की नाही! ते उद्विग्न झाले.

प्रोफेसर राघवनच्या आसपास असलेल्या डॉक्टरांनी पेशंटचा श्वास चालू ठेवण्याचे सर्व प्रयत्न केले; पण त्यांच्या प्रयत्नांना यश येत नव्हतं. राघवनच्या हृदयाचे ठोके हळूहळू मंद होत गेले. ब्लडप्रेशर वेगानं खाली येऊ लागलं. त्यांचे

डोळे वर जाऊ लागले.

"सुनीता, आपलं बाळ..." हेच त्यांचे शेवटचे शब्द होते. त्यांना एक दीर्घ उचकी आली आणि सर्व काही शांत झालं.

स्क्रीनवर आलेलं ऊर्जाकेंद्र लुप्त झालं... आणि त्या केंद्राबरोबर गायब झाला नॅनो सेन्सर! हा सेन्सर कितीतरी रहस्यांना उलगडणार होता. त्याच क्षणी कॉम्प्युटरच्या स्क्रीनवर काही संकेत येऊ लागले.

"आपण जिंकलो प्रोफेसर राघवन..." डॉ. समीर मोठ्याने ओरडले. पण लगेच त्यांना आपली चूक उमगली. प्रोफेसर राघवन तर कधीच निघून गेले होते, आता उरलं होतं फक्त त्यांचं पार्थिव.

"सेन्सर सहा मीटरचं अंतर दाखवत आहे, म्हणजे बहुतेक प्रोफेसर राघवन अजूनही याच खोलीत आहेत. सुनीतादेवी, तुम्हाला ऐकू येतंय का? आता पाहा, हे अंतर वाढत आहे... वीस कि.मी. शंभर कि.मी.... चारशे कि.मी...." आणि अचानक डॉ. समीर डोक्याला हात लावून खाली बसले. स्क्रीन स्थिर अवस्थेत आला होता. सगळे संकेत थांबले होते. नॅनो सेन्सर फार लांबवर जाऊ शकला नाही. तो नष्ट झाला होता किंवा त्यानं कार्य थांबवलं होतं.

"यावरून हे सिद्ध होते की मानवाचं अस्तित्व त्याच्या मृत्युपश्चातसुद्धा असतं. तो जो काही आत्मा किंवा आणखी काही असतो, तो मृत्यूच्या पश्चात ही पृथ्वी त्यागून अन्य ठिकाणी निघून जातो. आत्मा कुठे जातो, याचा शोध एक दिवशी नक्कीच लागेल. पण या प्रयोगाची ही आंशिक सफलतादेखील खूप महत्त्वाची आहे. मला प्रेस कॉन्फरन्स बोलावून हे सांगितलंच पाहिजे. डॉ. समीरचा चेहरा उत्तेजनेनं लालबुंद झाला होता.

डॉ. राघवन गेले व सुनीता बेशुद्ध होऊन खाली पडल्या. त्यांच्या बांगड्या वाढवल्या होत्या व एका काचेच्या तुकड्यामुळे हातातून रक्त येत होतं.

कोणास ठाऊक की ही सृष्टीची कोणती बाजू (आयाम) आहे, जेथे वेळेची (काळाची) अनुभूतीच नाही! चारी बाजूला मंद मऊ असा प्रकाश पसरला आहे. अत्यंत मृदु अलौकिक संगीतलहरी अंतर्मनात उतरत आहेत. जसं हे एखादं स्वप्नच जणू! कुठल्याही प्रकारचा क्लेश नाही की दु:खही नाही. येथे आहे फक्त निर्मळ आनंद जो इथल्या अद्भुत संगीतामुळे प्रतिक्षण वाढत जात आहे. प्रोफेसर राघवनचा हा अनुभव.

आणि अचानक ते मधुर संगीत थांबलं. प्रोफेसर राघवन, जे परम आनंदाच्या अवस्थेत होते, ते त्या तंद्रीतून बाहेर आले. तत्क्षणी त्यांना काहीतरी आठवलं व त्यांनी विचारलं,

"सुनीता, मी कुठं आहे?"

"तुम्ही आता पृथ्वीवर नाही आहात," हे उत्तर त्यांच्या मेंदूत सामावलं. तेथे कुठलंही दृश्य नव्हतं व ध्वनीही नाही... तेथे होत्या फक्त अनुभूती.

"मग ही जागा कोणती?" प्रोफेसर राघवन विचलित झाले होते.

"तुम्ही ब्रह्मांडाच्या 'अगोचर' नामक ग्रहावर आहात!"

"मला काहीच दिसत नाही व ऐकूही येत नाही, असं का?"

"तुमची रचना, पृथ्वी ग्रहाच्या तीन बाजू (त्रिमितीय) प्रमाणे झालेली आहे, आणि हा ग्रह सृष्टीच्या अतिरिक्त मितीमध्ये (आयाम) स्थित आहे, म्हणून तुम्ही काहीही बघू किंवा ऐकू शकण्यास असमर्थ आहात."

तळमळून प्रोफेसर राघवन म्हणाले, "मी इथं का आहे? मला परत पृथ्वीवर जायचं आहे."

"आता परत जाणं अशक्य आहे. पृथ्वीवर तुमचा मृत्यू झाला आहे. तुमचं जड शरीर पृथ्वीवर आहे, आणि त्याला क्रियाशील करणारी जी विशेष ऊर्जा आहे, ज्याला तुम्ही आत्मा अथवा सूक्ष्म शरीर म्हणता, ते पृथ्वीवरून अगोचर ग्रहावर आलेलं आहे. तुमच्या भाषेत सांगायचं झालं तर आपण असं म्हणू शकतो की, 'विद्युत ऊर्जा नसल्यावर तुमची सर्व यंत्रं कशी निष्क्रिय होतात... अगदी तसंच."

स्तब्ध झालेल्या राघवनना असं वाटलं की ते एक स्वप्न पाहत आहेत.

"तुम्ही माणसं, आमच्या ग्रहासाठी एक अत्यंत महत्त्वाकांक्षी वैज्ञानिक प्रयोग आहात. आमच्या या प्रयोगात एक एक पाऊल पुढे टाकत आम्ही पृथ्वीवरील वेगवेगळ्या जीवांचं सृजन व विकास करीत आलो आहोत. दशलक्ष वर्षांपूर्वी आम्ही तुमच्यासारखा उन्नत, बुद्धिवान माणूस निर्माण केला."

"याचा अर्थ असा की पृथ्वीवरील सगळे जीव, तुम्ही केलेली मशिन्स आहेत काय?" प्रोफेसर राघवन यांनी अविश्वासानं विचारलं.

"अगदी बरोबर! तुम्ही स्वत: आमच्यासाठी असं हायटेक मशीन आहात जे स्वत:सारखंच निर्माण करण्याची क्षमता राखून आहे. आता तुम्हीच विचार करा की तुमचं हे सुव्यवस्थित कोशिकीय शरीर आणि तुमचे अद्‌भुत मस्तिष्क (मेंदू), ज्याच्या जटिल न्यूरॉन जाळ्याची कार्यप्रणालीला तुम्ही स्वत: नीटपणे समजू नाही शकलात, ते काय नैसर्गिकपणे फक्त संयोगानं निर्माण झालं असतं का? आता काही क्षण राहिले आहेत, मग तुमच्या सूक्ष्म शरीराच्या आठवणींना नष्ट करून त्याला पुनर्उपयोगासाठी आम्ही तयार करू. कधीकधी काही कारणांनी स्मृती नष्ट झाल्या नाहीत, तर तुम्ही त्याला पुनर्जन्म म्हणता."

तर मानवाच्या अस्तित्वाचं हे वास्तव आहे! डॉ. समीर यांच्याबरोबर झालेल्या संवादांचं राघवन यांना स्मरण झालं. आपल्या बुद्धीचा फाजील गर्व बाळगणारा

माणूस, कुठल्यातरी अगोचर वासीयांसाठी फक्त एक प्रायोगिक वस्तू बनून राहिला! राघवनचा शिष्ठपणा क्षणात विरून गेला. अहंकार विखरून गेला आणि हृदयाला भावनांनी घुसळून टाकलं होतं. पत्नीचे भरून आलेले डोळे व दाटून आलेल्या कंठाचं त्यांना स्मरण झालं. आपल्या न जन्मलेल्या बाळाचं हलणं-डुलणंच ते अनुभवू शकले होते. आता सुनीता स्वत:ला व बाळाला कसं सांभाळील? आणि अचानक त्यांचं मन क्रोधानं भरून गेलं.

"तू तर तो नियंता आहेस जो आमच्या शास्त्रात सगळीकडे स्तुतीच्या रूपात भरून राहिला आहेस. मग तरीही तुला मानवाच्या भावनांचा, त्याच्या सुख-दु:खांचं काहीच मोल वाटत नाही का रे?"

"नियंता म्हणू नका, रचयिता म्हणा. जन्माला घातल्यानंतर आम्ही तुम्हाला विकसित होण्यासाठी स्वतंत्र राहण्याची मुभा दिली होती! तुमचं ज्ञान, विज्ञान, शास्त्र, सुख, दु:ख हे सर्व काही तुम्हीच निर्माण केलं आहे."

"मग का रचला हा मायाजाल तुम्ही?" व्यथित प्रोफेसर राघवन आता स्मृतींच्या दंशापासून लगेच मुक्त होऊ पाहत होते.

"आमचं कुतूहल व आमची इच्छा ही की मानवाच्या सृजनानं आम्ही आपल्या होण्याचा उद्देश जाणू शकू आणि समजून घेऊ की आम्ही कुठून व केव्हापासून आलो आहोत?"

प्रश्न अपमानास्पद होते पण उत्तर मौनात होतं. अंतिम सत्य तर बऱ्याच आवरणात दडलेलं होतं. प्रोफेसर राघवनचं चित्त हळूहळू शांत होत गेलं. त्यांच्या अनुभवास असं आलं की ते स्वत: आनंदाच्या अफाट सागरात प्रसन्न मनानं विलीन होत आहेत... येथे ना स्मृती होती, ना काही अनुभूती...

◆

सन २०४१च्या डिसेंबरची ती थंडगार रात्र होती, पण तो गारवा मानवाच्या उसळणाऱ्या उत्साहापुढे सपशेल हरला होता. आज 'मानव जीनोम प्रकल्पाचा' अंतिम टप्पा सुफळ संपूर्ण झाला होता. मुख्य शास्त्रज्ञ, पंचेचाळीस वर्षे वयाचे डॉ. एरिक, आज खूपच आनंदात होते. आपल्या टीमबरोबर ते पत्रकारांनी चारही बाजूंनी वेढलेले होते. अत्यंत उत्साहानं ते सर्व प्रश्नांची समर्पक उत्तरं देत होते.

"जीनोम प्रकल्प पूर्ण झाल्याने मानवाच्या भावी जीवनावर त्याचा प्रभाव कसा असेल?" एका पत्रकारानं विचारलं.

"आता मानवाची संपूर्ण जन्मकुंडली स्पष्ट झाली आहे. बाळाच्या जन्मापूर्वी आपण त्याचं आयुष्य, रूप-रंग, बुद्धी व इतर गुण-दोषांबद्दल खात्रीनं जाणून घेऊ शकतो, अशी शक्यता निर्माण झाली आहे. याही पुढे जाऊन इच्छित लक्षणांचं बाळ जन्माला घालण्याचीसुद्धा शक्यता निर्माण झाली आहे. आत्तापर्यंत हे साध्य झालं नव्हतं. कुठल्याही रोगावरील उपचार, त्याच्याशी संबंधित असलेल्या 'जीन'ला बदलून किंवा निष्क्रिय करून केले जाऊ शकतील. संपूर्ण घातक रोगांपासून मानव मुक्त होणार आहे. पण या झाल्या अगदीच छोट्या गोष्टी, याचा सर्वांत महत्त्वपूर्ण प्रभाव तर असा आहे की त्याच्यावर आपला विश्वासच बसणार नाही..." असं म्हणून डॉ. एरिक जरा थांबले.

"कशा प्रकारचा प्रभाव असेल तो, डॉ. एरिक?" पत्रकारांनी लगेच विचारलं.

"आता तुम्ही सर्व एका मुद्द्यावर नक्कीच सहमत असणार की मानवाला दोन गोष्टींचं अत्याधिक भय वाटतं. ते म्हणजे वृद्धावस्था आणि मृत्यू!" डॉ. एरिकनी समर्थनार्थ सर्वांकडे पाहिलं.

पूर्णमिदम्

“अगदी खरंय ते! मानवाला या दोन गोष्टींचं सर्वाधिक भय वाटतं. आपण जाणतोच की जेव्हापासून मानवजात जन्माला आली, ती पहिल्यापासून अमृताच्या शोधास लागली,” कोणीतरी म्हणालं.

“मला हे माहीत नाही की देवांनी कधी काळी अमृताचा शोध लावला की नाही, पण आजमितीला विज्ञान आपला वरदहस्त उंचावून म्हणू शकते की, “भविष्यात आता कोणीही (मानव) वृद्ध होणार नाही आणि मरणारही नाही,” असं म्हणून डॉ. एरिक गालातल्या गालात हसले आणि थांबले.

“नाही हो! असं कसं होऊ शकतं? बहुतेक डॉ. एरिक जरा जास्तच उत्साहात आले असावेत,” डॉ. एरिक यांच्या कथनाचं सर्वांनाच आश्चर्य वाटलं.

“मानवीय शरीराचं प्रत्येक रहस्य जीनमध्ये सामावलेलं आहे. ठरावीक वेळेनुसार मेंदू सक्रिय व निष्क्रिय होणाऱ्या जीन्सला अनुरूप, विभिन्न प्रकारच्या हार्मोन्सच्या निर्माणाचे आदेश देतो, जे शारीरिक व मानसिक प्रक्रियांना नियंत्रित करतात. वृद्धावस्था व शेवटी मृत्यूचं निर्धारण करणाऱ्या जीन्सला जर कायमचं निष्क्रिय करून टाकलं तर मेंदूला त्या बाबतीत एकही संकेत मिळणार नाही, आणि मग तो ती प्रक्रिया सुरूच करणार नाही. अशा प्रकारे मानव ‘चिरयुवा’ व ‘अमर’ होणारच!” डॉ. एरिकनी विस्तृतपणे सांगितलं.

मग एका पत्रकारानं उपहासाने विचारलं,“खरंच हे शक्य आहे काय?”

“सांप्रत मानवाला हजारो वर्षे जगण्याचं बळ म्हणजे एक प्रकारचं अमरत्वच मिळालं नाही का? आणि आम्हाला खात्री आहे की भविष्यात ही सीमारेषा पार करून मानव अमरच होईल. आमच्या पुराणकथांमध्ये, देवांनी अमृत प्राशन करून अमरत्व प्राप्त केल्याचं वर्णन आहेच की!” डॉ. एरिक म्हणाले.

हे ऐकल्यावर त्या ठिकाणी कमालीची शांतता पसरली. सगळे जण जणू हतप्रभ झाले. थेट प्रसारण पाहणारे प्रेक्षकसुद्धा कमालीचे बेचैन झाले होते.

मग ही शांतता भंग करीत एक पत्रकार म्हणाला,

“याचा स्पष्ट अर्थ असा होतो की आता जीवन-मरण ईश्वराच्या हाती न राहता, ते मानवाच्या नियंत्रणाखाली येणार!”

“ईश्वर तरी काय आहे? मानवाद्वारे निर्माण केली गेलेली फक्त एक संकल्पनाच तर आहे! माणसानं भय, संशय व दुर्बलता यांसारख्या गोष्टींपासून दूर पळण्यासाठी किंवा बचावासाठी अनादिकाळापासून कोणा एक शक्तीला सर्वशक्तिवान असण्याचं पुराण रचलं. ते पुराण (मिथक) कुठल्याही इंद्रियामार्फत अनुभवास येत नाही. त्याच्या अस्तित्वाचं काही प्रमाणसुद्धा नाही! ज्या देवी-देवतांचं वर्णन आमच्या ग्रंथामधून केलं गेलं आहे, ते कदाचित कोण्या परग्रहावरचे निवासी असावेत, जे कधी काळी पृथ्वीवर आले होते. त्यांचं विज्ञानशास्त्र आमच्यापेक्षा लक्ष लक्ष वर्षे

अधिक प्रगत होतं, म्हणून त्यांच्या गतिविधींना मानव चमत्कार म्हणून बघत होता. या काळात सर्वशक्तिवान आहे विज्ञान आणि तेच आता बनले आहे 'नियंता' ...'' एवढं सांगून डॉ. एरिक उठून उभे राहिले.

रात्रीचे दहा वाजून गेले होते. डॉ. एरिक पत्रकार संमेलनातून परतत होते, तरीही त्यांच्या मेंदूत पत्रकारांचे प्रश्न फिरत होते. ते घरी आले व बसले, तोच त्यांची बारा वर्षांची मुलगी त्यांच्या जवळ येऊन त्यांना बिलगली व संपूर्ण दिवसात काय काय घडलं, ते सांगू लागली. ते प्रेमानं तिला कुरवाळू लागले. आपली मुलगी त्यांना प्राणांपेक्षा जास्त प्रिय होती.

''अभिनंदन डॉ. एरिक! तुम्ही आज परत हे सिद्ध केलं की खरोखरच तुम्ही फार फार बुद्धिवान आहात,'' त्यांची पत्नी अतीव आनंदानं म्हणाली.

''याचं सगळं श्रेय तुलाच आहे रिना,'' डॉ. एरिक भावुक झाले होते.

''आज जर तुमच्या आई असत्या तर तुमच्या या कर्तृत्वानं त्यांना आकाश ठेंगणं झालं असतं...'' स्वर्गीय आईच्या वात्सल्यानं ओथंबलेल्या स्पर्शांची आठवण दोघांना झाली व त्यांचे डोळे पाझरू लागले.

बहुतेक रात्रीचा एक वाजला होता. अचानक कुठल्याशा अज्ञात प्रेरणेनं डॉ. एरिक यांना जाग आली. त्यांनी डोळे उघडले. त्यांचा शयनकक्ष निळ्या प्रकाशानं भरून गेला होता. पत्नी व मुलगी गाढ झोपेत होत्या. त्यांना एक आगळंच संगीत ऐकू येत होतं. त्यांनी खिडकीतून वर आकाशाकडे पाहिलं तर त्यांना असं दिसलं की घराच्या गच्चीच्या अगदी वर आकाशात एक मोठ्ठा निळा चंद्र उगवला आहे. गोल गोल फिरणारा तो चंद्र, बहुतेक एक अंतरिक्ष यान असावं. डॉ. एरिकना खूप आश्चर्य वाटलं. त्यांची झोप दूर पळाली. ते गच्चीत आले. त्यांना संमोहित करणारं संगीत बहुधा त्या यानातून येत होतं, बहुतेक त्याच्या इंजिनातून! ते गच्चीत पोहोचताच, यानातून निघणाऱ्या निळ्या किरणांनी त्यांना आपल्याकडे खेचून घेतलं.

''काळाच्या यानात आपलं स्वागत आहे,'' एका मधुर ध्वनीनं त्यांना संबोधलं होतं. डॉ. एरिक काही विचार करण्यापूर्वीच त्यांचा मेंदू क्लांत (बधिर) झाला होता.

कोणास ठाऊक किती वेळानं त्यांना जाग आली. यान एका ठोस धरातलावर टेकलं होतं. यानातून येणारं संगीत थांबलं होतं. क्षणभर डॉ. एरिक बुचकळ्यात पडले की आपल्या घराच्या गच्चीतून ते इथं कसे आले? पण त्या विचित्र घटनेचं स्मरण होताच ते खडबडून जागे झाले व उठून बसले. आपल्या गच्चीवर उतरण्यासाठी ते यानावरच्या दरवाज्यापर्यंत धावत आले, खाली आल्यावर त्यांना आश्चर्याचा धक्काच बसला.

हे एक अपूर्व वेगळंच विश्व होतं. विशाल गगनचुंबी इमारती प्रकाशानं झगमगत होत्या. बावचळून त्यांनी वर पाहिलं तर आकाशात रेल्वेचे रूळ दृष्टीस पडले. ज्यावरून कॅप्सूलच्या आकाराच्या लांब गाड्या पळत होत्या. उंच इमारतींच्या छतांवर रेल्वेचे रूळ आधारले होते. नावेच्या आकाराच्या खुल्या (ओपन) गाड्या हवेत तरंगत होत्या, ज्यात स्त्री-पुरुष हिंडत होते. एक विस्तीर्ण स्क्रीन त्यांना आकाशात चमकताना दिसला, ज्यावर क्षणाक्षणाला दृश्यं बदलत होती. बहुतेक त्या स्क्रीनवर तेथील जगाच्या समस्त बातम्या प्रसारित केल्या जात होत्या. डॉ. एरिक लक्षपूर्वक तो स्क्रीन बघत होते, पण बऱ्याचशा गोष्टी त्यांच्या आकलनाच्या पलीकडे होत्या. अचानक त्या स्क्रीनवर चंद्राचं दृश्य आलं, तेथे मानवाची वस्ती दिसत होती. पृथ्वी व चंद्र यांच्यामध्ये केबल टाकलेली होती, ज्यावरून अतिवेगवान लिफ्ट जात-येत होत्या. म्हणजे चंद्रावर जाणं-येणं आता एवढं सोपं झालं होतं, जसं पृथ्वीवर एका नगरातून दुसऱ्या नगरात जाणं व येणं!

डॉ. एरिक हतबुद्ध होऊन हे सर्व काही न्याहाळत होते आणि अचानक त्यांचं लक्ष स्क्रीनच्या कोपऱ्यात गेलं. तेथे 'मार्च ३०८९'ची ९ तारीख अधोरेखित होत चमकत होती. ते एकदम दचकलेच! याचा अर्थ असा झाला की ते आपल्या काळाच्या पुढे गेले होते. त्यांनी स्वत:ला चिमटा काढून बघितला. दुखल्यावर त्यांना ही खात्री झाली की ते झोपेत नाही किंवा स्वप्नातही नाहीत. तो अनुभव जागेपणीच ते घेत होते. सर्वकाही खरंच होतं. हळूहळू त्यांचं आश्चर्य कुतूहलात बदलत गेलं. त्यांची उत्सुकता वाढू लागली.

त्यांच्या चोहीकडे स्त्री-पुरुषांचा अफाट जनसागर त्यांना दिसत होता. प्रत्येकाच्या चेहऱ्यावर बुद्धी विलसत होती. बुद्धीचं तेज दिसत होतं. डॉ. एरिकना ठीक तोच अनुभव येत होता, जेव्हा ते लहानपणी पहिल्यांदा एका खेड्यातून मोठ्या शहरात आले होते. ते स्वप्नवत उभे होते, पण त्यांच्या हे लक्षात येत नव्हतं की त्यांना कोणत्या उद्देशानं येथे आणण्यात आलं आहे. त्या संभ्रमात त्यांना हेच समजत नव्हतं की ते आपल्या काळात परत कसे जातील!

"कसं वाटतं आहे तुम्हाला मि. एरिक?" या मधुर आवाजानं त्यांचं लक्ष विचलित झालं. एक अत्यंत सुंदर तरुणी त्यांना हा प्रश्न विचारत होती! त्या युवतीच्या मुखावर भलतंच तेज होतं. तिच्यातील तीव्र संमोहनानं डॉ. एरिक यांच्या मनात आगळ्याच भावना उसळू लागल्या होत्या. त्यांना जाणीव होत होती की या युवतीच्या आत असं काही आहे जे माझ्या परिचयाचं आहे.

"तुम्हाला माझं नाव कसं माहीत झालं? कोण आहात तुम्ही?" त्यांना होत असलेल्या जाणिवेतून उत्तर शोधण्याच्या प्रयत्नात ते होते.

"आपल्या पूर्वजांना आम्ही चांगल्या प्रकारे ओळखतो. तुम्ही मला 'मिस मिलियन' म्हणू शकता, कारण आता मनुष्यांना नावांनी नव्हे तर त्यांच्या क्रमांकानं ओळखलं जातं." गंभीर होत त्या तरुणीनं उत्तर दिलं.

"मला येथे का आणलं आहे?" डॉ. एरिक आपली जिज्ञासा लपवू शकले नाहीत.

"याचे उत्तर तुम्हाला 'नियंता' देतील. त्यांना भेटावं लागेल."

"कोण आहे नियंता (परिचालक)?"

"आता राष्ट्रांची संकल्पना कालबाह्य झाल्यामुळे ती बाद झाली आहे. संपूर्ण पृथ्वीचा आता एकच शासक आहे, आणि तो आहे आमचा सुपर कॉम्प्युटर 'नियंता.' मी त्यांची सचिव आहे."

"अच्छाऽऽ. म्हणजे आता कॉम्प्युटर झाला आहे शासक आणि मानव राहिला आहे फक्त शासित! म्हणजेच कॉम्प्युटरच्या हाताखाली काम करतोय मानव!" डॉ. एरिकच्या स्वरात दुःख होतं आणि आश्चर्यसुद्धा.

"यात वाईट काय आहे? मानव सदैव आपल्या भावनांच्या आहारी जाऊन पक्षपाताचं धोरण अवलंबत असतो. त्यामुळे सगळी व्यवस्थाच कोलमडते, जे एक मोठं संकट आहे आणि भावनाहीन, तीव्र व असाधारण बुद्धिवान असल्यामुळे 'नियंता' असं काही करण्याची शक्यता शून्य आहे."

मिस मिलियननं हातातील घड्याळाचं एक बटण दाबताच, कॅप्सूलसारखी एक गाडी त्यांच्या समोर आली, त्यात बसून डॉ. एरिक व मिस मिलियन, नियंत्याला भेटण्यास गेले.

लहानसा तो कक्ष विचित्र यंत्रांनी आणि उपकरणांनी सुसज्जित होता. डॉ. एरिकना तेथे सोडून मिस मिलियन निघून गेली. थोड्याच वेळात एका अत्यंत आकर्षक व्यक्तिमत्त्वाच्या व्यक्तीनं तेथे प्रवेश केला व डॉ. एरिकना अभिवादन केलं. अत्यंत प्रभावी व्यक्तित्व असलेल्या त्या व्यक्तीचे हावभावसुद्धा तितकेच देखणे होते व वेगळेसुद्धा!

"मी नियंता आहे," त्यांनी हात पुढे करत म्हटलं.

"असं का! पण मला तर सांगण्यात आलं होतं की 'नियंता' एक कॉम्प्युटर आहे म्हणून!"

"मानवाचे विचार व भावना फारच विचित्र असतात. त्यांना एखादं मशीन, शासक म्हणून पसंत नसतं आणि म्हणूनच मला मनुष्याचं रूप-रंग आणि आकार बहाल करण्यात आला आहे. त्यायोगे मशीन व माणसाच्या दरम्यानची औपचारिकता आणि अंतर संपतं. माझ्या अधीन जे आहेत त्यांच्याशी मी तसाच व्यवहार करू

शकेन जसा एका शासकानं करावयास पाहिजे.'' असं म्हणत असताना नियंतानं आपल्या डाव्या हाताच्या पहिल्या बोटानं अंगठ्याला दाबलं, त्याबरोबर त्या खोलीच्या स्क्रीनसारख्या भिंतींवर वेगवेगळी चित्रं व आवाज येऊ लागले.

''आता तुम्हाला आमच्या काळाबद्दल ते सर्व समजेल, ज्याबद्दल तुम्हाला ओढ होती. नियंता त्या कक्षातून बाहेर निघून गेला व डॉ. एरिक चारही बाजूंना दिसणारी चित्रं न्याहाळू लागले. आश्चर्याची गोष्ट अशी होती की त्या त्रिमितीय फिल्ममध्ये प्रस्तुत केलेल्या मनोदशांना डॉ. एरिक अगदी तसंच अनुभवत होते, की जणू काही ते त्यातलंच एक पात्र आहेत, आणि या क्षणी ते तीच भूमिका जगत आहेत.

विसाव्या शतकातील मानवानं 'जिनोम प्रकल्प' पूर्ण केला होता आणि त्याचे इच्छित परिणामही दिसू लागले होते. मानवाच्या आयुष्यातून रोग, वृद्धावस्था आणि मृत्यू आता हद्दपार झाले होते. अपराध व व्यसन यांना प्रेरित करणारे जीन विस्थापित करण्यात आले होते. जीन इंजिनिअरिंगच्या मार्फत कृत्रिम पद्धतीनं प्रयोगशाळांमध्ये भ्रूण डिझाइन केलं जात होतं, ज्यांचे प्रगत डिझाइनर स्त्री-पुरुष अत्यंत बुद्धिवान, आरोग्यसंपन्न व देखणे होते. वृद्धावस्था व मृत्यूपासून मानवाची कायमची सुटका झाली होती. त्याचं भय उरलं नव्हतं. शास्त्रीय प्रगती अगदी चरमस्तरावर पोहोचली होती. सगळीकडे आनंदीआनंद होता पण...

पण अलिखित नियमाप्रमाणे प्रत्येक स्थितीची एक दुसरी बाजूही असतेच की! जीवनातील विविधता संपून गेली होती. विसाव्या शतकात आढळणारी तीन पिढ्यांची परंपरा मोडीत निघाली होती. जिकडे पाहावं तिकडे फक्त तरुणाईच दिसत होती. सर्व सुखं असूनसुद्धा संपूर्ण समाजात ताण, नैराश्य व असुरक्षिततेची भावना वाढीस लागली होती.

आता मृत्यूच नाही म्हटल्यावर लोकसंख्या एवढ्या मोठ्या प्रमाणावर वाढली की पृथ्वीवर झाडाझुडपांना, पशुपक्ष्यांना जागाच उरली नाही. प्रयोगशाळेत तयार होणाऱ्या 'ऊर्जा गोळ्यांना' खाऊन माणूस जगत होता. 'चव' नामक विशेष गुणसुद्धा सीमित झाला होता. ब्रह्मांडात पृथ्वीसारखा ग्रह शोधण्यास मानवाला अपयश आलं होतं. शेवटी असं ठरलं की, या विशाल जनसंख्येतून काही भाग अन्यत्र एखाद्या ग्रहावर हलवावा, पण तसं होऊ शकलं नाही.

डॉ. एरिक स्तब्ध होऊन बसून राहिले. फिल्म संपली होती. अचानक त्यांना खांद्यावर आपलेपणाचा स्पर्श जाणवला. मिस मिलियन कधी मागं येऊन उभी राहिली, हे त्यांना कळलंच नाही.

''पाहिलंत ना डॉ. एरिक... प्रगतीच्या शिखरावर येऊन आम्हाला काहीतरी

हाती लागलं खरं, पण आम्ही कितीतरी गोष्टींना मुकलोसुद्धा! मी मानव असल्यामुळे हे सत्य फक्त मीच तुम्हाला सांगू शकते, नियंता नाही, कारण त्याला फक्त भाव, तर्क व आकडेच कळतात... भावना व संवेदना त्याला अजिबात कळत नाहीत!''

अजून काहीतरी कटू सत्य ऐकण्याची मानसिक तयारी डॉ. एरिक करू लागले.

''विज्ञानानं चिरयौवनाचं वरदान आम्हाला दिलं खरं, पण मग आमच्या आपसातील नात्यांचा अर्थच हरवून गेला. बाबांची आई, आईची आई दोन्हीकडचे पांढऱ्या केसांचे आजी-आजोबा, त्यांच्या शांत चेहऱ्यावर असणारा प्रेमळ भाव यांना आम्ही पारखे झालो. शरीरावर अनुभवांच्या सुरकुत्या बाळगलेले व आमच्यावर घनदाट वडाच्या झाडासारखी सावली धरणारे ते सुख आम्हाला कधीच मिळणार नाही. आश्रय व धीर देणारं त्यांचं साहचर्य कधीच संपलं आहे,'' मिस मिलियनचा चेहरा उदास व म्लान झाला होता. लहानपणी आजीच्या मांडीवर डोकं ठेवून ऐकलेल्या गोष्टींची आठवण, डॉ. एरिक यांच्या चेहऱ्यावर तरळून गेली. कैक शतकांचं आगळं दुःख मिस मिलियनला रडवून गेलं. ''बाळाला मांडीवर घेऊन त्याला अमृतपान करवण्याचा आनंद आम्हाला कधीच मिळणार नाही. आता कोणीही आमचा हात धरून चालायला शिकवणार नाही. बाळाचे बोबडे बोल, निरागस हास्य आणि बालसुलभ बाळलीलांवरून जीव ओवाळून टाकण्याचं भाग्य आम्हाला नाही. कारण... कारण इथून पुढे पृथ्वीवर एकही बाळ जन्मणार नाही...''

हे ऐकून डॉ. एरिक हादरलेच व म्हणाले, ''असं का बरं?''

''कारण अपार लोकसंख्येमुळे नवीन बाळासाठी पृथ्वीवर जागाच कुठं उरली आहे? आणि म्हणून नियंत्याच्या नियमाप्रमाणे, स्वतःहून मरण पत्करणाऱ्या व्यक्तीलाच बाळाला जन्म देण्याचा हक्क आहे.''

''अहो पण, जो स्वतः मरण स्वीकारेल त्याला बाळाचा आनंद कसा घेता येईल?'' डॉ. एरिक म्हणाले.

लगेच मिस मिलियन म्हणाली, ''हीच तर गोची आहे ना! कोणालाच असं करता येणार नाही आणि म्हणूनच जीवनात गती व नावीन्य उरलंच नाही. काळाची संकल्पना आमच्यासाठी शून्य झाली आहे, कारण मानवसमाजावर वेळ कसा घालवावा, याचा प्रश्नच उरला नाही. म्हणजे सर्वकाही पूर्ववत अचेतन आहे.''

डॉ. एरिक सर्वकाही हतबुद्ध होऊन ऐकत होते. त्यांना वाटलं होतं की तथाकथित ईश्वरीय कार्याला आपल्या नियंत्रणात ठेवलं की माणूस पूर्णत्वास प्राप्त होईल, सुखी व संतुष्ट होईल. पण आज त्यांनी जी परिस्थिती पाहिली, त्यांनी त्याची कल्पनाच केलेली नव्हती. त्यांची मनःस्थिती मिस मिलियनच्या लक्षात आली नाही. ती पुढे बोलतच राहिली,

''तुमच्याकडे सर्वकाही आहे डॉ. एरिक! प्रेम, उत्साह, सुख व शांती. पण

आमच्याकडे तर प्रेमसुद्धा राहिलं नाही. प्रेम व लालसा तेव्हाच वाढीला लागते, जेव्हा आपल्याला आपल्या कोण्या प्रियजनास गमावण्याची भीती असते. आमच्या बाबतीत असं आहे की आम्हाला कोणासही निरोप द्यायचा प्रसंग येणारच नाही. मागील शेकडो वर्षे तेच चेहरे पाहून आम्ही कंटाळलो आहोत.''

''मला माझ्या काळात लगेच जायचं आहे,'' डॉ. एरिक अत्यंत बेचैन होऊन म्हणाले. मिस मिलियनच्या मनातील क्षोभ त्यांना ऐकवत नव्हता. त्या वातावरणात त्यांचा जीव घुसमटू लागला. जसं गर्दीत एखादं बाळ आपल्या मात्या-पित्याला अंतरतं, तसं त्यांना वाटू लागलं.

''ज्या वातावरणात तुम्ही राहता आहात, तोच आमचा विगत स्वर्णिम काळ होता. आपल्या पूर्वजांना भेटण्यासाठी आमचं मन उचंबळतं व आम्ही आपसूक तिकडे वळतो. पण आम्ही त्यांच्यासाठी अनोळखीच राहिलो. ते आम्हाला कसे काय ओळखणार बरं! जसं तुम्हास तरी हे कुठं माहीत आहे, की तुम्ही माझे आजोबा आहात, माझ्या आईचे वडील आहात,'' हे सांगताना मिस मिलियनचे डोळे पाझरू लागले.

आता आश्चर्याची पाळी डॉ. एरिकवर आली! म्हणजे तिच्याबद्दल वाटणारी गूढ माया हीच होती म्हणायची. ती डॉ. एरिकची वंशज होती. त्यांनी मायेनं तिच्या मस्तकावर हात ठेवला व तिला थोपटलं.

''आम्हाला अशा प्रकारचं आयुष्य बहाल करण्याचं स्वप्न होतं का तुमचं डॉ. एरिक?'' मिस मिलियनचा हा मुद्दा संपूर्ण मानवजातीशी निगडित होता. म्हणजे अशीच अभिव्यक्ती होती ती.

''नाही. आम्ही असा विचारच केला नव्हता!'' मोठ्या मुश्किलीनं डॉ. एरिक म्हणाले.

''मानवाला सदैव नावीन्याची व परिवर्तनाची ओढ राहिली आहे. एकसुरीपणा त्याला कधीच आवडला नाही. अमरत्व हे एक प्रकारचं अचेतन आहे. जर जुनं लयास गेलं नाही तर नवनिर्माण होणार कसं? पुनर्सृजन आणि परिवर्तन झालंच पाहिजे. नश्वरता ही परिवर्तनाला पोषक असते. ती जीवनाला गती आणि उत्साह पुरवते. पुरातन नष्ट होत असताना नवीनता व सरसतेची बांधणी होत असते आणि मानव त्यात रमतो. सदा सर्वदा एकाच स्थितीत राहणं, मग ती स्थिती कितीही चांगली असली तरी, हळूहळू त्याचं आकर्षण कमी होत जातं व शेवटी ते सर्व कंटाळवाणं होऊन जातं,'' असं म्हणून मिस मिलियन कुत्सितपणे हसली.

अपराधाची भावना तीव्र झाल्यामुळे डॉ. एरिक खाली मान घालून बसले होते. मिस मिलियनची ही आगळी व्याख्या त्यांनी प्रत्यक्षपणे पाहिली होती.

''स्वाभाविक प्रकृती प्रदत्त नश्वर जीवनच मानवासाठी श्रेयस्कर आहे,''

डॉ. एरिकनी हे कबूल केलं. त्यांच्या लक्षात आलं की मानवजातीची हीच स्वीकारोक्ती त्यांना येथे घेऊन आली होती. हाच त्यांचा उद्देश्य होता.

पुन्हा तेच सरळ साधं आयुष्य जगण्यासाठी, आपल्या चरमसीमेवर पोहोचलेल्या या महान मानवी सभ्यतेला आता लयास नेण्याची वेळ आली आहे. प्रकृती खरोखरच अत्यंत कृपावंत व दयाळू आहे. कदाचित ती पुन्हा तशाच नश्वर मानवाला जन्माला घालेल, जे आपल्या संततीचे लाड तिला आपल्या मांडीत खेळवून, एका अवर्णनीय सुखाला प्राप्त करू शकेल,'' मिस मिलियनच्या स्वरात अथांग वेदना होती.

डॉ. एरिक स्तब्ध होऊन उभे होते. हीच होती मानवाच्या पूर्णत्वाची परिणती.

◆